अभिप्राय

सत्ता मिळवणे आणि त्या सत्तेच्या बळावर आपणच निर्माण केलेल्या तरुण कार्यकर्त्यांकडून आपल्या सत्तेला आव्हान मिळणे, एका खेड्याच्या संदर्भात हे सत्ताचक्र कसे काम करते हे शंकर पाटील हे या कादंबरीत दाखवतात.
ग्रामीण जीवनातल्या परिवर्तनाची एक अस्सल झलक प्रकट करते. तिच्यातील पटकथेसारखी दृश्यवार मांडणी आपल्याला गुंतवून ठेवते.

दैनिक ऐक्य, २२-७-२००७

टारफुला

शंकर पाटील

मेहता पब्लिशिंग हाऊस

✆ +91 020-24476924 / 24460313 / Mob. No. 9545000513
Email : production@mehtapublishinghouse.com
Website : www.mehtapublishinghouse.com

TARPHULA by SHANKAR PATIL

टारफुला : शंकर पाटील / कादंबरी

Email : author@mehtapublishinghouse.com

संस्थापक : सुनील अनिल मेहता

प्रकाशक : मेहता पब्लिशिंग हाऊस प्रा. लि.
१९४१, सदाशिव पेठ, माडीवाले कॉलनी, पुणे ४११०३०.

मुद्रक : ट्रिनिटी ॲकॅडमी फॉर कॉर्पोरेट ट्रेनिंग लिमिटेड

मुखपृष्ठ : देविदास पेशवे

प्रकाशनकाल : १९८० / विजयादशमी, ऑक्टोबर, १९८४ /
मेहता पब्लिशिंग हाऊसची तिसरी आवृत्ती : एप्रिल, २००७
डिसेंबर, २००७/ ऑक्टोबर २००८, / डिसेंबर, २००९ /
एप्रिल, २०११ / डिसेंबर, २०१२ / ऑक्टोबर, २०१४
सप्टेंबर, २०१७ / फेब्रुवारी, २०२१ / फेब्रुवारी, २०२४
पुनर्मुद्रण : एप्रिल, २०२६

किंमत : ₹ ३२०

P Book ISBN 9788177668292

E Book ISBN 9789386888228

E Books available on : amazonkindle Apple Books Google Play Books

कै. ती. धाकटे अण्णा
यांना

दुसऱ्या आवृत्तीच्या निमित्ताने

'टारफुला' या शंकर पाटील यांच्या कादंबरीचा विचार करण्याआधी काही तपशील येथे नोंदवणे आवश्यक वाटते. ते तपशील असे : शंकर पाटील यांनी १९४७ पासूनच कथालेखनाला प्रारंभ केलेला आहे. एक प्रयोगक्षम कथालेखक म्हणून त्यांना नाव मिळालेले आहे. जवळ जवळ सतरा वर्षे कथालेखन केल्यानंतर ते कादंबरी लेखनाकडे वळलेले आहेत. तसेच त्यांचे समकालीन ग्रामीण कथालेखक व्यंकटेश माडगूळकर, रणजित देसाई इ. आणि नंतरचे उद्धव शेळके यांसारखी कथालेखक असणारी लेखकमंडळी कादंबरीकार म्हणून कधीच स्थिर झालेली आहेत. त्याचबरोबर आणखी एक बाब लक्षात येते ती अशी की 'टारफुला'चा अपवाद वगळता आतापर्यंत शंकर पाटील यांनी निष्ठेने कथालेखनच केले आहे. फक्त 'टारफुला'च्या निमित्ताने एकदाच ते कादंबरी लेखनाकडे वळले. तसेच ही कादंबरी त्यांनी एक वर्षभर इतर कसलाही व्यवसाय न करता पूर्णतः लेखनाला वेळ देऊन लिहिली आहे.

हा सर्व तपशील येथे यासाठी द्यावयाचा आहे की शंकर पाटील यांच्या या कादंबरी लेखनामागील प्रेरणा कोणत्या असाव्यात याचा निदान तर्क तरी बांधता यावा. तसेच या कादंबरीचे वेगळेपण आणि सामर्थ्य समजावून घेता यावे.

ही कादंबरी १९६४ ला प्रसिद्ध झालेली असली तरी तिचे लेखन १९६२-६३ मध्ये कधीतरी झालेले असले पाहिजे. हे लेखन करण्यापूर्वी मराठी कादंबरीबद्दलचा एक आढावावजा लेख शंकर पाटील यांनी लिहिला आहे. या लेखात त्यांनी मराठी कादंबरीबद्दलचे एक तीव्र असमाधान व्यक्त केले आहे. पुढे 'धग' या कादंबरीचे परीक्षण करीत असताना '१९६० सालातील मराठी कादंबरी लाज आणणारी आहे' असे त्यांनी अतिशय स्वच्छपणे आणि निर्भीडपणे सांगून टाकले आहे.

तेव्हा एक तर्क स्वाभाविकपणेच असा करता येतो की मराठी कादंबरीविषयीचे एक तीव्र असमाधान शंकर पाटील यांच्या मनामध्ये आहे. म्हणून एक चांगली कादंबरी लिहावी या हेतूने त्यांनी या कादंबरीचे लेखन केले असावे. ही कादंबरी 'वैशिष्ट्यपूर्ण' आहे असे अनंत काणेकरांनी प्रकाशन समितीच्या वतीने म्हटले आहे. म्हणजे मराठी कादंबरीच्या असमाधानामधूनही ते कादंबरी लेखनाकडे वळले असणे शक्य आहे.

तसेच ‘टारफुलापूर्व’ मराठी ग्रामीण कादंबरीकडे एक दृष्टिक्षेप टाकला तर असे दिसते की ‘बनगरवाडी’, ‘फकिरा’, ‘धग’ इ. कादंबऱ्या वगळता इतर कादंबऱ्या एक तर नावीन्यामध्ये तरी हरवून गेल्या आहेत किंवा स्वप्नरंजनामध्ये तरी.

तेव्हा ग्रामीण कादंबरीक्षेत्रामध्ये अधिक प्रामाणिकपणे, अधिक जाणीवपूर्वक काही तरी लिहावे, असे शंकर पाटील यांना वाटले असणे शक्य आहे. कथेच्या क्षेत्रात त्यांनी वेगवेगळे प्रयोग केलेले होते आणि लेखक म्हणून त्यांना आत्मविश्वासही आलेला होता. तेव्हा याच आत्मविश्वासातून त्यांनी ‘टारफुला’चे लेखन केले असावे असे दिसते.

एकूण, तत्कालीन कादंबरीबद्दलचे तीव्र असमाधान ही या कादंबरी लेखनामागची प्रेरणा असावी असे दिसते. त्याप्रमाणेच आणखी एका बाबीचा निर्देश करता येईल. तो असा की मोठ्या भावाबरोबर ‘बदली पाटील’ हा त्यांनी स्वत:च बालपणा अनुभवला आहे. अर्थात येथे त्यांच्या भावाची आणि ‘टारफुला’मधील दादा पाटलांची तुलना करावयाची नाही. अशी तुलना करणे शक्यही होणार नाही आणि योग्यही होणार नाही. याचा अर्थ एवढाच की एका प्रचंड जीवननाट्याचे बीज शंकर पाटील या प्रतिभावंताच्या मनामध्ये बालपणीच पडले होते. ते त्यांना अस्वस्थ करीत असले पाहिजे. हे बीज अर्थातच लघुकथेमध्ये मावणारे नव्हते. तेव्हा व्यापक असा जीवनपट सुचविणारे, अस्वस्थ करणारे हे बीज ‘टारफुला’च्या रूपाने फुलून आले असले पाहिजे.

म्हणजे कादंबरी या वाङ्मयप्रकाराकडे शंकर पाटील अपरिहार्यपणेच वळले आहेत.

शंकर पाटील हे जाणीवपूर्वक लेखन करणारे कलावंत आहेत; तेव्हा ‘टारफुला’च्या लेखनामागे निश्चित काही वेगळ्या जाणिवा असल्या पाहिजेत. शंकर पाटील यांना या कादंबरीतून काय सांगावयाचे आहे, अशा कोणत्या नव्या जाणिवा या कादंबरीमध्ये प्रकटल्या आहेत आणि या जाणिवा प्रकट करताना त्यांना कितपत यश आले आहे, असे काही महत्त्वाचे प्रश्न येथे उपस्थित होतात.

एकूणच मराठी कादंबरीचा विचार करताना सर्वप्रथम जाणवणारी बाब जर कोणती असेल तर ती म्हणजे ती कादंबरी कुठल्या ना कुठल्या व्यक्तीला केंद्रस्थानी ठेवूनच साकार होत असते. या उलट शंकर पाटील यांच्या ‘टारफुला’मध्ये कुठलीही एखादी व्यक्ती केंद्रस्थानी नाही किंवा तिला नायक (Hero) नाही. कादंबरीच्या प्रारंभी गावाचे मूळ पाटील थोडेसे चित्रित होतात न होतात तोच त्यांचा मृत्यू होतो. येथून पुढे गावचा कारभार बघणारी, कारभारात मदत करणारी माणसे बदलत जातात. मूळ पाटलांच्या मृत्यूनंतर संपूर्ण गावाची व्यवस्था बघण्याची जबाबदारी आबा कुलकर्ण्यांवर पडते. म्हणून कादंबरीच्या पहिल्या भागात आबा कुलकर्णी आणि

गावाचे व्यवहार चित्रित होत जातात. पहिल्या भागाच्या शेवटी आबा कुलकर्ण्यांचा खून होतो. मूळचे पाटील, आबा कुलकर्णी या गावातील दोन प्रमुख व्यक्ती गेल्या तरी गाव आहे तिथेच आहे. एवढेच नव्हे तर गावात पेटलेला संघर्ष अधिकच भडकलेला आहे. पाटलाचे वारस कोण हा प्रश्न आता अधिकच चिघळत जाणार आहे.

या कादंबरीतील दुसऱ्या भागाची सुरुवातच मुळी गावात बदली पाटील येतो तेथून होते. दादा पाटील हे महाराजांकडून (बाईंच्या विनंतीवरून) पाठविण्यात आलेले या गावाचे नवे पाटील. अंगाने रगदार आणि हिमतीने तगडा असा हा माणूस चार भावांसह गावात येऊन पाटीलकीची सूत्रे हाती घेतो. राऊनाना त्यांना सल्ला-मसलत देऊ लागतात आणि गावचा कारभार सुरू होतो. गावातला संघर्ष हळूहळू थांबू लागतो. त्यांची उग्रता कमी होत जाते. त्याबरोबरच गायकवाड, पवार आणि इतरांनी बळकावलेल्या जमिनी हळूहळू पाटलांच्या ताब्यात येत जातात. दुसरा भाग संपतो तेव्हा गावाच्या संदर्भात दोन बाबी घडलेल्या आहेत. एक म्हणजे दादा पाटलांचा दरारा गावात प्रस्थापित होऊन संपूर्ण गावावर त्यांची सत्ता प्रस्थापित झाली आहे आणि राऊनानांचा खून झालेला आहे.

म्हणजे दुसऱ्या भागात प्रमुख व्यक्ती म्हणून दादा पाटील आणि त्यानंतर राऊनाना या दोन व्यक्ती येतात.

कादंबरीच्या तिसऱ्या भागात दादा पाटील ही व्यक्ती कायम असली तरी गायकवाड, पवार, राऊनानाची मुले, आबा कुलकर्ण्यांची मुले या सर्वांनाच महत्त्वाचे स्थान मिळत जाते.

याचा अर्थच असा की या कादंबरीतील तिन्ही भागांमध्ये वेगवेगळ्या व्यक्ती ह्या प्रमुख व्यक्ती म्हणून प्रकट होतात. तिन्ही भागांमध्ये मिळून कुठल्याही एका व्यक्तीला प्रमुख केंद्रवर्ती स्थान कादंबरीकार देत नाही.

येथे महत्त्वाचा प्रश्न असा आहे की शंकर पाटील यांनी असे का केले असावे? एखादी व्यक्ती त्यांनी केंद्रस्थानी का ठेवली नसावी? एखादी व्यक्ती केंद्रस्थानी ठेवून 'फ्लॅश बॅक' पद्धतीने मागील हकीकत सांगून त्यांना ह्या कादंबरीची रचना करता आली असती.

परंतु ते असे करीत नाहीत. ते जाणीवपूर्वक व्यक्ती बदलत जातात. वातावरण बदलत जातात. यातून त्यांना काय साधावयाचे आहे? त्याचबरोबर आणखी एक महत्त्वाची बाब लक्षात येते ती अशी की व्यक्ती बदलल्या तरी गाव तेच आहे आणि संघर्षही सुरुवातीपासून शेवटपर्यंत तोच आहे. पाटलांचा वारस कोण यावरून निर्माण झालेले वादळ वेगवेगळी वळणे घेत शेवटपर्यंत चालू राहते. याचा अर्थच असा की गाव आणि संघर्ष या दोन बाबी मात्र तिन्हीही भागांत तेवढ्याच केंद्रस्थानी आहेत.

कुठलीही एखादी व्यक्ती केंद्रस्थानी नसली तरी संपूर्ण गावच, गावातील

माणसांचा समूहच्या समूहच केंद्रस्थानी आहे हे लक्षात येते. म्हणूनच या कादंबरीचा विचार करताना रूढ पद्धतीने विचार करून चालणार नाही हे उघड आहे.

म्हणजे याचा अर्थ असा की कुठली तरी एखादी व्यक्ती ही कादंबरीत प्रमुख व्यक्ती म्हणून किंवा केंद्रस्थानी म्हणून ठेवण्याऐवजी त्यांनी संपूर्ण गावच केंद्रस्थानी ठेवलेले आहे, त्यातील संघर्ष आणि परिवर्तन केंद्रस्थानी ठेवलेले आहे हे उघड आहे. पाटील, आबा, बदली पाटील, राऊनाना, हिंदुराव, गायकवाड, पवार यांपेकी कुठल्याही व्यक्तीला या परिस्थितीत केंद्रस्थानी योजिता येणार नाही हे उघड आहे. कारण या सर्वच व्यक्ती त्या खेड्यातील 'परिवर्तन' साकार करणाऱ्या आहेत. त्यामुळे वरीलपैकी कुठलीही व्यक्ती केंद्रस्थानी येऊ शकणार नाही.

रूढ कादंबरीलेखनाचे तंत्र डोळ्यांसमोर ठेवून समीक्षालेखन केल्यामुळे या कादंबरीचे नीटसे आकलन तत्कालीन समीक्षकांना करता आलेले नाही असेच दिसते. कोणाला या 'तीन लघुकादंबऱ्या' दिसल्या, कोणाला या 'या सुट्यासुट्या स्वतंत्र कथा' वाटल्या, तर कोणाला ही कादंबरी म्हणजे गावगुंडांचे चित्रण करणारी रहस्यकथाच वाटली.

समकालीन समीक्षकांचे हे घोटाळे केंद्रस्थानी कोण आहे हे न समजावून घेतल्यामुळे झाले आहेत असे म्हणावे लागते. त्यामुळे या कादंबरीचे वेगळेपणही तत्कालीन रसिकांच्या लक्षात आले नाही.

या कादंबरीमध्ये शंकर पाटील यांना पुढील चित्रण करावयाचे आहे असे मला वाटते–

१. शंकर पाटील यांना कुठलीही एक व्यक्ती प्रमुख व्यक्ती म्हणून किंवा केंद्रस्थानी व्यक्ती म्हणून चित्रित करावयाची नाही. त्यांना एका संपूर्ण खेड्याचे चित्रण करावयाचे आहे. संपूर्ण खेडे हेच केंद्रस्थानी आहे, नायक म्हणून खेडेच येते.

अर्थात संपूर्ण खेडे चित्रित करताना कुठलीही व्यक्ती जरी केंद्रस्थानी नसली तरी कादंबरीमधून येणाऱ्या व्यक्तींना व्यक्तिमत्त्व प्राप्त होत नाही असे मात्र नाही. उलट येथील सर्व छोट्यामोठ्या व्यक्तिमत्त्वांमधून एक समग्र खेडेच ध्वनित होत जाते.

याचा अर्थच असा की, शंकर पाटील यांना एक संपूर्ण खेडे, त्याच्या व्यक्तिमत्त्वासहित साकार करावयाचे आहे. त्या खेड्याचा म्हणून जो एक 'मृद्गंध' आहे तो प्रकट करावयाचा आहे.

२. एका संपूर्ण खेड्याचे व्यक्तिमत्त्व प्रकट करणे हा जसा शंकर पाटील यांचा हेतू आहे त्या प्रमाणेच या कादंबरीतून आणखी एक बाब साधावयाची आहे. ती अशी की एखाद्या खेड्यातील क्रमाने घडणारे परिवर्तन त्यांना चित्रित करावयाचे आहे. एखाद्या खेड्यात परिवर्तन घडते म्हणजे काय होते ? या प्रश्नाचा शोध त्यांना त्या खेड्याच्या

परिवर्तनामधून घ्यावयाचा आहे. एका प्रकारे परिवर्तनाची क्रिया ही अगम्य. परिवर्तन कोणत्या दिशेने होईल आणि त्यातून गावाला कोणते रूप मिळेल हे सांगता येत नाही. तेव्हा या कादंबरीत केवळ या खेड्याचे संपूर्ण व्यक्तिमत्त्व, आहे असे नाही तर त्या 'खेड्यातील क्रमाने घडणारे परिवर्तनही' चित्रित करावयाचे आहे. परिवर्तनाचे एक चक्र असते. एखादी घटना घडते. तिचे पडसाद उमटतात. त्या पडसादामधूनच एखादी क्रिया जन्मू शकते. ही क्रिया परत इतर क्रियांना जन्म देणारी ठरते. म्हणजे अशा अनेक क्रियांमधून परिवर्तन साकार होत जाते. परिवर्तन रूप घेत जाते.

या खेड्यातील परिवर्तनाचे चक्र शंकर पाटील यांना चित्रित करावयाचे आहे. एक गाव हळूहळू कसा सर्वार्थाने बदलत जातो हे त्यांना दाखवायचे आहे. अर्थात असे परिवर्तन प्रकट करीत जाणे हे अतिशय कठीण बाब होय. कारण येथील परिवर्तन एखाद्या व्यक्तीचे नाही तर संपूर्ण एका गावाचे परिवर्तन आहे. वेगवेगळ्या घटकांमधून हे परिवर्तन आकार घेत असते. कधी व्यक्तीच्या रूपातून तर कधी घटनांच्या रूपातून हे परिवर्तनाचे चक्र सतत फिरते असते. या फिरत्या चक्राची गती आणि रूप हेरण्याचा प्रयत्न शंकर पाटील यांनी केला आहे.

३. एका खेड्यातील परिवर्तन चित्रित करीत असताना शंकर पाटील यांनी अतिशय सामर्थ्याने आणि सूक्ष्मतेने सत्तासंघर्ष प्रकट केला आहे. तो कुठेही सुष्ट दुष्ट अशा ठोकळेबाज पद्धतीने व्यक्त होत नाही.

येथे सत्तासंघर्ष आहे तो सत्ताधारी वर्ग आणि सत्ताविरोधी वर्ग यांच्यामध्ये. या दोघांच्या संघर्षामध्ये सत्ताधारी आणि विरोधक हे कधीही स्थिर नसतात. एक तर ते बदलत तरी असतात किंवा (तिसराच विरोधक निर्माण होतो तेव्हा) जवळ तरी येत असतात. एका प्रकारे 'सत्ताचक्र' हे सतत बदलत असते. 'टारफुला'मध्ये मूळ पाटलाची सत्ता, नंतर आबा कुलकर्णी सत्तेचे प्रतिनिधी होतात, नंतर दादा पाटील आणि शेवटी दादापाटलांकडूनही ही सत्ता जाते की काय अशा अवस्थेत ही कादंबरी संपते. हे सत्तेचे एक चक्र आहे. चक्र यासाठी म्हणावयाचे की सत्तेचे रूप सत्ताधाऱ्यागणिक बदलते आहे. असे हे सत्ताचक्र एकीकडे तर दुसरीकडे सत्ताविरोधकांचे– सत्तेला विरोध करीत करीत सत्ता हस्तगत करू इच्छिणाऱ्यांचे - एक चक्र आहे. येथेही गायकवाड, पवार हे प्रथमत: 'सत्ताविरोधी चक्रा'चे सुरुवातीचे प्रतिनिधी ठरतात; पण नंतर नव्या पिढीतील तरुण पोरे 'सत्ताविरोधी चक्रा'ला गतिमान करतात. हे जेव्हा घडते तेव्हा 'सत्ताचक्र' आणि जुन्या पिढीचे 'सत्ताविरोधी चक्र' हे एकत्र येतात. म्हणजे एक 'सत्ताविरोधीचक्र' संपले तरी दुसरे निर्माण होते.

याचा अर्थच असा की माणसे बदलतील, पिढ्या बदलतील, संघर्षाचे रूप बदलेल, परंतु गावाचे अस्तित्व धोक्यात आणणारा 'टारफुला'च उदयाला येतो- सत्ताधारी आणि सत्ताविरोधक हे दोघेही या कादंबरीत शेवटी शेवटी 'टारफुल्या'च्या

रूपातच परिवर्तित होताना दिसतात. एकूण सत्ताचक्राचे परिवर्तन आणि सत्ताविरोधचक्र परिवर्तन ही दोन परिवर्तने या कादंबरीत दिसतात. या दोन परिवर्तनांमधून आणि इतर परिवर्तनांमधून 'संपूर्ण एका खेड्याचे क्रमाने घडणारे परिवर्तन' शंकर पाटील यांना प्रकट करावयाचे आहे.

४. 'टारफुला' हे कशाचे प्रतीक आहे हा सुद्धा एक महत्त्वाचा प्रश्न या कादंबरीच्या संदर्भात निर्माण होतो. गायकवाड, पवार ही पाटलांच्या विरोधातली सत्ताकांक्षी मंडळी. पुढे पाटलांच्या सत्तेला आव्हान देणारी तरुण मंडळी ही वरकरणी 'टारफुला' आहेत असे वाटायला लागते. परंतु सत्तासंघर्षामध्ये संपूर्ण गावच हादरून जाते. गावातली सामान्य माणसे मिटीमिटी डोळ्यांनी हा संघर्ष बघत असताना स्वत:च्या अस्तित्वाच्या संदर्भात साशंक होऊन जातात. शेवटी दादा पाटील हेही सत्तासंघर्षात परकोटीची भूमिका घेतात. त्यांच्यात आणि गायकवाड, पवार आणि तरुण मंडळी यांच्यात असलेला फरकच संपून जातो. सत्ता, सत्ताविरोध, सत्तासंघर्ष, सत्तेचे हस्तक या सगळ्याच गोष्टी गावाचे अस्तित्व धोक्यात आणणाऱ्या ठरतात. म्हणून येथे दादा पाटलांसहित सगळेच 'टारफुला' रूप होऊन जातात. त्यामुळे एक न दिसणारा संघर्ष निर्माण होत जातो. हेही या कादंबरीचे एक नवे परिमाण आहे.

याच संदर्भात आणखी एक गोष्ट सांगितली पाहिजे; ती अशी की ही कादंबरी वाचून संपल्यानंतर एक महत्त्वाचा प्रश्न वाचकांच्या मनात निर्माण होतो (आणि हे शंकर पाटील यांचे सामर्थ्य आहे.) तो असा की सत्ता, सत्ता टिकविणे, त्यासाठी अन्याय करणे हेच सत्तेचे रूप आहे का? आबा कुलकर्णी अन्याय करू शकत नाहीत परिणामी त्यांचाच खून होतो. राऊनाना नीतिमत्तेने वागू इच्छितात. त्यांचाही खून होतो. या रणधुमाळीत फक्त तेच जिवंत आहेत जे सत्तेसाठी वाटेल ते करायला तयार आहेत! आणि हा सत्तासंघर्ष शेवटी गावाला सर्वनाशाच्याच कड्यावर आणून उभा करतो. तेव्हा मूलभूत सनातन प्रश्न शंकर पाटील या कादंबरीतून उपस्थित करतात. शेवटी सत्ता ही कल्याणकारी राहूच शकणार नाही का? तिने 'टारफुला'च झाले पाहिजे का? हे अनुत्तरित प्रश्न रसिकांना चिंतनाकडे नेतात हे 'टारफुला'चे मोठे यशच होय.

- नागनाथ कोतापल्ले

१

कोल्हापूरला बगल देऊन सह्याद्रीचा एक फाटा उगवतीच्या अंगानं पुढं आलेला दिसतो. देशावर येणारी ही डोंगरमाथ्यांची आडवी रांग फोडून पक्क्या खडीचा एक रस्ता आत घुसतो. एक मोठी चढण चढून वर जातो आणि डाव्या अंगाच्या डोंगराभोवती वळसे घेत खाली उतरतो. या रस्त्याच्या उजव्या अंगाला सखल भाग लागतो आणि या सखल भागांतून असंख्य घळी धावताना दिसतात. डोंगराभोवतीने वळसे घेत जाणाऱ्या या रस्त्यावरून खाली बघितलं म्हणजे कोळ्यानं विणलेल्या जाळ्याचा भास होतो. पावसाळ्यात डोंगरावरून धावणारं पाणी या घळीत उडी घेतं आणि बाजूची रानं कातरत वाहू लागतं. दर वर्षाला त्यांचं वळण बदलत जातं. उन्हाळ्यात ओस पडलेल्या या घळी भकास दिसतात. धरणीकंप होऊन जागजागी जमीन दुभंगावी अशी कळा त्यांना आलेली असते!

डोंगराची ही आडवी रांग फोडून वळसे घेत आत घुसणाऱ्या या रस्त्यालाच 'आळत्याची खिंड' असं म्हणतात. या खिंडीत भर दिवसाही वाटमारी करता येते. डाव्या अंगाच्या डोंगरातील झाडीत दबा धरून बसलं म्हणजे रस्त्याच्या दोन्ही बाजूला लांबवर नजर टाकता येते. एकटका गडी किंवा एकटकी गाडी येताना दिसली म्हणजे मागेपुढे कुणी नाही असं पाहून अचानक घाला घालता येतो. आणि खिंडीत गाठून अशी लुटमार केली की लगेच उजव्या अंगाच्या कोणत्याही एका घळीतून हा हा म्हणता पसार होता येतं. पुरुष दोन पुरुष खोलीच्या या चिंचोळ्या घळी वाकड्यातिकड्या पळत जातात. माणूस एकदा घळीत शिरला म्हणजे तो दिसेनासा होतो. जादू व्हावी तसा तो घळीच्या पोटात गडप होऊन जातो! पाठलाग करणारी पोलीस तुकडी बंदुकीच्या फैरी झाडत वर उभी राहिली तरी घळीत शिरलेला माणूस खुशाल बार ऐकत पुढं जाऊ लागतो. बंदुकीच्या गोळीचं भय वाटत नाही. घळीत उतरून पाठलाग करावा तर तेही शक्य होत नाही. घळीत उतरायचं तर चक्रव्यूहात सापडल्यासारखं होतं. बघावं तिकडं घळीच दिसू लागतात. आणि तसंच पाठलाग करीत पुढं जावं, तर कोणत्या वाटेनं बाहेर पडावं हेही कळेनासं होतं. अशा या खिंडीच्या उजव्या अंगाला पुरुष दोन पुरुष खोलीच्या असंख्य घळी पसरलेल्या आहेत. त्यांचं एक जाळंच विणलेलं आहे, आणि डाव्या अंगाला डोंगरमाथ्यावर

रामलिंग, धुळोबाची जागती दैवतं आहेत. उजव्या अंगाला जिथं या घळी दिसेनाशा होतात तिथं बाहुबलीचा प्रचंड डोंगर आपल्या पोटात भुयारे लपवून निवान्त बसून आहे. बाहुबलीच्या या डोंगरावर जैनांचं मंदिर आहे आणि या मंदिराशेजारीच एक प्रचंड आम्रवृक्ष आहे. अनेक डोई उभा असलेला हा आम्रवृक्ष आसपासच्या पंधरा-वीस खेड्यांवर पहारा करीत आहे असं वाटतं.

ही आळत्याची खिंड जिथं संपते तिथं विसाव्याला डाव्या अंगाच्या डोंगराला लागूनच एक बन लागतं. या बनाला 'कल्लोबाचं बन' असं म्हणतात. या कल्लोबाच्या बनासमोरच थोड्या अंतरावर एक लहानसं गाव दिसतं. गावची शेती थेट कल्लोबाच्या बनापर्यंत येऊन भिडलेली आहे. डोंगराच्या कुशीतलं हे गाव, ही शेती, उसाचे फड, घमघमणारी हळद, हिरवे-गार पानमळे आणि कल्लोबाचं बन- हा सगळाच टापू अतिशय रमणीय दिसतो. भर उन्हातसुद्धा डोळ्यांना गारवा वाटतो. डोळे भरून पाहत राहावंसं वाटतं. कल्लोबाच्या या बनात आंबा, पळस, करंजी, खैर, हिरडा, साग आणि अंजन-कांचन करवंदी यांची हिरवी गर्द झाडी दिसते. अठरा महिने चोवीस काळ हिरवा रंग हेलावताना दिसतो- डोळ्यासमोर हिरवा रंगाचा समुद्र पसरावा तसा! उन्हाळ-पावसाळ बाराही महिने हा हिरवा रंग हिरवाच दिसतो म्हणून त्याला वन असं म्हटलं जातं. दमून भागून आलेला वाटसरू खिंडीतून बाहेर आला म्हणजे हे बन बघून त्याला जरा टेकावंसं वाटतं. पायाखालचा रस्ता सोडून जरा चार पावलं चालून आत गेलं म्हणजे वाहात्या, खळाळणाऱ्या झऱ्याचं ताजं पाणी प्यायला मिळतं. हा झरा बघूनच कल्लोबा तिथं टेकला असावा आणि एकदा पाण्याची चव बघितल्यावर जागचा हालला नसावा. अंजन-कांचन-करवंदीच्या त्या हिरव्यागार झाडीत झऱ्याच्या उगमाजवळच कल्लोबानं आपलं आसन ठोकलेलं आहे. आणि देवाच्या सोबतीला कुणी तरी जवळ असावं तसं हे गाव समोरच वसलेलं आहे.

आळत्याच्या या खिंडीच्या आसपास रामलिंग, धुळोबा, बाहुबली या डोंगरमाथ्यावरील झाडीतून चोर दरोडेखोरांचा वावर असूनही गेल्या कैक वर्षात या गावाला कधी कुणाचं भय वाटलं नव्हतं. कधी घरफोडी झाली नव्हती, कधी रानातल्या पिकाला धक्का लागला नव्हता. काळजी करायचं कधी कारणच पडलं नव्हतं. कारण गावच्या पाटलाचा दरारा जसा गावावर होता तसाच तो डोंगरावरही होता, आणि म्हणून डोंगरातला फरारी डोंगर उतरून कधी या गावात येत नसे. त्याची भाकरी येईना झाली, शिकार साधेना झाली, तर मात्र डोंगर उतरून खाली यायचे आणि थेट वाड्यात जाऊन उभं राहायचं! असा एखादा फरारी रात्रीइरेचं वाड्यात आला अन मुजरा करून उभा राहिला म्हणजे पाटलांना, तो का आला, हे

आपसुक उमगायचं. तो न बोलताच त्याची सगळी सोय व्हायची. दोनचार दिवसांचं एकदम कचकुन जेवून घ्यायचं अन पुन्हा मुजरा करून पसार व्हायचं. तशीच कसली नड असली तर ती बोलून दाखवायची, पैसा अडका पाहिजे असला तरी सरळ मागून घ्यायचा पण डाका घालायचा वाकडा विचार कधी मनात आणायचा नाही. निदान या गावापुरता असा त्यांचा करार होता आणि गेली कैक वर्षे तो चालत आला होता. गावाच्या उशापायथ्याला चोर-दरोडेखोरांची वस्ती असूनही गाव सुखरूप होतं. उलट गावाची राखण होत होती. अधून मधून खिंडीत लुटमार होत असली तरी त्याची झळ कधी गावाला लागली नव्हती. चुकून माकून काही झालंच तर पाटील ते निस्तरायला समर्थ होते. जरा सुगावा लागला म्हणजे एकेकाला ते वाड्यावर बोलावून घेऊन हजेरी घेत. बस्स! सगळं इथंच संपत होतं. तक्रार कधी पोलिसांपर्यंत जात नव्हती. आणि पाठीला भाकरी बांधून साक्षीसाठी कुणाला पेट्याला हेलपाटे घालावे लागत नव्हते...

तांबड्या, निळ्या, हिरव्या अशा रंगीत काचा असलेली बंद टपाची सारवट गाडी खिंडीत दिसली की टेहळणी करायला झाडीत दबा धरून बसलेले गुन्हेगार बेतानं डोंगर उतरून खाली आडव्या रस्त्यावर येत आणि गाडीवर झडप घालण्याऐवजी रस्त्याच्या एका कडेला रांगेत उभे राहून मुजरा करीत. त्यांनी असा मुजरा केला की सारवट गाडी उभी राही; आणि सुभानराव पाटील तोंड बाहेर काढून त्यांना हसत म्हणत- ''बास झालं की लेकानू, अजून पोट भरलं न्हाई व्हय?''

पाटलांनी असं विचारलं म्हणजे तोंडावर हसू आणून ते लोक नुसते हात जोडून उभे राहत आणि आपुलकीने गाडीभोवती गोळा होत. पाटील त्यांना खबरबात विचारीत. त्यांची थोडी इकडची तिकडची चौकशी करीत आणि अशी एक घटकाभर बातचीत झाली म्हणजे गाडी पुन्हा चालू लागे.

असं हे नातं जोडलेलं होतं. आणि वर्षानुवर्ष ते असंच चालू होतं. असंच चालणार होतं!...

...दिवस मावळायला सारे सनदी-शिपाई नेहमीप्रमाणे वाड्यावर आले. शंभर आखणी टोलेजंग दगडी वाड्याच्या दर्शनी चौकात येऊन एका रांगेत उभे राहिले. खांद्याला शिंग लावून गावचा गुरवही येऊन हजर झाला. हातात शिंग घेऊन एका कडेला उभा राहिला. दर्शन दरवाज्याकडे पाठ करून सगळे समोर सोप्याकडे बघत राहिले. एकटक नजरेत बघत राहिले. रोजच्या मुजऱ्याची वेळ झाली होती. आणि सगळेच पाटलांची वाट पाहात चौकात उभे होते. एवढ्यात बाजूच्या बैठकीच्या खोलीतून पाटील समोरच्या दालनात आले. खाली मान घालूनच आतनं बाहेर आले आणि मान वर न करता तसेच खुर्चीवर बसून राहिले. आर देऊन रंगवलेला भगवा

फेटा आज नीट बांधलेला दिसत नव्हता. कसाबसा नुसता डोक्यावर ठेवल्यासारखा तो दिसत होता. पाटलांची नजर खालच्या भुईवर खिळून होती. आणि हातांची बोटं चुळबूळ करताना दिसत होती. खालचा ओठ दातात धरून पाटलांनी कशीबशी मान वर केली आणि गुरवानं शिंग फुंकलं. खालीवाकून सगळ्यांनी मुजरा केला. पाटलांनी मुजरा घेताना वर केलेला हात एकाएकी छातीला लावून आपल्या दोन्ही पायांना तणावा दिला आणि एक मजबूत भिंत कोसळावी तसे खुर्चीवरून ते खाली कलंडले. दोन्ही हातांनी छाती चोळीत ते तडफडत राहिले.

मुजऱ्यासाठी खुर्चीवर बसलेले पाटील एकाएकी असे कोलमडले आणि चौकातले सारे सनदी धावून जवळ गेले. भोवतीने गराडा घालून उभे राहिले. पाटील पाय झाडत होते आणि तोंडाने आचके देत होते, त्यांच्या अंगाला हात लावून काय झालं हे विचारण्याचा धीर कुणालाच होत नव्हता. गराडा घालून उभे राहिलेले सनदी नुसते पाहात उभे राहिले होते. त्यांच्या तोंडचं पाणीच पळालं होतं आणि हातापायानं वारं गेल्यासारखं धड उभंही राहाता येत नव्हतं. सगळ्यांचेच हातपाय लट्लट् कापत होते. शंभर आखणी चिरेबंद वाडा पायाखाली डचमळत होता.

पाटलांनी एकवार मान वर करून सगळ्यांच्या तोंडाकडे बघितल्यासारखं केलं आणि एकाएकी ते भुईला डब् पडले. पुन्हा त्यांनी जरा मान वर केली आणि भाडकन् रक्ताची एक उलटी झाली. भुईवर पडलेलं ते रक्त बघून साऱ्या सनद्यांनी ठाव सोडला. वाड्यांत पळापळ सुरू झाली. पायाखाली एक सुरुंग लागावा तसा सगळा वाडा हादरला. एक दोघेजण सरड्यासारखे बाहेर पळाले. गावात जिकडेतिकडे निरोप गेले. आबा कुलकर्णी अनवाणी पायानंच धावत आले. गावचे वैद्य लखू भटजीही पळत आले. पाटलांचा हात हातात घेऊन मनगटाजवळची नाडी चाचपडत ते बसून राहिले. सगळ्यांच्या नजरा लखू भटजीवर खिळून राहिल्या. भटजींना नाडी सापडत नव्हती आणि सगळ्यांचीच तारांबळ उडाली होती. मान वर करून भटजी काही बोलत नव्हते. हातपाय पसरून पाटील निपचित पडून होते. पाटलीणबाईंच्या तोंडचं पाणी पळालं होतं. थरथरत्या अंगानं पाटलांचं डोकं धरून त्या नुसत्या बसून होत्या. लखू भटजीकडे नुसत्या पाहात राहिल्या होत्या. त्यांची वाचाच गेल्यासारखी झाली होती. काही विचारायला त्यांच्या तोंडावाटे शब्दच बाहेर येत नव्हता. तोंड उघडलं तरी शब्दच फुटत नव्हता. आबा कुलकर्ण्यांना काय करावं हे कळत नव्हतं. त्यांचा सगळा धीरच एकाएकी खचल्यासारखा झाला होता. पण ते गावचे कुलकर्णी होते. सुभानराव पाटलांचे उजवे हात होते. त्यांना असं गप्प राहून चालणार नव्हतं. एकाएकी मान वर करून त्यांनी सनद्यांकडं पाहिलं. आणि ते म्हणाले- ''नाईक....''

''जी.''

''गाडी जोडा.''

त्याबरोबर नाईक दालनातनं चौकात गेला. चौकात गडीमाणसांचा घोळका तोंड पसरूनच बसला होता. नाईकाचा इशारा मिळताच गडी धावत गेले आणि हा हा म्हणता म्हैसूरी खिलारी जोडी वाड्याबाहेर येऊन उभी राहिली. सारवट गाडी जोडून तयार झाली. म्हैसुरी खोंड रेसच्या घोड्यासारखे उंच आणि लांबसडक होते. त्यांच्या पायाच्या नख्या खोबऱ्याच्या वाट्यासारख्या होत्या. पळाऊ खोंडांना रोज काळ्या कुळतीचा खुराक होता आणि अंगात रग होती. रोजच्या तालमीने त्यांचा दम वाढलेला होता. आणि चपळाईची वीज नुसती खेळत होती. हातातले कासरे जरा ढिले सोडले म्हणजे पाय जमिनीवर ठरत नव्हते. उसकण्याचं कारण पडत नव्हतं. चार ते पाच मिनिटाला एक मैलाचं अंतर कापण्याची कुवत त्यांच्यात होती. खोंड चौक सोडले असते तर हा हा म्हणता तासाभरात गाडीनं कोल्हापूर गाठलं असतं. एक मोटार करून जावं असं त्यांना जाता आलं असतं-आबांनी हाच विचार करून गाडी जोडायला लावली होती. घाईनं कोल्हापूरला जावं. थोरल्या दवाखान्यात जाऊन चांगला इलाज करावा... सारवट बाहेर तयार होती. म्हैसुरी खिलारी जोडी वाट बघत राहिली होती. पण निपचित पडून राहिलेल्या पाटलांना उठून गाडीत बसता आलं नाही. दोघाचौघांनी त्यांना बेतानं उठवून बसवलं. ते कसेबसे बसते झाले आणि एकाएकी त्यांच्या छातीत पुन्हा जोराचा कळ आली. कळ आली ते कोलमडले. पुन्हा एक रक्ताची गुळणी झाली आणि भात्यासारखी छाती तेवढी वरखाली होत राहिली. दम कोंडल्यासारखा झाला होता. श्वास धड आत घेता येत नव्हता, बाहेर सोडता येत नव्हता. त्यांची ती थाडथाड उडणारी छाती बघून पाटलीणबाईंचं धाबं दणाणलं. अंगात कापरा भरला. आणि आबा कुलकर्ण्यांच्या तोंडाकडं बघत त्या कशाबशा म्हणाल्या--''पंत, बघा हो हे कसं कराय लागलेत.''

छाती उडायची थांबली. हातापायाची हालचालही थांबली आणि लखू भडजीही उठून बाजूला गेले. झडप घालावी तशा पाटलीणबाई पाटलांच्या अंगावर कोसळल्या. छातीवर तोंड ठेवून त्यांनी हंबरडा फोडला. त्यांच्या त्या आर्त किंकाळीने वाडा सगळा दणाणून गेला.

दिवस मावळला होता. गाव सगळं अंधारात बुडून गेलं होतं. कुणालाच कशाची वार्ता नव्हती. असं काही होईल हे कुणाच्या ध्यानीमनीही नव्हतं. आणि एकाएकी आक्रोश कानावर आला- अंधारात बुडून गेलेलं गाव जागं झालं.

हां हां म्हणता वाडा माणसांनी भरून गेला. मुंग्यासारखी माणसांची नुसती रीघ लागली. हे एकाएकी असं कसं झालं?- कशाचाच कुणाला काही बोध होईना.

साऱ्या गावावर एक विचित्र कळा पसरली. ना ध्यानी ना मनी हे एकाएकी असं घडलेलं बघून साऱ्या लोकांच्या तोंडचं पाणी पळालं. साऱ्या गावाला हादराच बसला. रोजच्या मुजऱ्याला बसलेले पाटील एकाएकी कोलमडले आणि बघता बघता निघून गेले म्हणजे एक अरिष्टच घडलं होतं! ना कसला आजार, ना कसला रोग... काय झालं असावं? कुणी मूठ मारली का आणि काही झालं असावं?... काहीच कळत नव्हतं. कशाचाच काही थांगपत्ता लागत नव्हता. कोणाशी काही न बोलता सवरता पाटील असे एकाएकी गेले. मागे आपला वारस न ठेवता निपुत्रिक मरण पावले. शेर संपला आणि आपला संसार अर्ध्यावर सोडूनच निघून गेले. सारं गाव हडबडून गेलं. सगळ्यांच्याच मनाला चिंता लागून राहिली, घोर लागून राहिला. एक कडास्न पडल्यासारखं झालं. कशाचाच उलगडा न करता पाटील निघून गेले आणि चिंतेच्या खाईत गावाला लोटून मोकळे झाले.

...एकाएकी हे असं झालं आणि पाटलीणबाई अगदी डगमगून गेल्या. पार थकल्यासारख्या दिसू लागल्या. कोसळलेल्या या संकटाला आता कसं तोंड द्यावं हे त्यांना कळेनासं झालं. खरं म्हणजे असं का व्हावं हेच त्यांना कळत नव्हतं. पाटलांचं वय झालेलं नव्हतं. कसला आजारही नव्हता. ढालीसारखी छाती असलेला तगडा माणूस असा एकाएकी निघून गेला आणि जिवाला चुटपुट लागून राहिली. वर्ष-सहा महिने आजारी पडले असते, अंथरुणाला निजून राहिले असते, तर हातनं सेवा तरी करता आली असती. कुणाकडून सेवाचाकरी करून न घेता आणि कुणाला कसला सुगावा लागू न देता ते एकाएकी उठून गेले. कसला आजार झाला हे कळलं असतं तर औषधोपचार तरी करता आले असते... काय करणं अवघड होतं? काय कमी होतं त्यांना ? एकाला चार डॉक्टर वाड्यात आणून भोवतीने बसविले असते. भारोभार पैसा खर्च केला असता. पाहिजे ते करून त्यांना वाचविलं असतं. पण हे अवचित असं कसं घडलं? ...अशी आतल्या आत पाटलीणबाईंना झुरणी लागल्यासारखी झाली होती. त्यांचं काळीजच फाटलं गेलं. कशातच काही राम वाटेनासा झाला. पायाखालची धरणी दुभंगली होती आणि वरनं आकाश कोसळलं होतं. झुरणी लागलेल्या पाटलीणबाई अशा उदास मनानं वाड्यात बसून राहिल्या आणि भाऊबंद आपसात डाव खेळत राहिले. आपलं पोरंग दत्तक घ्यावं म्हणून जो तो खटपटीला लागला. लोक एकमेकांना फूस देऊ लागले. गावभर दत्तकाचा गवगवा सुरू झाला. पाटील असे अचानक वारले आणि सरणावरच्या पोळीसाठी गावात अशी भांडणं सुरू झाली. जवळच्या भाऊबंदांना वतनाची हाव सुटली आणि अंगात चळ भरल्यागत ते करू लागले. पेव फुटल्यागत झालं आणि तंटेबखेडे यांना ऊत आला. एकमेकांचा काटा काढण्यात लोक गर्क होऊन गेले. गावावर कुणाचाच वचक राहिला नाही. माणसं पिसाळल्यासारखी वागू लागली. बघता बघता गाव

दुभंगलं. जो तो मिशीवर हात ठेवून बोलू लागला. एकदम निराळंच वळण लागलं. जाब विचारणारा निघून गेला आणि अरेरावी सुरू झाली. प्रत्येकजण असा आपल्या मनाचा राजा झाल्यावर त्याला हुकूम कोण सोडणार आणि धाक तरी कोण कुणाला दाखवणार? सगळे असे राजे होऊन फिरू लागले आणि प्रजा लयाला गेली! जो तो आपल्या धोरणानं वागू लागला आणि वेगळंच संगनमत सुरू झालं. आजवर डोंगरातले फरारी, जे डोंगरावरच राहिले होते, ते रात्रीअपरात्री डोंगर उतरून गावात येऊ लागले. निराळी खलबतं सुरू झाली. खिंडीतल्या लूटमारीला ऊत आला. रानातली पिकं गायब होऊ लागली. उभे उसाचे फड जळून जाऊ लागले. रचून ठेवलेल्या कडब्याची बडमी आणि गवताच्या गंजी अवचित पेट घेऊ लागल्या. कुठे विस्तव पडेल हे सांगता येईना झालं. बलदंड माणसं धाक दाखवत हिंडू लागली आणि गरिबांच्या पोटात डोंब पडला. कोण दत्तक जाणार आणि कोण पाटिलकीवर येणार याचा सगळ्या गावाला घोर लागून राहिला.

पाटलीणबाई आतल्या आत झुरत होत्या. मूग मिळल्यागत गप आपल्या वाड्यात बसून होत्या. त्यांच्या पोटातली गोष्ट कुणाला कळत नव्हती. त्याही फोड करून कुणाला काही सांगत नव्हत्या. त्यांचं त्यांना रगड झालं होतं. या कशाकडंच त्यांचं ध्यान नव्हतं. आणि गावातली चुरस मात्र सारखी वाढत चालली होती.

दिवसामागून दिवस चालले आणि दत्तकाचं धोंगडं तसंच भिजत पडलं. जसा काळ जाईल तसं गावातलं वातावरण मात्र तंग होत गेलं. जो तो हातात भाले आणि कुऱ्हाडी घेऊन फिरू लागला. पाटलीणबाई तर कसलाच विचार करेनाशा झाल्या. आणि चावडीतलं दप्तर सांभाळणारे आबा कुलकर्णी घाबरून गेले. असे दिवस त्यांनी कधी बघितले नव्हते. जे नको, ते बघायची पाळी आली होती आणि कधी काय होईल हे सांगता येत नव्हतं. या कोसळलेल्या संकटानं आबा कुलकर्णी अगदी गांगरून गेले होते. सगळी धुरा त्यांच्या एकट्याच्याच खांद्यावर पडली होती आणि गळ्यात कडासनं पडल्यागत झालं होतं. एकटे कुलकर्णी काय करणार ? गाव असं बदललेलं. माणसं शिरजोर होत चाललेली. डोंगरातले फरारी गावात येऊन वावरू लागलेले- हे आता कसं निस्तरावं हे त्यांना कळेना झालं. औताचा बैल उरी फुटावा तशी त्यांची अवस्था झाली आणि जीव मुठीत धरून ते गावात वावरू लागले. अंगावरची जोखीम म्हणून नाईलाजानं ते चावडीत जायचे. वतनाचं चालत आलेलं कुलकर्णीपद त्यांना मध्येच कसं सोडून देता येईल? ते सोडून देता येत नव्हतं. पाटील गेले तरी ते चावडीत जात होते. एकेक दिवस पुढं रेटीत होते...

...आणि एक दिवस तीन्ही सांजेच्या वेळी आबा कुलकर्णी आपलं काम उरकून चावडीतनं बाहेर पडले. मध्ये मारुतीचा चौक लागला. एरवी या मारुतीच्या देवळात तिन्हीसांजेच्या वेळी चार माणसे बसलेली असत. आबाही कधी कधी घरी जाताना

तिथे टेकत असत. पण पाटील गेल्यापासून त्यांनी हे सोडून दिलं होतं. कुठं जाणं-येणं, बसणं-उठणं सगळं वर्ज्य केलं होतं. आपलं घरातनं उठायचं, चावडीत यायचं अन् चावडीतनं उठायचं व नीट आपल्या घरात जायचं असा जणू त्यांनी नियमच करून टाकला होता. आजही ते असेच चावडीतनं उठून नीट आपल्या घराकडे येत होते. मारुतीचा चौक ओलांडून ते पुढं आले आणि आपल्या गल्लीत शिरण्यापूर्वी कोपऱ्यावरच्या राममंदिराकडे तोंड करून ते उभे राहिले. हाही त्यांचा रोजचा नियमच होता. रस्त्यावरच उभा राहून त्यांनी पायातल्या वहाणा काढल्या. डोळे मिटून हात जोडले आणि पुन्हा पायात वहाणा घालून ते आपल्या गल्लीकडे वळले.

तिन्हीसांज टळून कडुसं पडलं होतं. आबा आपल्याच विचारात खाली पायाकडे बघत पुढे चालले होते, आणि काही ध्यानी मनी नसताना एकाएकी कानावर करडा आवाजा आला- ''पंत, हुबा ऱ्हावा.''

आबा दचकले आणि थबकून उभे राहिले. उभ्या हयातीत अशा करड्या आवाजात सोडलेला हुकूम त्यांनी कधी ऐकला नव्हता! मान वर करून त्यांनी समोर पाहिलं. त्यांची छाती धडधडली. सबंध अंगावर झरझर काटा उभा राहिला. हातात भाले काठ्या घेतलेले चार लोक अंगावर घोंगड्याची खोळ घेऊन त्यांच्या मागेपुढे उभे होते. आबांनी त्यांच्या तोंडाकडे पाहिलं आणि त्यांच्या अंगाला दरदरून घाम फुटला. तोंडाची बोबडीच वळली. तशा त्या अंधारातही त्यांच्या डोळ्यांपुढे निळा रंग दिसू लागला. आणि त्या निळ्या रंगात काजवे सूर मारून खेळू लागले. आबांना काही बोलताच येईना झालं. आणि हातातल्या भाल्याचं टोक आबांच्या तोंडाजवळ आणून एकजण म्हणाला,- ''काय पंत, वळख लागतीया काय?''

वाचा गेल्यागत आबा तोंडाकडे बघतच राहिले. काय बोलावं हे त्यांना कळत नव्हतं! त्यांच्या काळजानं ठावच सोडला होता... धीर कसा दाखवावा? डोंगरातल्या फराऱ्यांनी असं गावात येऊन राजरोस त्यांची वाट अडवली होती आणि त्यांच्या हातातला भाला तोंडाजवळ येऊन भिडला होता. समोर भाला बघून आबांच्या छातीत धस्सं झालं आणि सारं अंग लटलट कापू लागलं. तवर एक जण म्हणाला- ''काय वळख लागत न्हाई व्हय? धुळोबाच्या डोंगरातला पिऱ्या हाय मी''

आबांनी पिऱ्याला बघितलं होतं. कैक वेळा बघितलं होतं. पाटलांच्या बरोबर सारवट गाडीत बसून पेठ्याला जाताना येताना आळत्याच्या खिंडीत त्यांची गाठभेट होतच होती. या पिऱ्याच्या नावावर किमान पाच सहा तरी खून होते. आणि दहा बारा दरोड्यात त्याचं नाव ऐकू येत होतं. आज पाच सहा वर्षे तरी फरारी होऊन डोंगरातनं हिंडत होता आणि खिंडीत गाडी आली म्हणजे रस्त्याला आडवं येऊन मुजरा केल्याशिवाय तो कधी राहात नव्हता. अनेक वेळा मुजरा करताना त्याला

त्यांनी पाहिलं होतं. घटका घटका पाटलाशी होणारं त्यांचं बोलणंही त्यांनी ऐकलं होतं. तोच पिऱ्या आपल्या हातातल्या भालाचं टोक त्यांच्या तोंडासमोर धरून त्यांच्यापुढे उभा होता. काय बोलावं अन् काय करावं, हे आबांना कळेना झालं. वादळी वाऱ्यात गदागदा झाड हलावं तसे ते हलू लागले आणि न बोलता नुसते हात जोडून उभे राहिले.

त्यांच्या थरथरणाऱ्या हाताला गपकन् धरून पिऱ्या जरा बाजूला झाला आणि त्यांच्या कानाजवळ तोंड नेऊन सांगू लागला - ''पंत, तुमच्याकडं एक कामगिरी हाय...''

तोंड पसरून आबा पिऱ्याकडे बघत राहिले आणि आज्ञा करावी तसा पिऱ्या त्यांना म्हणाला - ''हे बघा, दाजिबा गायकवाड्याच्या पोरालाच दत्तक घ्याया पाहिजे. सांगून ठेवतो- हे बाईला सांगायची कामगिरी तुमची! काय पंत?''

''मी सांगू?''

''तुमीच सांगाय पायजे न्हाई सांगितलं तर तुमच्या उरावर येऊन बशीन मी! कळलं?''

पिऱ्या तोंडाजवळ तोंड आणून बोलत होता. आणि त्याच्या हातात सापडलेल्या आबांच्या हाताची बोटं कुस्करून गेली होती. त्याच्या गलमिशांच्या कंगोऱ्याकडं बघत आबा नुसते उभे राहिले. डाभनानं पोतं शिवल्यागत त्यांचं तोंडच उघडेनासं झालं. आबांना आपली जीभ जड झाली आणि पंजात धरलेला त्यांचा हात घट्ट आवळत पिऱ्या म्हणाला --''सांगाय पायजे. तुमी सांगाय पायजे न्हाईतर खेळ झाला म्हून समजा! सगळाच इस्कोट हुतोय बघा...''

आबा कसेबसे पुटपुटले- ''सांगून बघतो.'' ते असं बोलले अन् पिऱ्या गुरकावला - ''बघतो बिगतो ते काय भागायचं न्हाई. गायकवाड घराण्यातलाच दत्तक आला पायजे आन् ही तुमच्या हातातली गोष्ट हाय.''

भेदरल्यागत तोंडाकडं बघत आबा म्हणाले -''माझ्या?''

''व्हय, तुमच्या! पाटील आणि तुमी काय दोन न्हवता. एका गांडीनं हागत हुता! जातो मी. तुमाला लई सांगाय पायजे असं न्हाई.''

असं म्हणून पिऱ्यानं त्यांचा हात सोडला आणि आणि ते सगळं टोळकं अंधारात गडप झालं. कोणत्या वाटेने ते पसार झाले हे आबांना कळेना. थंडीताप आल्यागत आबा थरथरत्या अंगानं उभे होते. भानावर आल्यावर त्यांनी समोर पाहिलं. गल्ली एखाद्या डोंगरातल्या भुयारासारखी त्यांना दिसू लागली! त्यांचा होता नव्हता तेव्हढा धीरच नाहीसा झाला होता. जिवाचा धडा करून त्यांनी पाय उचलला आणि कसेबसे ते आपल्या घरात शिरले. आबा घरात आले आणि खालवर घालून

दातखीळ बसल्यागत गप पडून राहिले.

...रात्रभर आबा विचार करीतच पडले होते. अंगाला मुंग्या डसाव्यात अशी त्यांची अवस्था झाली होती. पण कोडं काही उलगडत नव्हतं. सकाळ झाली तसे ते उठले. आपली रोजची देवपूजा उरकली आणि नेहमीप्रमाणं चावडीवर जाण्याऐवजी त्यांचे पाय वाड्याकडं वळले.

पंत आल्याचा निरोप कळला आणि बाई विचारात पडल्या. भल्या सकाळीच पंतांनी आज का येणं केलं असावं? मुद्दाम बोलावणं पाठविल्याशिवाय आबा वाड्यावर कधी जात नव्हते. वाड्यावर जाणं त्यांच्या फार जिवावर येई! पूर्वी असं कधी होत नव्हतं. पण पाटील गेले आणि वाडा भकास झाला. वाड्याकडे बघितलं म्हणजे आबांना फार उदास वाटे. दर्शनी दरवाजातून आत पाऊल टाकलं की त्यांचे डोळे भरून येत. बैठकीची खोली ओस पडल्यासारखी दिसे. ते ओळीने मांडून ठेवलेले तक्के डोळ्यापुढे येत. ढेलजेवरची भली मोठी सिंहासनासारखी खुर्ची, निर्जीव भाता भरलेल्या वाघासारखी, नसुती आ वासून बसून होती. रोज दिवस मावळायला पाटील याच खुर्चीवर बसत; आणि मुजरा घेत असत. तिन्ही सांजेच्या वेळेला गुरवानं इथे शिंग फुंकले की साऱ्या गावाला ऐकू जात असे. पाटील गावात असल्याची ती खूण होती. आणि असं शिंग फुंकून सनद्यांनी मुजरा केला की पाटील त्यांना रोजची खबरबात विचारीत... त्या खुर्चीकडे बघत पाणावल्या डोळ्यांनी आबा बाईंची वाट बघत बसून राहिले. आत निरोप गेलाच होता. विचार करीतच बाई बाहेर आल्या. दाराच्या चौकटीजवळ उभं राहून त्यांनी विचारणा केली, ''का आज मुद्दाम येणं केलं?''

बाईंचा आवाज कानावर आला आणि आबा भानावर आले. ते बाईंच्या तोंडाकडे बघत राहिले आणि बाई त्यांच्या तोंडाकडे पाहात राहिल्या. आबा फार थकल्यासारखे दिसत होते. बुंध्याची मुळी दुखवल्यावर झाडाला कळा यावी तसा त्यांचा चेहरा दिसत होता. तांबूस गव्हाळ रंगाचा माणूस करपल्यासारखा काळा पडत चालला होता. बाईंनी आपली नजर बाजूला वळवली आणि आबाही मान खाली घालून भुईच्या सतरंजीकडेच बघत राहिले. काय सांगावं आणि कसं सांगावं याचा ते विचार करीत बसले होतं. घडलेलं सगळं जसंच्या तसं सांगावं, का आडपडद्यानं बोलावं याचं त्यांना कोडं पडलं होतं. झाकून ठेवण्यातही अर्थ नव्हता. आणि सगळं उघड बोलण्यातही धोका होता. कारण आधीच धसका घेतलेल्या बाईंना हे सगळं सांगावं, तर त्यांच्या पोटात भीती पडणार होती. सांगावं का सांगू नये, असा विचार करीत आबा बसून राहिले होते आणि बाईंच त्यांना म्हणाल्या -''का, कसलं कोडं पडलंय पंत?''

आबा एकदम बोलून गेले-

''गाव सगळं नासून गेलंय. अरिष्ट कोसळलंय.'' आबांच्या या उद्गारांनी बाई गडबडल्या. त्यांचा सगळा धीरच खचून गेला. त्या उभ्या होत्या. त्या खाली बसत हळू आवाजात म्हणाल्या,

''तुम्ही असा धीर सोडल्यावर मग कसं व्हायचं? झालंय तरी काय असं?''

भुईवरची नजर वर करून आबा त्यांच्या तोंडाकडे पाहात राहिले. झालंय तरी काय असं?'- असं बाई विचारत होत्या.... काय एक झालंय म्हणून सांगावं? गावाला सगळ्या कीड लागल्यागत झाली होती. दुभंगलेल्या गावात पार्ट्या पडत चालल्या होत्या. बळी तो कान पिळी अशी अवस्था झाली होती. डोंगरातले फरारी राजरोस गावात येऊन धमकी देऊ लागले होते. जो तो आपलं पोरगं दत्तक घ्यायला पाहिजे असं म्हणत होता... यातलं काय काय सांगावं आणि काय काय सांगू नये याचा विचार करीत आबा तोंडाकडे पाहात राहिले. आणि चिमणीसारखं झालेलं त्यांचं तोंड बघून जे जाणायचं ते बाई जाणल्या. न बोलताच त्यांना कळून आलं आणि त्या खिन्न मनानं म्हणाल्या,

''पंत, जुनं दिवस गेलं!''

एक उसासा सोडून आबा बोलले- ''होय, जुनं दिवस गेलं''

''कसं दिवस आलं बघा!''

हाताची बोटं पसरून आबा म्हणाले-

''काळच फिरला!''

''मनु फिरला म्हणायचं...! आता कसं करायचं?''

''कसं करायचं!'' असं म्हणून आबा विचार करीत बसून राहिले. हाताच्या बोटांनी भुईवरच्या सतरंजीवर उभ्या आडव्या रेघोट्या ओढू लागले आणि बाईंनीच विचारलं,

''असं काय? कोणची गोष्ट झाकून ठेवू नका. बोला घडाघडा.''

आबा घडाघडा काय बोलणार आणि काय सांगणार? गोष्टी इतक्या सोप्या नव्हत्या. नुसतं बोलून भागणार नव्हतं. मोठ्या संकटाला तोंड द्यावं लागणार होतं आणि कोणत्या वेळी काय समोर वाढून येईल हे सांगता येत नव्हतं. कारण गावातल्या सगळ्या भांडणाचं कारण दत्तक हे होतं. त्यावरूनच गावात तट पडले होते. तंटे-बखेडे सुरू झाले होते. जो तो आपलं घोडं पुढं दामटत होता आणि शिरजोर व्हायला बघत होता. पण अमूक एकाला दत्तक घेऊन हा प्रश्न सुटणार नव्हता. एकाला दत्तक घ्यावं तर दुसरा दुखावल्याशिवाय कसा राहील? कुणी तरी एक जण पिसाळणार होतं, आणि संकट काही टळणार नव्हतं. एकाला संतुष्ट

करावं तर दुसरा बिघडणार होता आणि मधल्याची कुचंबणा होणार होती... बसल्या बसल्या आबांच्या डोक्यात हे सगळं घोळत होतं. आणि तोंड वर करून ते म्हणाले,

''मधल्यामध्ये आमचं पाप आलंय.''

''ते कसं? असं का बोलता?''

''तुम्ही कुणालाही दत्तक घेतला तरी त्याचं खापर आमच्या माथी फुटणार! म्हणजे गावात जगणं आम्हाला मुश्किल होणार.''

आबांचं हे बोलणं ऐकून बाई काही बोलल्या नाहीत. आपल्याच विचारात दंग झाल्यासारख्या त्या गप्पच बसून राहिल्या. पंतांच बोलणं काही खोटं नव्हतं. मधल्या मध्ये त्यांचं पाप आलं होतं! कारण त्यांच्या सल्लामसलतीशिवाय आजवर कधी पान हाललं नव्हतं. कोणत्याही गोष्टीत पंतांचा विचार घेतल्याशिवाय या वाड्यात काही घडलं नव्हतं. त्यांचा विचार आधी घ्यायचा आणि मगच पाऊल उचलायचं, असा वाड्याचा रिवाज होता. आजवर तो चालत आला होता... बाईंना जुने दिवस आठवले. आणि डोळ्यात पाणी आणून त्या बोलल्या,

''आमाला या खाईत लोटून पाटील कसं मोकळं झालं बघा!... काय हाय चिंता?''

''ते गेले. मोकळे झाले.''

''व्हय. हे अशान् असं घडंल असं त्यास्नी तर काय सपान पडलं हुतं? सगळं अवचितच झालं की हो...'' बाईंनी डोळ्याला पदर लावला अन् न बोलता त्या तशाच बसून राहिल्या. आबाही भुईवरच्या सतरंजीकडे बघत राहिले. बोलणंच अवघड होऊन बसलं. आणि एकाएकी बाईंनी विचारलं,

''मनातलं बोलू?- भावाच्या पोराला दत्तक घ्यावं असा इचार हाय.''

आबांनी मान वर करून एकवार त्यांच्या तोंडाकडे बघितलं आणि पुन्हा नजर खाली करून ते गप्पच राहिले. तशा बाई म्हणाल्या,

''का, तुमाला वावगं दिसतं?''

मान हालवून आबा बोलले,

''छे, तसं नाही.''

''मग? गप का बसला?''

आबा तोंडाकडे बघत राहिले. आणि बाईंनी त्यांना जुन्या गोष्टींची आठवण करून दिली-

''पंत, कोंचीबी एक गोष्ट करताना तुमाला इचारूनच होत हुती न्हवं? तुमचा कान हालला तर फुडच्या सगळ्या गोष्टी! काय करावं सांगा बघू?''

आबांनी मान हालवली आणि आपलं मन शुद्ध ठेवून ते म्हणाले,

''तुमचा विचार वावगा नाही. आपला माणूसच दत्तक घ्यायला पाहिजे.''

''त्यात काही बिघडणार नाही न्हवं?''

बाईंचा प्रश्न अवघड होता... काही केलं तरी बिघडणारच होतं. कारण वतनावर नजर ठेवून भाऊबंद टपून होते. शंभर आखणी चिरेबंदी वाडा त्यांच्या डोळ्यापुढे दिसत होता. काळी करंद; मऊ लोण्यासारख्या मातीची दोन अडीचशे एकर जमीन होती. एकेक डाग हत्तीच्या पायासारखा होता! सगळ्या विहिरी बांधीव दगडाच्या होत्या. आणि तळाला उभे झरे होते. पाण्याला कधी तोटा नव्हता. जमीन मुबलक होती. हो तर ऊस लावा, हो तर पानमळा करा. जे करावं ते साधत होतं आणि पेरावं ते उगवत होतं. दगड पेरला तरी उगवून आला असता अशी सुपीक जमीन होती. सगळ्या जमिनी पाटलांनी घरात ठेवल्या होत्या राबणाऱ्या गड्यांचा कधी तोटा पडला नव्हता. जनावरावाचून औताचा कधी खोळांबा झाला नव्हता. पिकानं जाणारा कस खतानं भरून येत होता. खतं खाऊन जमिनी रंगल्या होत्या. टक लावून त्यांच्याकडे बघत राहावं असा एकेका जमिनीचा पोत. उन्हाळ्यात नांगरट झाली आणि एक दोन कुळव फिरले म्हणजे बघणाराची दृष्ट लागावी असं त्यांना रूप येई! काळी माती चाळणीने चाळल्यासारखी दिसे आणि जमिनीला फूल येई... हे सगळं आपल्या एकट्याच्या घशात पडावं असं कुणाला वाटणार नाही? दांडगी हाव सुटली होती आणि टाळकी ठिकाणावर नव्हती. माणसं, माणसं राहिली नव्हती. त्यांच्या बोलण्याला धरबंद नव्हता. जे तोंडाला येईल ते लोक बोलत होते. आणि करू नये ते करत होते. दुफळी पडलेल्या गावात एका अंगानं दाजिबा गायकवाड धाक घालत सुटला होता आणि दुसऱ्या अंगानं पवाराचा केरूनाना मिशीवर ताव देऊन बोलत होता. गायकवाड हातात भाला घेऊन हिंडत होता, तर केरूनाना खांद्याला बंदूक अडकवून फिरत होता. त्यांचं हे हाडवैर नवं नव्हतं. जुनंच होतं. पण अंगार फुंकल्यासारखा झाला होता. राख झडली होती आणि इंगळ फुलत होता, ठिणगी पडली होती. भडका उडायला उशीर नव्हता. एकदा पेट घेतला आणि आग लागली म्हणजे काय काय होणार होतं हे कळत नव्हतं. सगळ्या गावाला झळ लागल्याशिवाय राहणार नव्हती. ही आग विझवायला कोण होतं? नाकात वेसण घालणारे पाटील निघून गेले होते. आणि नाकाची भोकंही आता बुजली होती. त्यांचा ठावठिकाणाही दिसत नव्हता. सगळ्यांचीच कातडी निबर झाली होती. सगळंच बिघडलं होतं आणि फार बिघडणार होतं!... बिघडणार नव्हतं कसं? आबा धीर करून बाईंना म्हणाले,

''कुणालाही दत्तक घेतला, तरी बिघडायचं काही राहणार नाही. तेव्हा तुमच्या मनात असेल तेच करा.''

‘‘ते झालं पण गावची चार माणसं तरी काय म्हणत्यात?’’

‘‘ती काय एका तोंडानं बोलणार? चार अशी बोलायची, चार तशी बोलायची.’’

मान हलवत बाई म्हणाल्या,

‘‘होय, तेबी खरंच.’’

‘‘असं आहे... गूळ उघडा पडल्यावर माशा घोंगावायच्याच’’ असं म्हणून सल्ला देत आबा म्हणाले-

‘‘यासाठी एक करायचं- गावाला काबूत ठेवणारा कुणी तरी जबरदस्त माणूस बदली पाटील म्हणून नेमायचा. लांडग्यांना भीती घालायला वाघच आला पाहिजे.’’

आबांच्या बोलण्याला साथ देत बाई म्हणाल्या,

‘‘कसं बोल्ला? तोच इचार मनात चाललाय.’’

‘‘चांगला धाक घालणारा माणूस पाहिजे. गावावर दरार ठेवणारा.’’ बाईंनी सांगितलं-

‘‘पंत, भावाचा नि माझा ह्योच इचार झालाय. चांगला एकांदा बदली पाटील नेमायचा आणि सगळं बस्तान बसुस्तवर आपुन आपलं भावाकडं जाऊन ऱ्हायचं... कसं?’’

आबांनी मान डोलावली नाही. तोंड वर करून ते नुसते बघत राहिले. हा वाडा, हे गाव सोडून बाई माहेरी निघून जाणार... याचा अर्थ काय काय लावला जाईल? कोण कसं बोलेल? बाईंनी भिऊन गाव सोडलं असं जर गावाला वाटलं तर काय अनर्थ घडेल? दिवसा उजेडी या वाड्यात शिरायला लोक कमी करायचे नाहीत आणि मग दसऱ्याला सोनं द्यायला वाड्यात कोण जाणार? कोणीही येऊन वाड्यात शिरू लागले आणि बसू लागले तर या वाड्याला कोणती कळा येईल? वाडा उजाड झाला, इथला माणसांचा वावर संपला म्हणजे सगळंच खुंटणार होतं. जमीनजुमला तरी कसा शाबूत राहणार? कोण देखरेख ठेवणार? -- असे एक सोडून दहा विचार त्यांच्या मनात आले. हे सगळं बोलून तरी कसं दाखवायचं? बाईंनी आणि त्यांच्या भावानी एकमेकांच्या विचारानेच जर हे ठरवलं होतं तर ते वावगं आहे असं एकदम कसं म्हणायचं? बाईंचा विचार त्यांना पटला नव्हता. थोडका विचार केल्यासारखं करून आबांनी एवढंच विचारलं,

‘‘जे ठरवलंय ते विचारपूर्वक ठरवलंय ना?’’

‘‘व्हय, सगळ्या गोष्टींचा खल करूनच ठरीवलं की.’’

आबा न बोलता गप्पच राहिले आणि बाईच त्यांना म्हणाल्या,

‘‘आणि एक मनात हाय.’’

‘‘काय?’’

''आता, मनही कशात लागत न्हाई. काशी रामेश्वर असा देवदेव तरी करून यावं असं मनात आलंय.''

''काय वाईट नाही.''

''चांगलं वर्ष सा म्हैने हिंडून यावं असा इचार केलाय.''

आणि बोलणं इथंच तुटलं. एक सनदी शिपाई धावत वाड्यावर येऊन घाईघाईने सांगू लागला-

''धुरपा म्हारणीच्या लेकीला रातोरात काढून न्हेलंय म्हनं... पदुर आल्याली लेक पळवून न्हेलिया. चावडीवर येऊन धुरपा ऊर बडवत ऱ्हायलिया...''

ही बातमी सांगत सनदी वाड्यावर आला आणि अंगावरचं उपरणं सावरत आबा उठून उभे राहिले. बाईंनी त्यांच्या तोंडाकडे बघितल्यागत केलं आणि स्वत:शीच म्हणाल्या-

''गावावर कुणाचा धाकच ऱ्हायला न्हाई, पंत'' आबांनी मान हालवली. आणि बाई म्हणाल्या,

''जावा, काय भानगड हाय बघा जावा.''

❒

२

...एकदा मांडी घालून आबा चावडीत लिहीत बसले म्हणजे तासन् तास त्यांची नजर कधी इकडे तिकडे व्हायची नाही. मान उचलून वर बघायचे नाहीत. विसाव्यासाठी कधी थांबायचे नाहीत. टाक सारखा कुरूकुरू चालायचा. शंभर नंबरी सुतागत अक्षर अगदी बारीक आणि वळणदार निघायचं. कधी शब्द खालीवर व्हायचा नाही, अक्षर कधी लहान मोठं दिसायचं नाही. कागदावर कधी शाईचा ठिपका पडायचा नाही...

...आबा चावडीत लिहीत बसले होते. पण पाठ वाकवून खाली घातलेली त्यांची मान वरचेवर वर होत होती. अधून मधून लिहिणं सोडून ते तक्क्याला पाठ टेकवून विसावा घेत होते. मान वळवून बाहेर बघत होते. अक्षर यावं तसं वळणदार येत नव्हतं. रेघा वरखाली होत होत्या. मध्येच शाई ठिबकत होती. आणि नको ते अक्षर कागदावर उमटत होतं. खाडाखोड करून ते पुन्हा लिहीत होते. वरचेवर लेखणी थांबत होती आणि मध्येच मान उचलून ते बाहेर पहात होते- बाहेर, पटांगणापलीकडे... अगदी गावाच्या टोकाला, शेवटच्या घरापलीकडून दिसणाऱ्या आभाळाकडे ...मावळतीच्या बाजूला.

कललेला दिवस खाली उतरत होता... खाली... खाली अगदी टेकायला आला होता. कलंडला होता. तो लाल गोळा डोळ्यांनी बघितला आणि बसल्या जागी आबा चपापले. लिहिणं थांबवलं. टाक बाजूला ठेवला. पुन्हा एकवार मान बाजूला करून त्यांनी मावळतीकडं बघितलं. दिवस बुडायला आला होता. आबांनी उपरणं झटकलं. कसेबसे कागद आवरले. घाईने ते रुमालात गुंडाळले. बाहेर बघतच त्यांनी रुमालाला गाठी मारल्या आणि दोन्ही हातांनी डेस्कवर रेटा देऊन ते उठून उभे राहिले.

आबा उठले तसा आगटीजवळ बसलेला धोंडिबा तराळ अंग सावरून बसला आणि मान वर करून आबांच्याकडे बघत राहिला. त्याच्या शेजारी भिंतीला पाठ लावून आणि दोन्ही पाय पसरून दत्तू नाईक बसला होता. हातात जाड काचेचा एक तुकडा घेऊन नव्या वेळूची तो काठी तासत बसला होता. दिवसभर काठी तासत बसण्याचा त्याचा उद्योग चालू होता. आबांची चाहूल लागताच तो सावध झाला. हातातलं काम सोडून तोही बघत राहिला. आबा घराकडे निघालेले बघून त्याला जरा नवल वाटलं. दिवस बुडून चावडीत दिवाबत्ती लागल्याशिवाय ते कधी उठत

नव्हते... का घाईनं निघाले, कळत नव्हतं. आबा जवळ आले आणि तासायला हातात घेतलेली काठी खाली ठेवून तो उभा रिहला. सहज म्हणाला,

''का, आज घाई?''

''हं'' असा नुसता हुंकार देऊन आबा पुढं गेले. चार पावलं टाकून ते चावडीपुढच्या पटांगणात आले. त्यांची नजर आपसुक मावळतीकडे गेली... लालभडक गोळा पोटात शिरला होता. निम्मा आत बुडाला होता, निम्मा वर राहिला होता. बरोबर मधनं चिरून दोन खापी कराव्या तसा वरचा भाग दिसत होता- कुणी तरी कापून ठेवल्यासारखा. एक भकल गिळून टाकलं होतं आणि एक भकल तेवढं शाबूत राहिलं होतं. आबांनी मान वळवून मागे बघितलं आणि दत्तू नाईकाकडं बघून ते म्हणाले,

''काय करतोय दत्तू?''

''काय न्हाई'' असं म्हणून दत्तू तोंडाकडे बघत राहिला आणि आबांनी विचारलं,

''येतोस घरापर्यंत?''

''जी.'' असं म्हणून दत्तूनं हातातल्या काचेचा तुकडा घाईनं बाजूला ठेवला, गडबडीनं पायात पायतान घातलं आणि कोपऱ्यात टेकवून ठेवलेली काठी घेऊन तो बाहेर पडला. तो पुढं झाला आणि आबांनी पाय उचलला. आबा मुक्यानं चालले होते. दत्तूही आपली काठी टेकत पुढं निघाला होता. मध्येच आबांनी विचारलं,

''महादू कोळी आज चावडीत दिसला नाही?'' दत्तू थांबला आणि मान वळवून आबांच्याकडे बघत म्हणाला,

''आज दिसला न्हाई म्हनायला, चावडीत कवा असतोय, पंत त्यो?''

''म्हणजे चावडीवर येतच नाही म्हणतोस?''

''तुमी असला म्हंजे दिवसांचं कवा तरी तोंड दावून जातोय की.''

''आणि रात्री?''

''राच्चं याचंच टाकलंय!''

''मग त्याची रात्रपाळी कोण करतं?''

''कोन करतंय?'' असा दत्तूनंच उलट सवाल केला आणि आबा न बोलताच चालू लागले... चावडीतले सनदी असे कधी मुजोर झाले नव्हते... आबा न बोलता गप्प झाले. मुक्यानंच पाय उचलू लागले आणि त्यांच्या कानावर गोष्ट घालावी म्हणून नाईकच बोलला-

''पंत, म्हाद्या चावडीत येत न्हाई पर गायकवाड्याच्या मळ्यावर असतुया बघा.''

आबांचं मन चरकलं. चालता चालता ते एकाएकी थबकले. एकवार नाईकाच्या तोंडाकडे बघून त्यांनी उसासा टाकला आणि पुन्हा पुढे बघून ते चालू लागले.

मनातली चलबिचल त्यांना स्वस्थ राहू देईना झाली. न राहवून त्यांनी विचारलं-

''तिथं मळ्यात काय करतोय?''

नाईकानं सांगितलं-

''नुस्ता चोवीस तास पडून असतोय. त्यांच्या कण्याला ते कुत्रं सोकावलंय हो!''

नुसतं 'हं' असं म्हणून आबा चालू लागले आणि मागे वळून त्यांच्या तोंडाकडे बघत नाईक म्हणाला,

''पंत, त्याला जरा झाडा की.''

''बघू, ताकीद देऊन बघू.''

''असा त्यो मानायचा न्हाई. चांगला कान धराय पायजे'' आणि असं म्हणून हळू आवाजात त्यानं सांगितलं-

''पंत, त्याला आतनं फूस हाय बघा!''

कोणाची फूस आहे हे आबांनी विचारलं नाही. स्पष्ट शब्दाने विचारण्याचा त्यांना धीरच झाला नाही. मात्र ओळखायचं ते ओळखलं. मनानं ताडलं. बाहेर बोलून न दाखविता ते गप्प झाले. आणि न विचारता नाईकानंच सांगितलं,

''गायकवाड्याच्या जोरावर त्यो उड्या मारायला लागलाय!''

हे कळूनही आबा काही बोलले नाही. मूग गिळल्यागत ते गप्पच राहिले. आणि हळू आवाजात नाईक म्हणाला,

''कळवा की वर! रिपोट करा. बसू द्या घरात.''

राममंदिर आलं आणि आबा थांबले. मंदिराकडं तोंड करून ते उभे राहिले आणि थरथरत्या हातांनी त्यांनी हात जोडले. उभ्या उभ्या रामाला नमस्कार केला आणि ते आपल्या गल्लीकडे वळले. पाय उचलण्यापूर्वी त्यांनी एकवार लांबवर नजर टाकली. ती गल्ली एखाद्या डोंगरातल्या भुयारासारखी दिसत होती... अंगात कापरा भरल्यासारखा झाला आणि उचलत्या पाउलाने ते नाईकाबरोबर घरात आले. चिमणी घरट्यात शिरावी तसे भरकन ते दारातनं आत गेले आणि गडबडीनं जोता चढून गपगार जाजमावर बसून राहिले. दम लागल्यासारखा झाला होता. धाप लागून छाती वरखाली होत होती. हुश्य करून त्यांनी तक्क्याला पाठ लावली आणि मागे रेलून ते वर आढ्याकडे बघत राहिले... आता अंगात पहिली ताकद राहिली नव्हती. जरा झटक्यानं चालल्यावर दम लागत होता. जोत्याच्या चार पायऱ्या चढताना पाय असे भरून आल्यागत झाले. एवढी शक्ती नाहीशी झाली? ताकद अशी आत आत येऊ लागली तर कसं व्हायचं?... आबा असे बसून राहिले आणि दत्तू नाईकही दोन पायांवर खाली बसला. हातातली काठी पायाजवळ आडवी ठेवून तो आबांच्याकडे बघत राहिला. नीट न्याहाळून तो म्हणाला,

''पंत, धनी गेल्यापासनं तुमी लई ठकलासा.'' एक सुस्कारा सोडून आबांनी डोक्याचा रुमाल काढला. खांद्यावरच्या उपरण्यानं एकवार तोंडावरचा घाम पुसला. आणि ओठावरची मिशी दातानं कुरतडत ते पुटपुटले-

''आता असंच बघ... असंच...''

शेरा मारावा तसा नाईक बोलला,

''बघता बघता इमारत आत आली की हो!'' बंडीचे बंद सोडत बसल्या जागेवरूनच आबा बाहेर बघत राहिले. दिवस मावळून तिन्हीसांज झाली होती. एकाएकी त्यांचं काळीज कातरीत सापडल्यासारखं झालं. कातरवेळ झाली आणि मनच उदास होऊन गेलं. अंधारात बुडून गेल्यासारखं वाटू लागलं. आतल्या आत कालवून आलं. आणि माजघराकडे तोंड करून आपल्या मोठ्या मुलाच्या नावानं त्यांनी हाक मारली-

''केशवा, एऽऽ केशवा.''

''आले'' असा आवाज आला आणि पाठोपाठ लक्ष्मीबाई बाहेर आल्या. जवळ येत त्यांनी विचारलं,

''काही हवं का?''

बाहेर बघतच आबा म्हणाले,

''अजून दिवा लावला नाही?''

''हो. लावते आता.'' आणि असं म्हणून लगेच आत न जाता त्या तिथेच थबकून उभ्या राहिल्या... नजर लावून आबांचा चेहरा न्याहळू लागल्या. त्यांचा चेहरा मोहरा बदललेला दिसत होता. बाहेरनं आल्याआल्या तक्क्याला पाठ लावून ते बसून राहिले होते. चित्त काही ठिकाणावर दिसत नव्हतं... सबंध रात्र डोळ्याला झोपही नव्हती. रात्र तशीच जागून काढली! काय होतंय काही कळत नव्हतं. मेला स्वभावच अस्सा! कधी मन उघडून कुणाशी घडाघडा बोलणं नाही. सगळं आतल्या आत गिळत राहायचं, आणि दुसऱ्यालाही गिळायचं!... दुसऱ्याच्या जिवाला टोचणी. माणसानं समजावं तरी काय? कसली झुरणी लागली म्हणून समजावी, का काय होतंय म्हणून समजावं?.... लक्ष्मीबाईंनी धीर केला आणि पुढे होत नजरेला नजर देत त्यांनी विचारलं,

''आल्याआल्या असं का बसलाय? काही होतंय का तुम्हाला?''

डोळे मोठे करून आबा म्हणाले,

''दिवा लावा म्हणून सांगितलं ना?''

''हो.''

''मग 'हो' काय?''

एका हातानं पदर पुढे ओढून त्या वळल्या... 'काय डोक्यात घेतलंय काही

कळत नाही.'... असं स्वत:शीच पुटपुटत त्या आत गेल्या.

आबा असं न बोलता बसून राहिले आणि नाईकालाही अवघडल्यासारखं झालं. खाली आडवी टाकलेली काठी त्याने उचलून हातात घेतली आणि दोन्ही हातांत मुसळ धरावं तशी ती उभी धरून खाली बघतच तो म्हणाला,

''वाड्यावर गेल्तासा कवा?''

''आज सकाळीच जाऊन आलो.''

नजर उचलून तोंडाकडे बघत नाईक म्हणाला,

''वाड्याकडं बघवत न्हाई म्हननासा... पार सगळी कळाच गेलीया!''

''हूंऽ'' असं म्हणून आबांनी एक सुस्कारा सोडला आणि बाहेर दरवाज्याकडं बघत ते बसून राहिले. तिन्ही सांज टळली होती आणि बाहेरचा अंधार घरात शिरत होता. आबांना काही सुचत नव्हतं. डोळ्यांपुढं नुसता काळोख दिसत होता. त्यांची नजर त्यातच गुरफटून गेली होती. काळोख पसरत चालला होता, आणि आबा अस्वस्थ होऊन गेले होते. एका लयीत चटणी कांडावी, तसा नाईक आपल्या हातातली काठी उगच खाली आपटत राहिला होता. भुईची फरशी ठॉक ठॉक असा आवाज देत होती. घरचं सारं हादल्यासारखं वाटत होतं. त्यान सहज ताल धरला होता आणि आबांच्या डोक्यात घण पडत होते. आबांनी नजर वळवून त्याच्याकडे बघितलं. ठोका थांबला आणि नाईक म्हणाला,

''पंत, दत्तकाचं एक गावात लई शिजाय लागलंय! बाईंचा तरी काय बेत हाय?''

''ते काय कळणार आपल्याला?''

''ते बी खरंच.'' असं म्हणून नाईकानं हातातल्या काठीचा पुन्हा ठोका सुरू केला. आबांनी नजर रोखून त्याच्याकडे बघितले आणि काठी आपटायची थांबून तो बोलला-

''काय गायकवाड लई जोरात हैत म्हनं.''

''हां, असं ऐकतो.''

''आणि काय, केरूनानाबी प्रयत्नात हाय म्हनं.'' आबा हे ऐकून घेऊन गप्पच राहिले. नाईकही बोलायचा थांबला. हातात उभी धरलेली काठी त्याने पुन्हा भुईला आडवी टाकली, आणि भुईची आडवी काठी दोन्ही हातात धरून हलकेच खाली आपटत तो पुटपुटला,

''लोक कायबाय लई बोलाय लागल्यात.'' आबा दचकले. मान पुढं झुकवून त्यांनी विचारलं,

''काय ऽऽ बोलतात?''

''काय हेच की, - दोन्ही घरानं जोरातच हैत. झनापन् उडणार म्हनत्यात.

आत्ताच पुट्टं पडल्यात न्हवं गावात!''

पुन्हा मान मागे रेलून आबा नीट तक्क्याला पाठ टेकवून बसले आणि नाईक त्यांना सांगू लागला--

''चलन जरा निराळं दिसाय लागलं, पंत. काय दोघाकडबी फरारी लोक मुक्कामाला येत्यात म्हनं. आता ह्ये कसंकसं हुनार म्हनायचं?''

आबांचं काळीजच हाललं. भुईच्या फरशीवर काठीचा ठोका पडावा तसा त्यांच्या छातीत काळजीचा ठोका पडू लागला. काळीज उडू लागलं आणि नाईकाच्या बोलण्याकडं त्यांचं लक्ष लागेनासं झालं. बसल्याबसल्या आबा आपल्या हाताची बोटं चाळवू लागले. नजर भिरभिरू लागली. तोंड गेल्यागत आबा गप्पच झाले; बोलणं खुटल्यागत झालं. तसा नाईक उठून उभा राहिला. स्वत:शी बोलावं तसा पुटपुटला-

''काळुख पडलाय... जिवून आणि चावडीवर जायचं हाय.''

आबा भानावर आले. जायच्या तयारीत उभ्या असलेल्या नाईकाकडे बघून म्हणाले,

''का, निघालास?''

''व्हय, जातो की.''

''रात्री चावडीवर कोण कोण असतं?''

''मी असतो. तराळ हाय. येताळा म्हार येतोय. म्हाद्या कोळ्याची पाळी हाय, पर त्याचा काय नेम न्हाई. चुकून कवा तरी येतोय न्हाई तर न्हाईच.''

आबांनी एक हात वर करून डोकं खाजवल्यासारखं केलं. वरचा ओठ दातात धरून मिशी कुरतडल्यागत केली आणि बोटांनी शेंडीला गुतापे घालीत ते म्हणाले,

''असं करतोस?''

''कसं?''

''आसपास जरा हवा बिघडलीय.''

री ओढत नाईकही बोलला-

''व्हय. जरा कायबाय ऐकाय याय लागलंय.''

''म्हणूनच म्हणतो कुणी तरी रोज रात्री वस्तीला घरी आलं तर बरं होईल.''

''मग लावून देतो कुनाला तरी.''

आबा म्हणाले-

''कुणाला तरी नको, तूच ये.''

''मीच येऊ म्हंता? ...तसं करतो.''

''हां. तसंच कर.''

नाईक जागचा हालला आणि काठी आपटत बाहेर निघाला. दरवाज्यातनं तो

बाहेर पडला आणि आबांनी पुन्हा एकवार आठवण देण्यासाठी म्हटलं

''उशीर लावू नको. लवकर ये.''

''जेवतो ते येतोच की.''

आबांची नजर उघड्या दरवाज्यातनं बाहेरच्या गल्लीकडे गेली. अंधार पडला होता. त्या अंधाराकडं बघतच, पुढे निघालेल्या नाईकाला आबा म्हणाले,

''का इथंच जेवण करतोस?''

''नगं नगं... आत्ता येतो की जेवून.''

''अंधार पडलाय म्हणून म्हणतोय... कुठं जातोस या अंधारात?''

''काय करतोय अंधार?'' असं म्हणून नाईक बाहेर पडला आणि सटक्यानं चालू लागला. पावलागणिक त्याच्या हातातली काठी धोंड्यावर आपटू लागली. रिंगी बसवलेल्या त्या काठीचा आवाज सबंध गल्लीभर निनादत होता. तो आवाज ऐकत आबा थोडा वेळ तिथंच उभे राहिले. माणूस भुयारात शिरून गडप व्हावा तसा नाईक दिसेनासा झाला. काठी वाजायची बंद झाली. आणि नुसतं एक भुयार तेवढं डोळ्यांपुढं पसरलेलं दिसू लागलं. थेट आबांच्या घरापासून ते राममंदिराच्या कोपऱ्यापर्यंत नुसती एक गल्ली तेवढी डोळ्यांना दिसत होती. अंधारात बुडून गेली होती. ना माणूस ना काणूस; कुणी येत नव्हतं, कुणाचा आवाजही कानावर पडत नव्हता. कसला वावर नसलेली... वर्दळ नसलेली ती गल्ली रात्रीच्या अंधारात ओस पडल्यासारखी दिसत होती. अजून अंधार गुडूप झाला नव्हता. पायाखालचा रस्ता डोळ्यांना दिसत होता. पण आबांनाच सगळीकडे काळोख पसरल्यासारखा दिसू लागला. गल्ली भकास दिसू लागली आणि तसंच बघत उभं न राहता भराभरा जोता उतरून ते खाली गेले आणि घाईनं दार लोटून परत फिरले.

लक्ष्मीबाई माजघराच्या तोंडाशी येऊन उभ्या राहिल्या होत्या. टक लावून आबांच्याकडेच पाहात होत्या. घराचा मुख्य दरवाजा असा बंद केला हे पाहून त्यांनी विचारलं,

''का, दार का पुढं केलंत?'' आबा आपल्या तंद्रीत होते. लक्ष्मीबाईंनी काय विचारलं हे त्यांना कळलं नाही. 'आं ऽऽ' असं म्हणत गोंधळल्यासारखे ते त्यांच्या तोंडाकडे बघत राहिले आणि लक्ष्मीबाईंनी पुन्हा विचारलं,

''दार का पुढं केलंत?''

हाताची बोटं चाळवत आबा बोलले-

''हो. केलं पुढं... बाहेर काळोख पडलाय. कशाला ठेवायचं उघडं?''

''अजून मुलं घरी यायची आहेत.'' सहज सांगावं तसं लक्ष्मीबाई बोलून गेल्या आणि तळपायाची आग मस्तकाला जाऊन भिडली.. दिवे लागायच्या वेळी मुलं घरात नाहीत म्हणजे काय? तिन्हीसांज टळून अंधार पडला तरी अजून त्यांचा

पत्ता नसावा?- मनातली खळबळ उसळी मारू लागली. त्यांना आतल्या आत गलबलल्यासारखं झालं. राग अनावर झाला. नजर रोखून ते लक्ष्मीबाईंकडे बघत राहिले. ती जळती नजर बघून लक्ष्मीबाई काही न बोलता मान खाली घालून आपल्या पायाकडेच बघत राहिल्या. आबांचं सगळं अंग संतापानं थरथर कापत होतं. आतनं भडका उडाला होता आणि अंगाचा सगळा डोंब झाला होता. एकाएकी आबा गरजले-

"देवाला सोडलेल्या धुळीसारखं पोरं अजून बाहेर उंडगतात? त्यांना काही घरदार आहे की नाही?"

खाली घातलेली मान वर न करताच हळू आवाजात लक्ष्मीबाई म्हणाल्या,

"मीच पाठवलंय.'

"फार शहाणे आहात! रात्रीच्या वेळी कुठं धाडलं त्यांना?"

"शेजारीच... उद्धवनानांच्या घराकडे."

"उद्धवनानांच्या?" असं म्हणून आबा नजर लावून तोंडाकडेच पाहात राहिले. मान किंचित वर करून लक्ष्मीबाईंनी त्यांचा तो अवतार न्याहाळून घेतला आणि आता त्यांना कसं शांत करावं हाच त्यांच्यापुढे पेच पडला. काय सांगावं हे सुचत नव्हते. खरं म्हणजे राग असा त्यांना कधी येतच नसे. त्यांना इतकं बेभान झालेलं लक्ष्मीबाईंनी कधी पाहिलं नव्हतं. त्यांचा हा कोप आणि हा अवतार त्या पहिल्यांदाच पाहात होत्या... आता हा राग कसा आवरावा? कसं त्यांना शांत करावं? त्यांना पटेल असं काही तरी सांगणं भाग होतं. कशी समजूत काढावी? लवकर काही सुचतही नव्हतं. आणि आबा तर संतापाने नुसते बेभान होऊन गेले होते. नजर रोखून पाहात होते... मुलांनी तरी लवकर येऊने? अंधार पडताच घरी यायला यांना काय झालं? अजून कसलं खेळणं त्यांचं? या रागाच्या भरात जर आता ती घरात आली... एकाएकी लक्ष्मीबाईंनी मान वर केली आणि नजरेला नजर देत त्या म्हणाल्या,

"अभ्यासाला म्हणून गेलेत."

आपल्या एका हाताच्या बोटानं शेंडीला तिढे देत आबांनी उलट सवाल केला,

"दुसऱ्याच्या घरात अभ्यासाला पाठवायला या घरात काय जागा नाही?... बोला लवकर! आहे ना जागा?"

पाण्यावर बुडबुडा येऊन फुटावा तसा खालून आवाज वर आला-

"हो... आहे."

"दिवाबत्तीची सोय नाही?"

"आहे."

"मग काय त्यांना पाटी पुस्तकं नाहीत?"

लक्ष्मीबाईंनी नुसतीच मान हलवली आणि आबा कडाडले-

''आहेत ना पाटी पुस्तकं?''

''हो आहेत.''

मग कपाळावर आठ्या चढवून आबांनी पुन्हा विचारलं,

''हे सगळं असताना, आपलं घर सोडून त्यांना बाहेर का पाठवलं? घरात अभ्यास कसा करता येत नाही?''

भीतभीत लक्ष्मीबाई बोलल्या,

''मुलांत मूल रमतं... नको काय म्हणायचं त्यांना?''

''होय! नको म्हणायचं!'' आबा असे अंगावर खेकसले आणि दाणदाण पाय आपटत ते येरझारा घालत राहिले... लक्षण काही ठीक दिसत नवहतं. चवताळल्यासारखे ते पाय आपटत फिरत होते. आणि लक्ष्मीबाईंचं काळीजच तुडवलं जात होतं... कधी... असं कधीच पाहिलं नव्हतं. एवढ्याशा कारणावरून हे इतकं कसलं रागावणं? मुलं काय कधी रात्र करून घरी येत नाहीत? यासाठी एवढी का राख डोक्यात घालून घ्यायची? माणसानं इतकं कसलं बोलायचं...? काय करावं कळत नव्हतं. आणि जरा पुढं झाल्यासारखं करून दाराकडं जात लक्ष्मीबाई म्हणाल्या,

''शांत व्हावं.... घेते बोलावून''

आबा पुन्हा गरजले-

''तुम्ही आत जा... कुठे निघालात?'' असे विचारत जोता उतरून तेच खाली आले. लक्ष्मीबाई जागच्या जागी स्तब्ध उभ्या राहिल्या. संतापलेले आबा दरवाज्याकडे गेले, त्यांनी कडी काढली आणि दोन दारांपैकी एकच दार उघडून त्यांनी भली एक हळी दिली-

''केशवाऽऽ, ए केशव. माधव, अरे माऽधव.''

आबांची हाक काळीज कापत गेली आणि साऱ्या गल्लीभर घुमत राहिली. त्यांच्या हाकेला कुणी ओ दिली नाही पण त्यांच्याच आवाजाचा प्रतिध्वनी मात्र उमटत राहिला. कुणी ओ देत नव्हतं आणि हाका मारण्याचा सपाटा सारखा चालू होता. आपल्या दोन्ही मुलांची नावे घेऊन आबा उसंत न घेता हाका मारीत होते. सबंध गल्लीच गर्जत होती. ब्राह्मण आळी सगळी दणाणून गेली होती. त्यांचा तो आवाज गल्लीतल्या अनेक दगडी भिंतीवर जाऊन आदळत होता. आणि इकडून मारलेला टोला तिकडून परत यावा तसा त्यांचाच आवाज त्यांनाच परत ऐकू येत होता. लक्ष्मीबाई निमूटपणे ऐकत राहिल्या होत्या. अखेर न राहवून त्याच पुढे झाल्या आणि जवळ जात म्हणाल्या,

''असं नाही ऐकायला जायचं त्यांना. मीच जाऊन बोलावून आणते.''

हाक मारायची थांबवून आबांनीच लक्ष्मीबाईंना विचारलं,

''एवढ्या मोठ्यांदा हाका मारल्या तरी ऐकायला जात नाहीत त्यांना?''

एवढ्यात पावलांचा आवाज कानावर आला. मान फिरवून आबा समोर पहात राहिले. पावलं जवळ येत होती. उघडलेलं एक दार हातात धरून आबांनी एकवार लांबवर नजर टाकली. मुलं घराजवळ आली होती आणि आबांची नजर थेट राममंदिराच्या कोपऱ्यावर जाऊन भिडली होती. काही दिसत नव्हतं. नुसता काळोख पसरला होता. आबा असे दाराला एक आडवा हात लावून उभे राहिले होते आणि भ्यालेली मुलं माना खाली घालून त्यांच्यासमोर दारातच उभी होती. आबांच्या हाका ऐकून त्यांचा थरकाप उडाला होता आणि त्यांना असं दारात पाहून त्यांची गाळणच उडाली होती. आडवा हात करून ते वाटेतच उभे होते. त्यांच्या अंगावरून आत जाण्याचा कुणाला धीरच होईना. अखेर थोरला मुलगा केशवच मनाचा हिय्या करून पुढे झाला. उंबरा ओलांडून तो आत आला आणि झडप घातल्यासारखी करून आबांनी एका हाताने त्याची मान धरली अन् दुसऱ्या हाताने बकाबक् त्याच्या पाठीत बुक्क्या घालायला सुरुवात केली. एकापाठोपाठ चारसहा बुक्क्या त्याच्या पाठीत बसल्या... त्याच्या जागी माधव असता तर हुक् भरून खालच्या भुईवर आडवा पडला असता. पण केशव तसा जरा झोंडच होता. चवदा वर्षाचा असला तरी मिसरूड फुटून निबर झाला होता. वाढीस लागून नुसता उंच दिसत होता. होता शेलाटा; पण पोलादाची कांब होती. आबांच्या पाच सहा बुक्क्यात तो काही गारद झाला नाही. शाळेतल्या उनाड पोरांचा थोडाबहुत गुण त्याला लागलेला होता. मार बसतोय हे बघून केशवनं चपळाई केली. सगळं बळ एकवटून रानडुकरासारखी त्यानं एक मुसंडी मारली आणि थेट त्यानं आतलं स्वयंपाकघर गाठलं. तो असा हातातनं निसटला आणि उसासा टाकत आबा नुसते बघतच राहिले. केशवच्या या वागण्यानं त्यांना धसकाच बसला. न जुमानता तो असा आत पळून गेला आणि आबांचा पारा आणखी चढला. केशवनं हिसका दिलेला हात जरा लचकल्यासारखा झाला होता. त्याचाही राग मनात लसत होता; पण इलाज नव्हता! त्याच्यावर आणखी राग काढण्यात आता अर्थ नव्हता! पोर बरोबरीला आलं होतं. गळ्याइतकं वाढलं होतं. नुसतं वाढलं नव्हतं. काही ऐकत नव्हतं. झोंड झालं होतं. गळ्याला फास लावायला पोटी जन्म घेतला होता. त्याच्या अंगाला हात लावला हीच आपली चूक झाली. जुमानतात तोवर ती मुलं... राग आणखी अनावर झाला. झालेल्या चुकीचाही संताप आला होता. तेलाच्या टाकीलाच आग लागली होती. आणि एकाएकी माधव समोर आला. पंतांना विवेक राहिला नाही. त्यांनी लचकलेलाच हात परत वर उगारला. आता कसली भीती नव्हती. हाताला हिसडा देऊन पळण्याची धमक आणि चपळाई माधवच्या अंगात मुळीच नव्हती. एक तर तो नेभळा होता अन् शिवाय कोवळा होता. हे पोर सालस जन्माला आलं होतं... आबांची एक बुक्की बसली आणि धाडकन् ते फरशीवर खाली पडलं. उफराटं तिफराटं होऊन माशासारखं वळवळू लागलं आणि

खाली वाकून आबा बुक्क्या हाणू लागले. कसला विचार न करता मारू लागले. पोर एकसारखं तळमळत होतं आणि आबांचा दुखावलेला हात शांत होत होता... आराम पडत होता.

लक्ष्मीबाईंना हे बघवेना. त्या आडव्या आल्या आणि पुढं होऊन त्यांनी खाली पडलेल्या पोराला पोटाशी धरलं. आबांना मारता येईना. मग त्यांनी त्याच्या एका बखोटीला धरून त्याला वर उचलत विचारलं,

''कसला अभ्यास करीत होता रे? थोरल्याच्या नादी लागून तूसुद्धा असा बिघडतोस? काय करीत होता इतका वेळ? मला फसवता? कुठं आहेत तुमची पाटी पुस्तकं? कशानं अभ्यास करीत होता? ...दगडाचा अभ्यास!'' आबांना पुढे बोलवेना झालं. संतापानं अंग थरथरत होतं. ओठ कापत होते आणि हाताची बोटं चुळबुळत होती. बुक्क्या घालून, थप्पडा हाणून हाताच्या तळव्याची नुसती आग आग झाली होती. मस्तकच फिरून गेलं होतं. डोळे फाडून ते बघत राहिले होते- जवळ एक पुस्तक नाही, हातात पाटी नाही, अभ्यासाचं नुसतं निमित्त होतं. पोरं कुठं तरी हुंदडायला गेली होती.. अरे जा! तुम्हाला खेळायला कोण नको म्हणतं? पण काही काळ वेळ? मुलाच्या जातीनं दिवसाबरोबर घरात येऊन बसू नये? केव्हा दिवस मावळलाय? केवढा अंधार पडलाय? जरा तरी काही कसला विचार? अशानं ह्यांना चांगलं वळण कसं लागायचं?... पोरांचं धरलेलं बखोटं तसंच हातात धरून आबा उभे होते. राग अजून कमी झाला नव्हता. लक्ष्मीबाई मुलाच्या अंगावरचा सदरा वर करून त्याच्या उघड्या पाठीकडेच बघत राहिल्या होत्या. माधवची पाठ सगळी लालभडक होऊन गेली होती. त्याला पोटाशी धरत त्यांनी पंतांना विचारलं,

''आता राग आवरता ना? का जीव घेऊन टाकणार आहात मुलाचा?''

लक्ष्मीबाईंचे डोळे पाण्यानं भरले होते. काठोकाठ भरलेली ती तळी बघून आबांनाही एकाएकी भरून आल्यासारखं झालं. सावकाश पावलं टाकीत ते जोता चढून वर गेले. मुलांना मारायला कुठलं अवसान अंगात आलं होतं कुणास ठाऊक! ...एकाएकी अंगातलं सारं बळच खचून गेलं. कसलंच त्राण अंगात नव्हतं. जीव अगदी थकला होता. काही अर्थ नव्हता. धड पायावर उभं राहता येत नव्हतं. पाठीला कणा असून नीट बसता येत नव्हतं. काय हे? सगळीच गात्रं दगा देत चालली होती. आताशी मनावर ताबासुद्धा ठेवता येत नव्हता. इच्छा असून ठेवता येत नव्हता. इतकं का मारलं? कशासाठी? असा कोणता घोर अपराध त्यांनी केला होता? कुणाची चोरी केली होती? शब्द मोडला होता? छे छे!...

तक्क्याला पाठ लावून माधवकडे बघत आबा बसून राहिले. अजूनही लक्ष्मीबाई त्याला पोटाशी घेऊन तिथेच बसून होत्या.

लांबून बघत आबांनी विचारलं,

''त्याला घेऊन तिथेच बसणार आहात काय?''

पडून गेलेल्या आभाळात पुन्हा ढग गोळा होऊ लागले. गदगदू लागलं. चारी अंगांनी असं भरून आलं. आणि नजर रोखून बघत राहिले.

लक्ष्मीबाई उठल्या. माधवला घेऊन त्या आत निघाल्या. आठवणीनं दार पुढं लोटायचं त्यांना सुचलं नव्हतं. त्या उघड्या दाराकडे बघत आबा ओरडले-

''डोळे फुटले काय तुमचे?''

गडबडलेल्या लक्ष्मीबाई जागच्या जागी थबकल्या आणि कसला अपराध झाला आहे हे न कळून, भेदरल्यासारख्या पाहात राहिल्या. करड्या आवाजात, हुकूम सोडावा तसे आबा म्हणाले-

''नुसत्या अशा बघत राहू नका. दार लोटून कडी घाला.''

लक्ष्मीबाईंनी मागे फिरून दार लोटलं. कडी घातली, आणि ती मायलेकरं आत वळली... दार पुढं करायला सांगायचं तर इतकं ओरडायचं काय कारण होतं? आज असं का तोंड सोडलंय, कळत नव्हतं. काही विचारायचीही सोय नव्हती. सगळेच गप्प झाले आणि सारं घर भयाण दिसू लागलं.

आबांच्या पोटात कालवून आलं. हाताला आलेल्या झिणझिण्या अजून जात नव्हत्या. तक्क्याला पाठ टेकवून ते बसून राहिले होते, पण धड त्यांना बसवेनाही झालं. भिंतीचा तक्क्या नीट पुढे ओढून त्यांनी मानेखाली घेतला आणि सतरंजीवर पाय पसरून ते शांत पडून राहिले. सळीला टांगलेल्या कंदिलाचा उजेड पडला होता; तरी बाहेरचा काळोख काही हटत नव्हता. रात्र झाली होती आणि गडद अंधार पडला होता. बाहेरचा काळाकुट्ट अंधार मधल्या चौकातनं घरात शिरला होता. घर सारं त्या काळोखानं व्यापून गेलं होतं. चिडिचिप झालं होतं. कुणाचा शब्द कानावर येत नव्हता. कुणाची पावलं ऐकू येत नव्हती. सारं शांत शांत होतं. कुणी कुजबुजतानासुद्धा ऐकू येत नव्हतं. ओस पडलेल्या पडक्या घरासारखी कळा आली होती. कुणाचा वावर नाही का कसला आवाज नाही. फक्त परड्यातल्या पिंपळाची सळसळ तेवढी ऐकू येत होती. ती सळसळ ऐकत आणि चौकातल्या अंधाराकडं पहात आबा पडून राहिले होते. एवढ्यात लक्ष्मीबाई त्यांच्या पायाशी येऊन उभ्या राहिल्या. आबांनी आपली नजर वळवून त्यांच्याकडे पाहिलं तशा त्या खाली बसल्या. न बोलता हलक्या हातानं पाय चुरू लागल्या. आबाही काही बोलले नाहीत, त्यांनी पाय झिडकारला नाही पण आपले दोन्ही पाय जवळ घेऊन गुडघे वर करून ते पडून राहिले. नका दाबू पाय, असंच त्यांना सुचवायचं होतं. कुणाच्या हाताचा स्पर्शही त्यांना नको होता. लक्ष्मीबाईंचा जीव धास्तावून गेला. चटकन त्या पायथ्याच्या उठून उश्याला बसल्या आणि पदर घट्ट लपेटून हुंदके देऊ लागल्या. हुंदका कानावर आला आणि आबांना आतून ढवळून आलं. ते एका कुशीवर वळले आणि डोळे मिटूनच ते बोलले--

ओठातल्या ओठात पुटपुटावं तसं त्यांनी हळू आवाजात विचारलं,

''जेवू घातलं मुलांना?''

''हो, जेवून झोपली सुद्धा.''

असाच थोडा वेळ गेला. आणि लांबवर कुठं तरी बघत ते म्हणाले,

''दोनच मुलं दिली आहेत देवानं... काही दहा पाच नाहीत.''

खालचा ओठ दाताखाली दाबून त्या म्हणाल्या,

''चुकलं माझं. पुन्हा असं नाही व्हायचं.''

''असंच नेहमी म्हणता.''

आबा एवढंच बोलले आणि कूस बदलून बाजूला पाहात राहिले. फार एकाकी वाटू लागलं. अखेर न राहवून लक्ष्मीबाईंच भीत भीत म्हणाल्या,

''उठा, एक घासभर खाऊन घ्या.''

आणि आग्रहाची वाट न पाहाता पंत उठून बसले. तोंडाकडे पहात म्हणाले, ''चला, पानं वाढून घ्या.''

लक्ष्मीबाईंना खरं वाटेना. जादूची कांडी फिरावी तसा हा बदल झाला होता! वेड्यासारख्या त्या पंतांच्या तोंडाकडेच पाहात राहिल्या. आणि अनावर झालेला हुंदका तोंडावाटे बाहेर येऊ लागला. लक्ष्मीबाईंना रडूच आलं आणि ते आवरेनासं झालं. पंतांनी त्यांच्या शब्दाचा मान केला होता. उठा म्हटल्याबरोबर ते उठले होते. मन समाधानानं काठोकाठ भरून गेलं होतं. यापेक्षा त्यांना दुसरं काही नको होतं. आनंद मावत नव्हता. मन असं आतनं भरून आलं होतं आणि रडू कोसळत होतं. गळा हुंदक्यांनी दाटून गेला आणि डोळ्यांतून पाण्याच्या धारा गळू लागल्या. पण गुडघ्यात मान घालून त्या बसून राहिल्या नाहीत. मघापासून अवघडल्या अंगानं बसून राहिलेल्या लक्ष्मीबाई चटकन उठल्या आणि पळतच आत गेल्या.

आबाही उठले. जड पावलांनी परसदाराकडे गेले. पाय धुण्याच्या दगडावर उभे राहून भडाभड दोनतीन तांबे त्यांनी पायावर ओतून घेतले. खळखळून दोन चुळा भरल्या. पाण्याची बोटं डोळ्याला लावून त्यांनी वर आभाळाकडे पाहिलं. पिंपळाचा शेंडा पार आभाळाला जाऊन भिडला होता... पोटात शिरून आत गडप झाला होता आणि पानं सारखी सळसळत होती. समुद्रातल्या पाण्यासारखी त्यांची खळबळ सारखी चालू होती. पिंपळाची ही सळसळ एकसारखी कानात घुमत राहिली... धोतराच्या सोग्याने ते तोंड पुसत आत येऊन पानावर बसले.

आणि बाहेरचं दार धडकल्याचा आवाज कानावर आला. एकाएकी दार धडकलं... धडक कानावर आली आणि धडकीच भरली! आबा कावरेबावरे झाले. पाटावरूनच ते बाहेर पहात राहिले. स्वयंपाकघराची भिंत आडवी उभी होती. बसल्या ठिकाणापासून बाहेरचा दरवाजा काही दिसत नव्हता. पण तरीही ते मान तिरकी करून

तसेच पाहात राहिले. एवढ्यात पुन्हा दार वाजलं. आबांचं सगळं अंग शहारून गेलं. तिरकी असलेली मान सरळ झाली आणि चार डोळे एकमेकांकडं पाहात राहिले. आबांचा चेहरा कावराबावरा झाला होता. नजर भिरभिरलेली दिसत होती. हातातला घास तसाच हातात राहिला होता. आणि हात थरथरू लागला होता. एवढ्याशा घासाचंही हाताला ओझं व्हावं तसं झालं आणि घास गळून पानात पडला. ते पानावरून उठायच्या बेतात दिसले आणि लक्ष्मीबाईंच त्यांना म्हणाल्या,

''तुम्ही पानावर बसलाय. उठू नका. मी पाहते, कोण आलंय ते.''

आबांना उठता आलं नाही. ते बसूनच राहिले. लक्ष्मीबाई बाहेर गेल्या. दार उघडल्याचा आवाज बाहेरनं आत आला. खळ्ळकन् लोखंडी कडी वाजली. तीसुद्धा ऐकू आली आणि पाठोपाठ दगडावर झालेला काठीचा आवाज आत येऊन कानावर आदळला. कुणी तरी काठी आपटत आत आलं होतं. आबा एकाएकी उठून उभे राहिले. एवढ्यात लक्ष्मीबाईंच आत आल्या. त्यांनी विचारलं,

''तुम्ही का उठलात?''

आबांनी मानेनं आणि डोळ्यांनीच विचारलं- ''कोण आलंय?''

खाली बसत त्या म्हणाल्या,

''वळकटी घेऊन नाईक आलाय. तुम्हीच त्याला वस्तीला बोलावलं नं?''

जीव भांड्यात पडल्यासारखा झाला. पानावरून उठलेले आबा पुन्हा खाली बसले. खालमानेनंच जेवण करू लागले. लक्ष्मीबाई त्यांच्याकडे टक लावून बघत बसल्या. मध्येच घास हातात घेऊन आबाही टक लावून बघत राहिले. ओठ थरथर कापत होते. पण शब्द फुटत नव्हता. लक्ष्मीबाईंनीच विचारलं,

''का, असं का?''

''निष्कारण मुलांवर राग काढला.''

''तसंच असतं पुरुषांचं... राग आला म्हणजे मारायचं अन् पुन्हा जवळ घेऊन कुरवाळायचं.''

मान हालवत खिन्न मनानं आबा बोलले,

''जेवणच गोड लागत नाही.''

''भुकेची वेळ टळून गेली, म्हणजे होतं तसं.''

आबांनी एक सुस्कारा सोडला अन ते पुटपुटले,

''कसली भुकेची वेळ!''

लक्ष्मीबाई म्हणाल्या,

''मी बसू का तुमच्याबरोबर? घेऊ का पान वाढून?''

आबा फार उदास झाले होते. त्यांचं या कशातच मन लागत नव्हतं. चित्त ठिकाणावर नव्हतं. तरीही ते हसले आणि मान हालवून म्हणाले,

''बसा.''

लक्ष्मीबाईंनी आपलंही पान वाढून घेतलं. पण त्यांनाही अन्न गोड लागत नव्हतं. तोंडातला घास खाली उतरत नव्हता. तो आतल्या आतच फिरत राहिला होता. एक घास बत्तीस वेळा चावत त्या म्हणाल्या,

''असं करा उद्यापासून रोज व्यंकटेश-स्तोत्र वाचायला लागा.''

हातात घास घेऊन आबा बघतच राहिले आणि त्या म्हणाल्या,

''बसलाय काय असं? घास घ्या तोंडात.''

❐

३

दुपारच्या जेवणाला चावडीतून घरी आलेल्या आबांना अजून पुरता एक तास सुद्धा झाला नव्हता. ते नुक्ते पानावरून उठले होते. अजून तोंडात सुपारीचं खांडसुद्धा टाकलं नव्हतं. एवढ्यात चावडीतला वेताळा महार दारातनं आत आला आणि जोहार घालून उभा राहिला.

''काय वेताळा?'' असं म्हणून आबा त्याच्या तोंडाकडं बघत राहिले आणि येताळाही तोंड पसरून त्यांच्याकडेच बघत राहिला. आबांना घाबराच पडला. जमाना बदलला होता. दिवस फार कठीण आले होते. काय घडेल सांगता येत नव्हतं. आणि मुद्दाम चावडीतून उठून वेताळा महार घरात आला होता म्हणजे काही तरी बातमी घेऊन आला होता हे उघडच होतं; पण तो नुसताच आ वासून तोंडाकडे बघत होता. मग आबांनीच विचारलं,

''का बाबा वेताळा, मुद्दाम काय येणं केलंस?''

''काय कळलं का तुमास्नी?''

''काही नाही! काय?''

''लई की दंगा उसळलाय जी!''

''दंगा?''

''खिंडीत आणि लुटमार सुरू झालीया न्हवं.''

''काय झालं?''

बसकण मारून बसलेल्या येताळानं आपल्या पायाचे दोन्ही गुडघे वर केले आणि गुडघ्यांभोवती हाताची मिठी घालून त्यानं एक गोष्ट सांगावी तशी हकिकत सांगायला सुरुवात केली-

''आता चावडीत बातमी येऊन धडाकली, तिथं बसून ऐकलं आणि हितं येऊन सांगाया आलो जी.''

येताळा असा पागुळ लावून सांगू लागला आणि पंत खेकसून म्हणाले-

''पागुळ लावून बोलू नको. आधी काय घडलंय ते सांग.''

तरीही येताळानं आपला घोळ थांबवला नाही. चाल बदलली नाही. इकडं बघत, तिकडं बघत, पायाला झोले देत आणि मान वर खाली करत तो आपला सावकाश

बोलत राहिला. लक्ष्मीबाई बाहेर येऊन उभ्या राहिल्या होत्या. एकदा आबांच्याकडं बघत, एकदा लक्ष्मीबाईंच्याकडं बगत, आळीपाळीनं नजर फिरवत तो बोलू लागला-

''आवो, कल राच्ची गोष्ट जी. आपला शिवा कुंभार. त्ये दोघं बापलेक बघा, बाजारला म्हणून हातकलंगड्याला गेलतं...''

'बरं मग?''

''गेलतं का?''

''अरे गेले होते पण पुढे काय झालं ते सांग की.''

''तर बगा ऽ ऽ''

''बघा काय?''

''गाडगीमडकी घेऊन बाजाराला गेल्तं हो. बापलेक दोगं.'' आबा डोळे मिटून मान हालवत राहिले. घाई केली तरी उपयोग होत नव्हता. येताळाचं कामच असं होतं- जवारी बैलागत. चाबकाचे तडाखे मारले आणि काठ्या फोडल्या तरी त्याला कधी ताव येत नसे! तो सांगत राहिला आणि आबा मान हालवत राहिले. मध्येमध्ये हुंकार भरू लागले. येताळा सांगू लागला-

''बाजाराला गेल्तं का? गाडगीमडकी घेऊन इकायला गेल्तं जी.''

''हूं ऽ ऽ.''

''तसंच कसं जातील? बाजारचं वज्जं. घरचा एक्क्या जोडून गेल्तं जी. आणि बगा-''

''काय?''

''बाजारहाट उरकला का?''

आबांनी मान डोलावली. लक्ष्मीबाई गालाला एका हाताचा टेका देऊन उभ्या राहिल्या. आळीपाळीनं नजर टाकून येताळा बोलला,

''बाजारहाट उरकला आणि एक्क्या जोडला. बापलेक गाडीत बसले. गावाकडं या लागलं का?''

आबांनी मान हालायची चुकली होती. तसा येताळा पुन्हा म्हणाला,

''गावाकडं या लागलं का?''

आबांनी मान हालवली. येताळानं ती नीट बघितली. मग एकवार लक्ष्मीबाईंच्याकडं नजर टाकली. त्याही अगदी चित्त देऊन ऐकत होत्या हे बघितलं आणि मग पुढची गोष्ट तो सांगू लागला-

''काय तरी बगा, दिस बुडला आसल नसल, गाडी खिंडीत आली का?''

''हूं ऽ''

''काय ध्यानीमनी हो त्यांच्या! गाडीत दोगंच की बापल्येक. मागं बी कोन न्हाई, फुडं बी कोन न्हाई आणि गाटलं की खिंडीत. एकाएकी धाड पडली जी-''

''आणि?''

''आणि काय? हत्यारबंद माणसं, एक काय दोन? धा पाच लोकांचं टोळकं जी!'' असं म्हणून येताळा त्यांचं हुबेहुब वर्णन करून सांगू लागला-

''आवो, डोंगरातलं फरारी हो! एकेक दैत्यागत गडी! कुनाच्या हातात बंदूक तर कुनाच्या हातात भाला. कुनी काठी घेतलिया तर कुनी कुराड घेतलिया... आली का धाड अशी! हे बापलेक येडबडलं, आणि त्यांनी येडगटलं बगा त्यास्नी. गाडी भवतीनं गराडा घालून हुबं ऱ्हायलं. ऱ्हायलं का?''

''हूं ऽ''

''आहो, हूं काय वडलं की गाडीतनं खाली. हुतं न्हवतं ते घेतलं का काढून? ते बी घीनात का! पर चालत्या गाडीचा बैलच सोडून न्हेला. बगता बगता डोंगरात पळिवला बगा. बरं न्हेला ते न्हेला, न्हीनात का, वर आणि टोलं द्यावंत? तुंब्या मार दिला जी. आवं भुईवर पडुस्तवर मारलं म्हनं-'' असं म्हणून येताळा गप झाला. नुसते डोळे फिरवत बसून राहिला आणि स्वत:शी उस्नावं तसं एक हात पसरून आबा म्हणाले,

''गाडीचा बैलही घेऊन गेले?''

''तर काय जी! बापल्येक दोगांनी मिळून बसत उठत आता गाडी गावात आणलीया. आल्यात ते घरात पडून हैता बगा. बसता येत न्हाई का उठता येत न्हाई.''

मघापासून ऐकत राहिलेल्या लक्ष्मीबाईंचं काळीज धडधड करू लागलं. स्वत:शी बोलावं तशा त्या म्हणाल्या,

''लोकांना कसली भीतीही राहिली नाही. वरचेवर हे ऐकायची पाळी देवानं आणली!''

येताळा बोलला-

''बगा की कसली पाळी आली ही! आवं ह्या पंदरा तीन रोजांत काय तरी काय तरी सारखं कानावर ऐकाय या लागलंयच की हो आता. हे कलचं म्हंजे चवतं का पाचवं उदारण झालं बगा. ह्ये बगा. ह्ये आसं खिंडीत घडाय लागलंय आणि खुद गावातबी चालू झालंय न्हवं!''

''आणखी काय घडलं बाबा?'' असं म्हणून आबा तोंडाकडे बघत राहिले. हात पसरून येताळा बोलला,

''काल राच्चीच गोष्ट की, खिंडीत ते तसं झालं आणि हिकडं देसाई अन्नांच्या रानातला एक आराभर मकाच कुणी काडून न्हेलाय म्हनं...''

आबांनी विचारलं-

''वेताळा, अरे परवा रात्री तर त्यांच्या रानात एक चोरी झाली होती ना?''

''परवाला नुस्ती कनसं खुडली व्हती जी. काल सगळा एक आराच्या आराच निजिवलाय म्हनं!''

सहज बोलावं तशा लक्ष्मीबाई म्हणाल्या,

''काय चोर तरी सोकावले म्हणायचे!''

बसल्या बसल्या आपल्या दोन्ही पायांना झोळे देत येताळा म्हणाला,

''चोर कुठलं जी? चोर काय रोज एकाच रानात जाऊन चोरी करतोय?''

''तर मग?''

''ही चोरी न्हवं जी. हे निराळं हाय. आता गंमत बघा.''

खुदकन हसून तो गंमत बघा म्हणाला आणि आबांनी दचकून विचारलं ''कसली गंमत?''

''आवो पंत, एकदा सोडून दोनदा झाले. आता देसाई गप्प बसायचा न्हाई जी.''

भाबडेपणानं लक्ष्मीबाईंनी विचारलं,

''म्हणजे, तो आणखी काय करील?''

येताळा म्हणाला-

''आता काय करील हे आपुन तर काय सांगावं? पर काय तर करनार हे उगड हाय. आवो, त्याला बी दोन तरनी पोरं हैत. हाताखाली दोन गडी हैत. देसाई आन्ना तरी काय गप्प बसल?''

आबाही म्हणाले-

''होय. त्यानं तरी का गप्प बसावं?''

''त्यो गप बसायचा न्हाई की. ह्यांचं नुस्कान केल्यावर ह्ये बी दुसऱ्याचं नुस्कान करणारच की. आता हे असंच पेटत जानार जी. रोज एक तक्राद येनार बगा चावडीत.''

लक्ष्मीबाई पुटपुटल्या-

''कहारच झाला म्हणायचा-''

अंगाला झोले देत येताळा म्हणाला,

''आहो, असा का तसा? लई दिस बदल्लं बगा. काय मज्जा ऱ्हायली न्हाई.''

''होय बाबा. पाटील होते तेव्हा असं काही नव्हतं. दिवसच बदलले!''

''तवाची गोष्टच निराळी व्हती जी. वागाम्होरं शेळीचं काय चालत न्हवतं. पर तवा नुसत्या लेंड्या टाकनारे आता वाग झाल्यात की! काय करायचं?'' असं म्हणून तो नुसता तोंडाकडे बघत बसला आणि आठवण करून देत आबांनीच लक्ष्मीबाईंना विचारलं,

''तुम्ही अजून जेवणार आहात ना?''

''तर मग कधी जेवलेय अजून? पानावर बसणार इतक्यात वेताळा आलेला

दिसला.''

येताळाच म्हणाला,

''बरं. मग जावा तर जेवा जावा. मी बी उटतो. अजून घराकडं कुठं गेलोय?'' असं म्हणतच येताळा उठला. आला तसा काठी टेकत निघून गेला. भर दुपारी, कातरवेळ झाल्यासारखी वाटू लागली. येताळा गेला तरी लक्ष्मीबाई उभ्याच होत्या. आबा म्हणाले- ''आता आणखी उभ्या का?''

''मग काय करू?''

''जेवण करत नाही?''

''कसलं जेवण तरी सुचतं?''

''मग काय उपाशी राहणार?''

न बोलता लक्ष्मीबाई आत गेल्या. त्या आत गेल्या आणि नेहमीच्या सवयीनंच पानपुडा जवळ घेऊन आबा तक्क्याला रेलून बसले. मघापर्यंत सुपारी खाण्याची त्यांना आठवणच नव्हती. त्यांनी डबा उघडला आणि अडकित्ता हातात घेऊन ते सुपारी शोधू लागले. डब्यात सुपारी दिसत नव्हती. थोडा वेळ अडकिता घेऊन ते नुसतेच बसून राहिले. डोळ्यापुढे आळत्याची खिंड दिसू लागली. पक्क्या खडीचा रस्ता डोंगराभोवती वळसे घालत राहिला. डोंगरातल्या किर्र झाडीतनं माणूस दिसत नव्हतं. झाडी किर्र करू लागली होती. एका अंगाच्या घळी खोल दरीसारख्या दिसू लागल्या. कोळ्यानं जाळं विणावं तशा त्या दिसत होत्या. थेट बाहुबलीच्या डोंगरापर्यंत जाऊन भिडल्या होत्या. पोटात अनेक भुयारे लपवून घेऊन बाहुबलीचा डोंगर, मांडी घालून बसावा तसा बसला होता. त्याला ना कसली काळजी, न कसली चिंता... आणि डोंगरावरचा जुनापुराण वृक्ष सगळीकडं बारीक नजर देऊन बघत राहिला होता. टेहळणी करीत होता... हाताचं एक बोट अडकित्त्यांत चिमटलं. आणि आबांना सुपारीची आठवण झाली. पण सुपारी लागावी तसे ते नुसते बसून राहिले होते-- भोंड आल्यासारखे. त्यांनी एक सुस्कारा सोडला आणि कपाळावरचा घाम पुसत ते उठून उभे राहिले. हळूहळू पावलं टाकीत ते आत स्वयंपाकघराकडे गेले. दाराशीच उभं राहून ते आत पाहू लागले. त्यांच्या पावलांचा आवाज ऐकून लक्ष्मीबाई दचकल्या. नुसत्याच बसून राहिल्या होत्या त्या पुढं झुकल्या आणि हात लांब करून त्यांनी उष्टं पान जवळ ओढून घेतलं आणि वर पाहात विचारलं,

''हवं होतं का काही?''

''अजून तशाच बसून राहिलात?''

प्रश्नाचं उत्तर न देता त्यांनी पुन्हा विचारलं,

''काय हवंय?''

''डब्यात सुपारी नाही.''

''कोठीच्या खोलीत माधव आहे. अभ्यास करीत बसलाय. त्याला सांगा आणायला.''

''आणि केशव?''

लक्ष्मीबाई काही बोलल्या नाहीत. त्यांना सुपारी लागल्यासारखी झाली. फुलपात्रात थोडं पाणी ओतून घेऊन त्यांनी पाण्याचे एकदोन घोट घेतले आणि मान किंचित वर करून कानोसा घेतला. आबा नजर खिळवून त्यांच्याकडेच पाहात राहिले होते. आपली नजर तशीच ठेवून ते म्हणाले,

''त्याच्यावर लक्ष नाही तुमचं. कुठं गोट्या खेळायला जातो की आणखी काही करतो कळत नाही.''

''किती सांगितलं तरी तो ऐकतच नाही. काय करू मी?''

''काय करणार?'' असं म्हणून आबांनी एक उसासा सोडला आणि आपल्या पावलांचा आवाज न करता ते कोठीच्या खोलीकडे वळले. गुपचूप दाराजवळ जाऊन कानोसा घेत ते उभे राहिले. दाराला कान लावून आबा उभे होते. हळू आवाजात माधवचं वाचन चालू होतं. तोंडातल्या तोंडात, डास गुणगुणल्यासारखा तो काही तरी वाचीत बसला होता. आबा थोडा वेळ तिथेच उभे राहिले. मुलाच्या वाचनात त्यांचं मन रमून गेलं होतं. खरं म्हणजे वाचन नीट नव्हतं. उच्चार स्पष्ट होत नव्हते. कुठं थांबावं, कोणत्या शब्दावर किती जोर द्यावा याचं काही ज्ञान दिसत नव्हतं. नुसतं वचन चालू होतं अन् तरीही आबांचं मन त्यात रमत होतं. वाचन ऐकून त्यांचे कान तृप्त होत होते. अशा तृप्त मनानंच ते तिथून वळले. सुपारी खायची विसरून गेले. आबा आपल्याच तंद्रीत तक्क्याला पाठ लावून बसून राहिले.

लक्ष्मीबाईंचं जेवण आटोपलं अन् सगळी आवराआवर करून त्या बाहेर आल्या. आपल्याच तंद्रीत असलेल्या पंतांना म्हणाल्या,

''आणवली ना सुपारी?''

आबांन नुसती मान हालवली. तशा लक्ष्मीबाई त्यांच्याकडेच पाहात नजर लावून बघू लागल्या. त्यांना असं एकटक नजरेनं बघत राहिलेलं पाहून आबांनी हसून विचारलं,

''काय बघताय?''

लक्ष्मीबाई बोलल्या,

''एकदा आरशात तरी बघावं.''

''कशाला?''

चटकन् त्या खाली बसत विनवणीच्या सुरांत म्हणाल्या--''कशाला म्हणून काय विचारता? बंद करा आता ही चावडी. कुणाच्या तरी गळ्यात हे काम टाकून मोकळं व्हा!''

''असं कसं करता येईल? वाडवडलांपासून चालत आलेलं सरकारी वतन आहे हे.''

''पण खाल्लेलं अन्न सुद्धा तुमच्या अंगी लागेना ना.''

आबांनी विचारलं,

''तुमचा विचार काय आहे? कुणाला तरी बदली नेमून द्यावं?''

''तर मग काय करायचंय हे धोंगडं आपल्या गळ्यांत?''

''किती केलं तरी कुरणच आहे हे! कुणाला बोलवावं लागणार नाही. ते मोकळं पडलं म्हणजे चरायला धावून येतील, पण तसं करायचं नाही.''

''काय नाही तसं करायचं?'' असं म्हणून लक्ष्मीबाई एक उदाहरण देत म्हणाल्या-

''हे पाहा, गाडीला दोन बैल होते तोवर सारं ठीक होतं. आता एकावरच सारा भार पडला. कसं निभायचं?''

''तर काय मग, गाडी इथवर ओढत आणल्यावर खांदा काढून घ्यायचा?''

''पण तुम्ही असं काळजी करत बसता. मग कसं होणार?''

''असंच रेटायचं! किती?- आणखी चारपाच वर्षे.''

लक्ष्मीबाईंनी विचारलं.

''म्हणजे? काय म्हणताय काय तुम्ही?''

आबा आपल्याच तंद्रीत बोलले,

''तोवर येईल केशव हाताखाली. तो आहेही खमक्या. गावाबरोबर टक्कर द्यायचं काम त्याला निभेल!''

आबांची मान हालत होती. अंग सगळं झुलत होतं, डोळ्यासमोर भविष्यकाळ उजळलेला दिसत होता. ते आपल्याच नादात होते. तल्लीन होऊन गेले होते. एवढ्यात चावडीतला एक सनदी दारातनं आत आला आणि मुजरा करून म्हणाला,

''पेट्यासनं हवालदार आणि पोलिस आल्यात.''

''कशाला आलेत?''

''ते काय बोल्लं न्हाईत तर लगोलग तुमाला चावडीवर बोलिवलंय.''

आबा विचारात पडले. अधीमधीच काय काम निघालं असेल, काही कळत नव्हतं. पुन्हा एकदा खडा टाकून बघावा म्हणून त्यांनी सहज प्रश्न केला,

''काय, प्रकरण तरी काय आहे?''

''ते काय कळत न्हाई. तुमालाच घेऊन याला सांगितलंय.''

काय प्रकरण होतं, कळत नव्हतं. घरात बसून त्याचा उलगडा होणार नव्हता. जिवाला चुटपुट लागून ते उठले. गडबडीनं अंगात बंडी घातली. कसाबसा डोक्याला रुमाल गुंडाळला. उपरणं हातात घेतलं. आणि घाईघाईनं ते जोता उतरून खाली गेले.

त्यांच्या पाठोपाठ गेल्यासारखं करीत लक्ष्मीबाई म्हणाल्या,

''फार उशीर थांबू नका चावडीत. लवकर या घरी.''

''लवकर...'' आबा अडखळले. पुढं बघाचं ते मान वळवून मागे बघत राहिले. आणि त्यांचा डोळा चुकवून खाली बघत लक्ष्मीबाई म्हणाल्या,

''यायला तिन्हीसांज करू नका.''

आबांनी पाऊल उचललं. आपल्याच नादात ते दरवाज्याच्या पायरीपर्यंत गेले. जरा थबकले आणि पुन्हा चालू लागले. सनदीही चालू लागला. त्याच्या काठीचं बूड दगडाधोंड्यावर आपटून रिंगी वाजू लागली. राममंदिराचा कोपरा आला. आबांनी वळून एकवार मागे आपल्या घराकडे पाहिलं आणि मग हरिबाच्या हातातल्या काठीकडे बघत ते म्हणाले,

''हरिबा, काठी झोकात दिसती तुझी.''

थोडकं हसून तो बोलला,

''कसली जी झोकात? हाय गावठीच आपली.''

हात पुढे करून आबा म्हणाले,

''बघू, आण इकडं''

''आपल्या दत्तू नायकानंच करून दिलीया'' असं सांगत हरिबानं काठी त्यांच्या हातात दिली. आणि काठी भुईला टेकवत आबा म्हणाले,

''बरीच जड दिसतीय.''

''आणि तुमाला सोबाय नको का? पायजे असली तर एकांदी येताची आणावी.''

''वेताची कसली काठी! ती उगीच शोभेसाठी असती''- असं म्हणून आबा काठी टेकवत चालू लागले आणि सपाट्यानं पाय उचलत चावडीवर आले.

हवालदार आणि पोलिस त्यांची वाट बघत बसले होते. पंत चावडीवर येऊन बसले आणि एक सीलबंद केलेला लखोटा हवालदारानं त्यांच्या हातात दिला. लखोटा फोडण्यापूर्वी आबांनी नजर वर करून हवालदाराकडे पाहिलं आणि कसनुसा चेहरा करून हवालदार म्हणाला,

''पंत, पाटील गेल्यापासनं चावडीला सोबा न्हाई बगा.''

''कशी शोभा असणार?''

''व्हय की - देवळात देव न्हाई तर देऊळ कसलं?''

असं म्हणून तो जुन्या आठवणी काढू लागला-

''पाटलांची सर कुणाला यायची न्हाई बगा! गावात अधिकारी आलं म्हंजे काय बडदास्त ठेवायची! त्यांचं कामच न्यारं होतं. जेवान काय इचारता? अंडी काय अन्

कोंबडी काय! एकदा हितं जेवलं म्हणजे फुडं म्हैनाभर जिऊनेसंच वाटायचं. दुसरं काय मग ग्वाड लागायचंच न्हाई. हां -- मात्र एक हुतं... खावा, प्या, पर डोंबारनी-- तमाशा म्हनशिला तर जमायचं न्हाई हां.... दुसऱ्या गावात बगशिला, तर चावडीत नाचत्यात!''

आबा हसले आणि हवालदार भानावर आला. त्यालाच हेटावल्यासारखं झालं. लाजल्यागत करून तो म्हणाला,

''बाकी पंत, तुमाला आमी हे काय सांगायचं म्हना! तुमी बगतच आलाय की!''

आबा काही बोलले नाहीत. लखोट्यातला पिवळा कागद डोळ्यासमोर धरून ते गप्प बसून रिहले. त्यांना कोडं पडल्यासारखं झालं होतं. चेहरा चिंतातूर दिसत होता. वरनं हुकूम खाली आला होता. एकदा सोडून दोनदा त्यांनी तो वाचला आणि हुकुमाचा तो पिवळा कागद तसाच हातात धरून ते हवालदाराला म्हणाले,

''हे कसं काय जमायचं?''

हवालदारही न बोलता बघत राहिला. आणि आबा विचार करीत राहिले. काही सुचेनासं झालं. असं कोडं पडल्यासारखं झालं आणि आपसुक त्यांची मान डाव्या बाजूला वळली. त्यांना लागूनच एक तक्क्या भिंतीला उभा करून ठेवला होता. तो रिकामा होता. पण पंतांची तिकडे नजर वळली आणि एकाएकी त्यांना पाटलांचा भास झाला... सुभानराव पाटील तक्क्याला टेकून बसल्यासारखे दिसले! तोच भला दांडगा देह. तोच उमदा चेहरा. फेट्याची कोर अगदी तशीच डाव्या बाजूला झुकलेली. उगळं निगळं पाटलांचंच रूप डोळ्यापुढं दिसलं. नुसतं दिसलं नाही कानावर शब्दही आले- ''कसलं कोडं पडलंय आबा तुम्हाला?''

कानावर आवाज आला. आबा दचकले. आणि डोळे टक्क उघडून ते तक्क्याकडे पाहात राहिले.

आबांच्या अंगाचा थरकाप झाला. तक्क्या रिकामा दिसला आणि गपकन आपले डोळे मिटून आबा स्वस्थ बसून राहिले. असा भास कधी झाला नव्हता! पाटलांनी चावडीत येऊन प्रत्यक्ष दर्शन दिलं होतं. ते खोटं तरी कसं म्हणायचं? आणि ज्या तक्क्याला पाटील नेहमी टेकून बसत, त्या तक्क्याकडे पाहण्याचा त्यांना धीर होईना. डोळे मिटून आबा गप्पच बसून राहिले. आणि तगादा लावत हवालदारानं विचारलं,

''मग काय करता पंत?''

डोळे उघडून आबा म्हणाले,

''खाशा स्वाऱ्या परवा मुक्कामाला येणार काय?''

''अहो, स्वाऱ्या येणार परवा. पण त्यांच्या मुक्कामाची तयारी झाली पायजे की

उद्यापातूर.''

''त्यांचा तळ नेजेला गावात पडणार का रानातच?''

हवालदार हसून बोलला,

''गावात कशाला तळ पडतोय? पंत, स्वाऱ्या शिकारीला येणार हैत. गाव बगायला न्हवं. पार्कातच तळ पडणार.''

''मग असं करतो. हा सगळा माल उद्या आम्ही तिकडं पाठवून देतो.''

''छे! छे!'' असं म्हणत हवालदारानं सांगितलं,

''जळणाची गाडी तेवढी उद्या आली तर चालेल पर बाकीचं समदं सामान आज सांच्यापार पतूर फुडं आलं पायजे असा आमाला हुकूम हाय हो. ते दळान, कांडान, पाखाडणं, नीट करणं याला एक दिवस मधी नको?''

''पण आत्ता हुकूम आल्यावर जमवाजमव तरी केव्हा करायची?''

''त्यात कोडं कसलं पडलंय? काय नवं हैसा पंत? दोन सनदी कामाला सोडून द्या. आत्ता तासाभरात माल गोळा होतोय बगा.''

फुकटच्या तोंडानं बोलायला हवालदाराचं काहीच जात नव्हतं. त्याला थोडीच तसदी पडणार होती? हुकुमात लिहिलेला एवढा सगळा माल तासाभरात गोळा होण्यासारखा नव्हता. शंभर अंडी, दहा कोंबड्या, दोन पोती गहू, आणि जळणासाठी म्हणून फोडलेल्या बाभळीच्या लाकडाची एक गाडी. एवढं सगळं सामान-सुमान लगेच पाठवायचा हुकूम आला होता. विकत घेऊन पाठवायचं असतं तर मग फारसं अवघड नव्हतं; पण फुकटचा माल गोळा करायचा आणि तो वर पाठवून द्यायचा म्हणजे चटकन होणारं काम नव्हतं. सरकारी दङ्या आला होता. गावावर एक नवा करच बसला होता. पाटलांच्या जमान्यात ही गोष्ट अवघड नव्हती. त्यांचा धाक होता, दरारा होता. नाही म्हणायची कुणाला हिंमत होत नव्हती. पण आता गावावर कुणाचा धाक राहिला नव्हता आणि हा कर कसा वसूल करायचा? दारात जाऊन मागायची हिंमत कोण करणार? दिवस बदलले होते. कुणी कुणाला जुमानत नव्हतं. माल कसा गोळा करायचा आणि कुणाकडं मागणी करायची? असा आबांना पेच पडला. ते आपल्याच मनाशी विचार करीत राहिले आणि हवालदारच म्हणाला,

''नुस्ता इचार करत बसू नका पंत, बसून कसं भागंल?''

नुसतं बसून भागणार नव्हतं हे खरंच होतं. तो सरकारी हुकूम होता. हातपाय हलवणं भाग होतं. पण एवढी सगळी जमवाजमव आता कशी करायची हाच आबांना प्रश्न पडला होता. विचार करत बसायला सवडच नव्हती. अवघ्या पाचसहा तासात सगळी जोडणी करून द्यायला हवी होती. हवी होती हे खरं, पण कशी जोडणी करायची? हवालदारानंच तगादा लावला-

''बसू नगा पंत. काय तरी तापद्याला लागा.''

''एवढा सगळा माल, लगेच कसा गोळा करायचा, हवालदार?''

''करू नका,'' असं म्हणत त्यानं सरळ सवाल केला- ''आम्ही हात हालवत माघारी जाऊ का?'' त्याचा सवाल सोपा होता पण जबाब देणं अवघड होतं. समजावून सांगावं तसं आबा म्हणाले,

''हे बघा हवालदार, पाटील होते तेव्हा गावावर धाक होता. लोक ऐकत होते. तेव्हाची गोष्ट निराळी होती.''

गडद डोळे झाकून हवालदार म्हणाला,

''पण ते मला सांगून काय फायदा? आम्हाला तसा रिपोर्ट द्या. आम्ही जातो.''

आबा काय बोलणार? धड त्यांना आपली अडचणसुद्धा सांगता येईना झाली. आणि चुटकी वाजवत हवालदारच बोलला, ''अहो पंत, अशा गोष्टी पाटील बोल बोल म्हंता करत होता!''

''ते पाटील होते. करत होते.''

''तुमाला करायचं न्हाई?''

''तसं नाही. मी कुलकर्णी माणूस.''

''पर दप्तर सांबाळता का न्हाई ?''

''ते सांभाळतोच. गावचं कुलकर्णच माझ्याकडे आहे, सांभाळायला नको!''

हवालदार म्हणाला,

''बोलत काय बसलाय? आटपा लवकर.''

चार सनदी चावडीत बसून होते. त्यांचाही त्या बोलण्याकडेच कान होता. आबांनी एकवार त्यांच्याकडे नजर फिरवली आणि काठी तासत बसलेल्या दत्तू नाईकाकडे बघत ते म्हणाले,

''नाईक.''

''जी.'' असं म्हणत दत्तू झटक्यानं उठला. आबांच्याकडं बघत खांबाला टेकून उभा राहिला.

''तातडीचा एक हुकूम आलाय बाबा.''

''काय?''

आबांनी सगळा हुकूमच वाचून दाखवला आणि पुन्हा वर बघत त्यांनी विचारलं,

''कसं करायचं?''

''काय काय माल म्हंता?''

''शंभर अंडी, दहा कोंबड्या, दोन पोती गहू आणि एक जळणाची गाडी बघ.''

मध्येच तोंड घालून हवालदारानं खुलासा केला,

''बाभळीच्या लाकडाचं फोडल्यालं जळान, बरं का.''

खांबाला पाठ घासल्यागत करून नाईक म्हणाला,

‘‘बरंच सामान हाय की हो! कसं गोळा करायचं यवढं?’’

हवालदारानंच त्याला विचारलं,

‘‘गावात कोंबड्या किती लोक पाळतात?’’

‘‘पाळत्यात रग्गड हो, पर द्याला पायजेत का नको?’’

‘‘भीक मागून आनायचं न्हाई! वडून घिऊन याचं.’’

नाईक म्हणाला,

‘‘ते बरं हात लावू देतील?’’

‘‘असं व्हय?’’ असं म्हणून हवालदार आबांना बोलला,

‘‘तुमच्या हातानं रेटायचं न्हाई. काय जमत न्हाई म्हनून रिपोट द्या, पंत तुमी.’’

तो रिपोर्ट मागत होता हे खरं पण तसा रिपोर्ट करून कुठं भागणार होतं ? आबा नाईकाला म्हणाले,

‘‘दत्तू, गावात जाऊन एक दहा घरं हिंडून ये बघू. हरिबालाही घे आणि जा.’’

‘‘चल हरीबा.’’ असं म्हणून नाईक जागचा हालला आणि हवालदारच म्हणाला, ‘‘आमचा एक पोलिस संगट देतो. त्यला घेऊन जावा. आणि नुस्तं भिकाऱ्यागत दारात जाऊन हुबं ऱ्हाऊ नगा. जरा दमात घ्या. व्हटावर मिशी हाय न्हवं? जरा हात फिरवाय शिका त्यावर मग!’’

एका पोलिसाला बरोबर घेऊन दत्तू नाईक आणि हरबा चावडीतनं बाहेर पडले आणि मिशीला पीळ भरत हवालदार आबांना म्हणाला,

‘‘धाई दुनी ईस वर्स चावडीत बस्ता, पर सगळं फुकट बगा.... अशानं कसं हुयाचं पंत?’’

डोळे झाकून पंत म्हणाले,

‘‘कसं होणार हाच प्रश्न पडलाय बघा!’’

‘‘कशाला आलाय प्रश्न त्याच्यायलाऽ,’’ असं म्हणत हवालदार म्हणाला,

‘‘जरा दाब देत चला. तुमचं गाव म्हंजे एक चराऊ कुरन हाय कुरन. काय कमी हाय तुमाला? त्यात आणि आता पाटीलबी तुमीच आन् कुळकर्णीबी तुमीच की. असा वर कुनाला मागून तर मिळल का?’’

‘‘हवालदार, याला वर म्हणता?’’

‘‘आहो, नुस्ता वर न्हाई, गंगा आलिया गंगा! आणि व्हातिया तवर हात धून घ्या... आमच्या घशातबी एकांदा घास पडू द्या.’’

‘‘हं’’ असं म्हणून आबा तक्क्याला पाठ टेकून गप्पच राहिले. आणि हवालदार कानमंत्र द्यावा तसा सांगू लागला, ‘‘आहो, खिंडीत लुटमार झाली की खुशाल कुनालाबी चावडीत आनून मारा की. या खांबाला धरून बांदा, तुमच्यासमोर पैशे हागतो का न्हाई बगा मानूस.’’

हूं का चूं न करता आबा ऐकत राहिले. आणि बसल्या बसल्या शहाणपणाच्या चार गोष्टी हवालदार त्यांना सांगत राहिला. अखेर एक डोळा बारीक करून त्यानं विचारलं,

''आयुष्यात काय मिळवायचं असतंय पंत?''

त्याला आपलं बोलणं रुचणार नाही हे कळूनही आबा म्हणाले, ''हवालदार, आयुष्यात भलेपणा मिळवायचा असतो. नाव मिळवायचं असतं.''

गचके दिल्यागत गळ्यातल्या गळ्यात हसून तो म्हणाला,

''ते संगं येत असतं व्हय पंत, आपल्या?''

''तसं आपल्याबरोबर काहीच येत नसतं.''

''कसं बोल्ला? संगं काय घेऊन जाता येतं काय? तुमी काय पैसाअडका मिळिवलासा तर अहो निदान तुमच्या पोराबाळास्नी तरी उपयोगी पडंल. नाव मिळवून त्यचा काय उपयोग? अहो, वाहव्वा काय, लोक नाचनाऱ्या डोंबारनीची सुदिक वाहव्वा करत्यात. खरं की खोटं?

खरं खोटं करण्यात काही अर्थ नव्हता. हवालदार म्हणाला, ''देव देतोय तवर घ्यावं पंत. न्हाई म्हनूने.''

''खरं आहे तुमचं.''

''आपुनबी घ्यावं. दुसऱ्यालाबी जरा द्यावं. अहो तेवढाच परुपकार. खरं का न्हाई?''

''खरंच म्हणायचं.''

आणि हवालदार म्हणाला,

''मग असं करा--''

आबा तोंडाकडे बघत राहिले आणि त्यानं खडा टाकला,-

''काय लई मागनं न्हाई.'' त्यानं असं सूतोवाच केलं आणि आबांची छाती धडकली. ते गारच झाले. एक मागणी कशी पुरी करायची हाच प्रश्न पडला होता. त्यात हवालदारानं दुसरी मागणी पुढं केली होती. तो आणखी काय मागतोय कळत नव्हतं. आबा त्याच्या तोंडाकडंच पाहात राहिले आणि हवालदार म्हणाला,

''लोनी एक शेर, दोन शेर काय मिळतंय का बगा की.''

आबा आतापर्यंत शांतपणे ऐकून घेत राहिले होते. त्याचं हे बोलणं ऐकून मात्र त्यांना चीडच आली- राग अनावर झाला. तापलेल्या मनाला उतू आल्यागत झालं. एकदम फडाफडा काहीतरी बोलावं असं त्यांना वाटलं. पण त्यांच्यातल्या विवेकानंच त्यांना सावरलं. सापाच्या शेपटीवर पाय देण्यात हंशील नाही असं वाटून त्यांनी ओठावर आलेले शब्द आतल्या आत गिळून टाकले आणि मनातल्या मनात नुसते शंभरापर्यंत आकडे मोजत राहिले.

आबांच्या चेहऱ्यावरचा बदल हवालदारानं चटकन ओळखला. तो जरा खजिल झाला आणि हसल्यासारखं करून सहज बोलावं तसा म्हणाला, ''नसलं तर राहु द्यास. सहजासहजी गावात असलं, तर बगा.''

मनाचा धडा करून आबा म्हणाले, ''नाही मिळायचं, हवालदार.'' हवालदार हसला आणि टक लावून तोंडाकडे बघत म्हणाला, ''व्हय. कसं मिळणार? हुकुमातच लिवाय पायजे हुतं, म्हणजे मग दोनीला चार शेर मिळालं असतं.''

आबांच्या काळजाचा लचकाच त्यानं तोडला होता. त्याचं हे कडू बोलणं आबांना फार झोंबलं. पण आतल्या आत तळमळत ते गप्पच बसून राहिले. आबांनी हे मुकाट्यानं सोसलं आणि हवालदारानं आणखी एक चावा घेत म्हटलं, ''पंत, लोनी मला नको हुतं. फौजदारसायबांनी बगायला सांगितलं हुतं. आता न्हाई गावात तर ऱ्हाऊ द्या. मी जाऊन सांगंन त्यास्नी म्हना!''

मघाशी नुसतं झोंबलं होतं ते चरचरू लागलं. काळीजच चिरल्यासारखं झालं. आजवर कुणा हवालदार-फौजदाराला या चावडीत बसून असं बोलताना त्यांनी कधी पाहिलं नव्हतं. कुणी अशी हिंमत केली नव्हती. जिथं फौजदाराची टाप नव्हती तिथं या हवालदार-शिपुर्ड्याची काय कथा! तोंड उघडून बोलायची कुणाची छाती होत नव्हती. ह्या चावडीचा आणि ह्या गावाचा तसा धाकच होता. धाक होता - मान होता. चावडीची सगळी कळाच गेल्यासारखी वाटत होती. मान राहिला नव्हता.... मान राहिला नव्हता, शान राहिली नव्हती. ज्याचा दबाव वाटायचा त्याचीच आदब नाहीशी झाली होती. काय उरलं होतं या चावडीत? नुसती एक इमारत आणि चार सनदी? हिला काय चावडी म्हणायची?... आबा फार अस्वस्थ होऊन गेले. आणि हवालदारही मिशीला पीळ भरत नुस्ताच बसून राहिला.

दिवस कलंडत चालला तसं वर आभाळाकडं बघत हवालदार म्हणाला

''पंत, त्ये गेलं ते तिकडंच की हो!''

''थोडा वेळ लागायचाच. लगेच कसे येतील?''

हवालदारानं तोंड वाकडंतिकडं केलं. मानेला एक-दोन झटके दिले. आणि कपाळाला आठ्या घालत तो म्हणाला,

''म्हनजे दिस हितंच बुडनार म्हना की.''

''तेवढा वेळ लागणारच'' असं आबा पुन्हा म्हणाले आणि थोडंसं चुळबुळल्यागत करून हवालदार बोलला,

''म्हनजे पुना जेवणाची पंचाईत आली म्हना.''

त्याच्या तोंडावरचा भाग आणि त्याचं कचवचत बोलणं आबांच्या ध्यानात आलं. त्याचा रोख कळून आला. आणि खाली बसलेल्या येताळाला हाक मारून आबा म्हणाले,

''जरा घरी जाऊन येतोस?''

''जी.'' म्हणत येताळा उठून उभा राहिला आणि आबांना विचारलं.

''काय सांगशील?''

''काय सांगू?''

''म्हणावं, दोन पाहुणे येणार आहेत जेवायला.'' येताळा काठी घेऊन चावडीबाहेर पडला आणि हसत हसत हवालदारानं विचारलं,

''पंत, आता जेवनाचे खेटाक कशाला आता?''

''भाजी भाकरीला आम्ही महाग झालो नाही. जे असेल ते दोन घास खायचं. त्यात खेटाक कसलं?''

''पाटीलबी असंच बगा.'' असं म्हणून तो सांगू लागला, ''जेवल्याबिगर कवा सोडायचं न्हाईत. त्यांचं जेवनबी चांगलं हां. एकांद्या येळंला कोंबडी असायची नसायची, पण अंड्याला कवा मरान नसायचं बगा. त्ये कामच निराळं बगा!''

तो अशी पाटलांची तारीफ करत सांगू लागला आणि त्याचं बोलणं ऐकत आबा बसून राहिले.

दिवस टेकायला गेला आणि गावात आलेले सनदी चावडीवर माघारी आले. जे मिळेल ते घेऊन आले होते. दहा तिथं पाच कोंबड्या आणि शंभर तिथं पन्नास अंडी कशीबशी गोळा झाली होती. गहू ते काही दिसत नव्हतं. ते निम्मं अर्धच सामान बघून हवालदार नाराज झाला.

सनद्यांबरोबर गावात गेलेल्या पोलिसावर तो ताव काढून म्हणाला.

''ढिसमिस होशिक ल्येका!''

बापडा पोलिस बोलला,

''काय करू? पाक सारं गाव पालथं घालून आलो. जे ते न्हाईच म्हनत्यात.''

हवालदारानं विचारलं,

''ते लई वर्नन करू सांगू नको. घवाचे काय झालं सांग.''

''ते एकजन देतो म्हनालाय- एक मनभर.''

''ते काय अपुन डोस्क्यावरनं न्याचं?''

''ते का? गाडी सांगितलीया की.''

''तेवढं एक बरं नाव केलंस बघ!'' असं म्हणून त्यानं पुन्हा विचारलं,

''आणि जळणाचं रं?''

''ते काय गावलंच न्हाई.''

''गावलं न्हाई म्हंजे?''

''कुनाजवळ जळान न्हाईच हो. हितं लाकडं कोन बाळगत न्हाईत.''

''तर मग काय जाळत्यात?''

''डोंगरातनं मुळ्याच आनत्यात म्हनं.''

''असं व्हय?'' असं म्हणून हवालदार त्याच्याकडं बघायचं ते आबाकडं बघत म्हणाला,

''काय पंत हे! धा तितं पाच कोंबड्या गावल्या तुमच्या गावात. अंड्याचीबी भरपाई न्हाई अन् जळानबी न्हाई हेच सांगत जाऊ व्हय आमी?''

थोडका विचार केल्यागत करून आबा म्हणाले,

''जळणाची जुळणी मी करतो. उद्या संध्याकाळपर्यंत गाडी पाठवतो म्हणून सांगा.''

''पर नक्की का हे तरी?''

''काळजी करू नका.'' आणि लगेच, घरी निरोप देऊन देऊन परत आलेल्या येताळाला हाक मारून त्यांनी सांगितलं, ''येताळा, उद्या दिवस उगवायला चार महार घराकडं बोलवून आण.''

''व्हय जी.''

''चांगली तरणीताठी बोलव. लाकडं फोडायची आहेत.''

''जी.'' म्हणून येताळानं मान डोलावली.

आणि हवालदारच त्याला सांगू लागला,

''हे बग. सांग म्हटल्यावर नुस्तं गडी सांगून खाका वर करायला मोकळा हू नकोस. त्यास्नी दिवस उगवायला फुडं घालूनच हजर करायचं. येळ घालवायचा न्हाई. न्हाईतर असं कर, उटायचं आणि गडी घिऊन तोंड धुयालाच पंतांच्याकडं जायचं अन् तितं च्या पिऊन आपल्या दुसऱ्या कामाला लागायचं. काय, कळलं न्हवं?''

आबांचं लक्ष बाहेर लागलं होतं. दिवस बुडायला आला होता. एका अंगानं आग लागल्यागत आभाळ सगळं तांबडंभडक दिसत होतं. घाईघाईनं त्यांनी रिपोर्ट तयार केला. अंगावर उपरणं घेतलं आणि ते चावडीतनं उठले. हवालदाराला म्हणाले,

''मी पुढं होतो. थोड्या वेळानं बोलावणं पाठवतोच.''

हवालदारही म्हणाला,

''हां, व्हा फुडं. म्हनजे जेवनाला येळ लागणार न्हाई.''

डोक्याचा रुमाल चाचपत ते पायऱ्या उतरून खाली गेले. डोळ्यांनीच दत्तू नाईकाला खूण केली तसा नाईक पुढे झाला. काठी टेकत त्यांच्याबरोबर चालू लागला. चावडीपुढचं पटांगण मागे गेलं आणि चालता चालता आबांनी काळजीच्या स्वरात विचारलं,

''नाईक, कुठं कुठं हिंडला बाबा?''

''हिंडलो सगळीकडं.''

आबा पुढं बघून चालू लागले. आणि दत्तूच मागे वळून म्हणाला,

''पोलिस लई नल्ल्याक.''

''काय झालं?''

''कुना पायजे त्याला दम दिला बगा. आणि लाकडं न्हाई म्हटली तर थेट चुलीपतुर जाऊन याचा.''

आबांनी विचारलं,

''काय कुणाबरोबर बोलाचाली?''

''बोलाचाली कसली खरं?'' असं म्हणत नाईक बोलला,

''मऊ दिसल तितं कोपरानं खनायचं.''

मारुतीचा चौक मागे गेला. राम मंदिरही आलं. उभ्याउभ्या आबांनी मंदिराकडं तोंड केलं आणि जरा हात जोडल्यासारखा करून त्यांनी पाय उचलले. ते आपल्या गल्लीत शिरले आणि भराभरा पाय उचलण्याच्या नादात आबा ठेचाळले. आंगठ्याला कळ आली. तसा एक पायावर दुसरा पाय ठेवून कळ सोसत ते उभे राहिले. हातातली काठी टेकून दत्तूही उभा राहिला. आबांनी तसाच पाय उचलला आणि नाईकाच्या त्या काठीकडे बघत ते म्हणाले, ''एक चांगली काठी करून दे गड्या.''

''काठी?''

''होय. असं ठेचाळायला नको.''

नाईक हळू आवाजात सांगू लागला,

''माजा एक वळखीचा लव्हार हाय सांगलीला. गुप्ती आनून देऊ का त्याच्याकडनं एक चांगली? दिसायला हुबेहुब काठीगतच.''

''असं म्हणतोस?''

''व्हय. म्हणजे बरं हुईल. जवळ असावा काय तरी आधार.''

''मग बघ.''

''बगायचं काय त्यात? एक दिवस जाऊन येतो की.''

...जेवणं आटोपली. पोलिस निघून गेले. पण आबांना स्वस्थता नव्हती. अजून डोक्यावर ओझं तसंच होतं. काळजी संपली नव्हती. हातात कंदील घेऊन आबा एकटेच परसदाराला गेले. ते परसदारी गेले आणि लक्ष्मीबाई विचारात पडल्या. अशा रात्रीच्या वेळी हातात कंदील घेऊन ते परड्यात काय करीत आहेत त्यांना कळेना झालं आणि आबांच्या पाठोपाठ त्याही परसदारी जाऊन उभ्या राहिल्या. परड्यात तोडलेल्या बाभळीच्या गाठी एका भिंतीला लागून नीट रचून ठेवलेल्या होत्या. ते लहानमोठे रचून ठेवलेले नग जळणासाठी म्हणून ठेवले नव्हते. शेती औताचं सामान तयार करावं, इमारतीला लागणाऱ्या फळ्या तयार कराव्या, खांब काढावेत, दाराचौकटींची योजना करावी अशा बेतानं बाभळीचे हे ओंडके जतन करून ठेवले होते. दोनतीन सालामागचे जुने होते. त्यांनाच हात लावायची आता पाळी आली

होती. कंदिलाच्या उजेडात आबा टक लावून बघत राहिले होते, विचारात गर्क होते मागील दारी येऊन उभ्या राहिलेल्या लक्ष्मीबाईंना, आबा एवढं टक लावून काय पाहताहेत हेच कळेना. नजर बारीक करून आबा पाहात राहिले होते आणि लक्ष्मीबाईंनी विचारलं,

''काय करताय?''

न ऐकल्यासारखं करून आबा आपले गप्पच राहिले. नजर न वळवता तसेच बघत राहिले. मग लक्ष्मीबाईच पुढं झाल्या आणि जवळ जात म्हणाल्या, ''रात्रीच्या वेळी काय करताय, किचकटात?'' जवळनं आवाज ऐकू आला आणि आबा थबकले. मान वळवून बघतात तर लक्ष्मीबाईच पाठीशी येऊ उभ्या राहिलेल्या! खालमानेनंच, हळू आवाजात त्या बोलल्या,

''काय विचार चाललाय मला कळू द्या तरी?''

समोर रचून ठेवलेल्या लाकडाच्या डिगाकडे बघत आबा पुटपुटले,

''फोडली, तर एक गाडी भरेल ना?''

''काय?'' असं म्हणून लक्ष्मीबाई दचकल्यासारख्याच त्यांच्या तोंडाकडे पाहात राहिल्या. आणि आबा आपल्याच तंद्रीत समोर पाहात म्हणाले,

''भरेल एक गाडी.''

अवेळी हा विचार यांच्या मनात का यावा, हे न कळून लक्ष्मीबाईंनी विचारलं,

''त्यावाचून आता काय नडलंय?''

''लाकडं फोडायला उद्या महार बोलावलेत.''

''उद्या?''

''हं!... सकाळी''

''काय मुलांची लग्नकार्य काढलीत काय?''

त्या असं हसून म्हणाल्या आणि आबा त्या लाकडाच्या ढिगाकडेच बघत राहिले. त्यांच्या मनाचा काही थांगच लागेना.

आबा वळले, तशा त्याही मागे फिरल्या. मुक्यानेच आत आल्या.

नाईक येऊन कलंडला होता. पावलांचा आवाज कानावर आला तसा तो उठून बसला. तोंडाकडं बघत म्हणाला,

''कुठं, परड्यात गेल्ता व्हय?''

''हां.''

''महादू कुरन्या येऊन गेला.''

''आला होता?... मग गेला का?''

''आज एकादस न्हवं?''

''हो, आज एकादशी.''

''भजनाला बोलवाय आल्ता. जातो फुडं म्हणून निरोप सांग म्हणाला.''

हा निरोप ऐकूनही आबा काही बोलले नाहीत. ते आपल्याच तंद्रीत राहिले तसं नाईकानंच विचारलं,

''काय मग जाऊया म्हंतासा?''

आबा होयही म्हणाले नाहीत, नाहीही म्हणाले नाहीत. ते आपल्याच तंद्रीत येरझारा घालत राहिले. शेंडीला गुतापे घालत फिरू लागले आणि मध्येच उभं राहून म्हणाले,

''दार लोट अन् तूही पड आता.''

हुकुमाचा ताबेदार! एकादशीचं भजन ऐकावं असं त्याच्या मनात होतं. आबाही कधी भजनाला नाही म्हणत नसत. पण आज काही त्यांचं मन दिसत नव्हतं. ते दार लाव अन् पड म्हणाले, तसा नाईक उठला. दार पुढं करून त्यानं कडी घातली पण मन कचवचत होतं. आपली वळकटी पसरता पसरता, न राहवून तो म्हणाला,

''आज भजन चांगलं हाय म्हनं. कोन आळत्याचा एक बाबा आलाय. चांगलं म्हंतो असं ऐकन्यात हाय.''

नाईक असं एकेक वाक्य बोलत होता आणि अधनं मधनं मान वर करून आबांच्याकडे बघत होता, पण आबा आपल्या भजनात दंग झाले होते. ते एकटेच येरझारा घालत राहिले होते. भजन-कीर्तन, पोथीपुराण हे काही सुचत नव्हतं. ते असे येरझारा घालत राहिले आणि मग नाईकही आपल्या पसरलेल्या वळकटीवर गुमान अंग टाकून पडून राहिला. त्याचा जीव भजनात अडकला होता. डोळा लागत नव्हता. आबांचाही जीव अडकला होता- पण निराळ्या भजनात. फासात मान सापडली होती. आता कसे कसे फासे पडतील, काही कळत नव्हतं. त्यांच्या मनात निराळी पोथी सुरू झाली होती... कुणाकुणाच्या कोंबड्या आणल्या होत्या आणि कुणीकुणी अंडी दिली होती काही कळत नव्हतं. त्यांच्या डोळ्यापुढं उभं गाव दिसत होतं... कुणी डुक धरला तर काय करायचं?... आबा आत गेले. सामसूम झालं.

अंथरुणावर अंग टाकून आबा पडून राहिले पण डोळा लागत नव्हता. अंगावर पांघरूण न घेता ते तसेच पडले होते. थोड्या वेळानं टाळ-मृदुंगाचा आवाज लांबनं कानावर येऊ लागला. तशा शेजारी पडलेल्या लक्ष्मीबाईंनी आपसुक डोळे उघडले. त्यांनी डोळे उघडले. आबांनी डोळे झाकून घेतले. डोळे उघडून लक्ष्मीबाईंनी पाहिलं, पांघरूण न घेता आबा तसेच पडले होते. कसला आवाज न करता त्या बेतानं उठून बसल्या. पायाशी गोळा होऊन पडलेली चादर हलकेच अंगावर पसरली आणि आबांनी कूस बदलली. डोळे उघडले आणि नजरानजर झाली. दोघांनी एकाच वेळी एकमेकाला विचारलं,

''अजून झोप नाही लागली?''

आणि न बोलता दोघंही एकमेकांकडे बघत राहिले. लक्ष्मीबाई म्हणाल्या,

''डोक्याला तेल चोळू का थोडं? म्हणजे झोप येईल.'' असं विचारून लगेच त्या उठल्या. आणि आत जाऊन तेलाची तामली घेऊन त्या बाहेर आल्या. उशाला बसून तळहातावर तेल घेत त्या म्हणाल्या,

''भजन सुरू झालं.''

''हं.''

''आज कुणी बोलवायला कसं नाही आलं? एकादशी ना आज?''

''हं.'' एवढंच म्हणून आबांनी डोळे मिटवून घेतले आणि लांबून ऐकू येणाऱ्या भजनाकडे कान देऊन लक्ष्मीबाई तेल चोळत राहिल्या. मध्येच एक जांभई देत आबा म्हणाले,

''पुरे करा आता.''

''आली का झोप?''

''असं वाटतं!'' असं म्हणून ते कुशीवर वळले आणि मुक्यानेच श्वास सोडत राहिले. डोळा लागल्यासारखा दिसला. मग लक्ष्मीबाई उठून बाजूला झाल्या. बसायचं, ते पडून राहिल्या. त्यांची झोप अगदी उडाली होती. डोळाच झाकेना झाला. लांबून येणाऱ्या टाळ-मृदुंगाच्या आवाजाकडे कान लागून राहिले होते. पण त्यातही त्यांचं चित्त लागत नव्हतं. परड्यातल्या पिंपळाची सळसळ जोरानं ऐकू येत होती. त्याच्या अंगात पीर संचारल्यासारखा झाला होता. डोळे उघडेच होते... आणि आलवण नेसलेल्या द्वारकाकाकू लगबगीनं जवळ येऊन त्यांना सांगत होत्या,

''काळजी घे हो लक्षुंबाई....''

काळजी लागून राहिली होती. श्वास लागून ऊर धपापत होता. डोळ्यापुढे द्वारकाकाकू आल्या की काही सुचत नव्हतं... अंगाचा लोळागोळा होऊन त्या पडून राहिल्या होत्या. एक कान भजनाकडे आणि एक कान आपल्याच मनाकडे लावून त्या पडून राहिल्या. रात्र आता जात नव्हती... रेटता रेटत नव्हती...!

भजनही बंद झालं. टाळ-मृदुंगाचा आवाज येईनासा झाला. सगळा आवाजच थांबल्यासारखा झाला. काहीच ऐकू येईनासं झालं आणि काळी रात्र पसरत चालली. अंधार दाटल्यासारखा झाला आणि एकाएकी परसदारचा पिंपळ सळसळू लागला. पिंपळाच्या अंगात वारं संचारलं अन् लक्ष पानं हलू लागली....

आलवण नेसलेल्या द्वारकाकाकू लगबगीनं जवळ आल्या, घाबऱ्या घाबऱ्या सांगू लागल्या...

आपसुक हात खाली गेले आणि पायशाची चादर लक्ष्मीबाईंनी अंगावर ओढून घेतली. तोंडावर पांघरूण घेऊन त्या गप्प पडून राहिल्या. दमछाक होऊन ऊर भरून आल्यासारखा झाला होता. श्वास आतल्या आत कोंडत होता. पण त्या तशाच

पडून राहिल्या.

''अग माझी खण नारळानं ओटी भर, ओटी भर.''

पितळेची उभट मूर्ती डोळ्यापुढं दिसत होती. उलट्या कवड्या डोळ्यात खोवून हसत होती आणि नजर रोखून म्हणत होती,

''अगं माझी खण नारळानं ओटी भर... ओटी भर.''

झरझर अंगावर काटा उभा राहिला. तोंडावरची चादर काढून त्या बघत राहिल्या. डोळ्यापुढं अंधार पसरला होता. लक्ष्मीबाई उठून बसल्या आणि काळी निळी, मोराची पिसं समोर उभी राहिली. पिंपळपानं हलू लागली.

हात जोडून त्या देवाचाच धावा करू लागल्या. डोळे झाकून, मनातल्या मनात त्या रामरक्षा म्हणू लागल्या...

वेळूच्या बेटागत रात्र करकरू लागली. तोंडानं शीळ घालत राहिली. आणि एकाएकी कुणाच्या तरी भेसूर रडण्याचा आवाज कानावर आला. अंग सारं शहारून गेलं. रामरक्षाही सुचेना झाली. आबाही झोपेतनं चाळवल्यागत या अंगावरचे त्या अंगावर झाले. डोळे उघडून ते बघत राहिले. कान टवकारून ऐकू लागले. लक्ष्मी बाईंना विचारलं,

''कुणी तरी रडतंय वाटतंय...''

''कुत्रं रडतंय.''

''आपल्या गल्लीतलंच का?''

''जवळनंच आवाज येतोय.''

''मग नाईकाला उठवून हाकलावं तरी.''

आबा उठले. नाईकाला हाक मारून म्हणाले,

''उठून बघ बाबा, कुत्रं कुठलं रडतंय ते.'' हडबडल्यागत करून नाईक जागा झाला. आणि नीट ऐकल्यासारखं करून म्हणाला,

''व्हय की हो! काळ नाही, येळ नाही, अन काय सूर धरलाय ह्येनं!'' नाईक ताडकन उठला आणि दार उघडून बाहेर गेला. 'हाड-हाड'म्हणत त्यानं एकाला दोन चार धोंडे भिरकावले. कुत्रं पळून गेलं. लांब जाऊन दिसेनासं झालं आणि मग नाईक पुन्हा आत आला. अंथरुणावर न पडता गप्प बसूनच राहिला. बसल्या बसल्या लांबनंच आबांना म्हणाला,

''शकून वाईटच बगा. देवळाजवळचं काळं कुत्रं हो!''

''देवळाजवळचं?''

''हां, त्येच बगा. लई अपशकुनी हाय.'' असं म्हणून त्यानं अंगावर घोंगड

घेतलं अन तो बोलायचाच बंद झाला.

आबाही आत गेले. तेही गप्पच आपल्या अंथरूणावर पडून राहिले. मग थोड्या वेळानं उशीवर मान टाकून वर आढ्याकडं बघत राहिले. लक्ष्मीबाईंनी विचारलं,

''देवळाजवळचं काळं कुत्रं?''

''हं, तेच.''

''पाटील गेले त्या आधी ओळीनं पंधरा दिवस रडत होतं.''

आबा काही बोलले नाहीत. ते तसेच पडून राहिले अन लक्ष्मीबाईंनी विचारलं,

''झोपमोड झाली ना?''

''कसली झोप? आज माझा डोळाच लागत नाही.''

''म्हणजे, अजून झोपलाच नव्हता तुम्ही?''

''हं.'' असं म्हणून आबांनी एक उसासा सोडला. लक्ष्मीबाई उठल्या. आणि पायथ्याला बसून पाय चेपू लागल्या. मध्येच एकाएकी त्या खाली वाकल्या. शेवग्याची ढिसार फांदी काडकन मोडून लोंबावी तशी त्यांची मान लटकी पडली. आबांच्या वर केलेल्या एका गुडघ्यावर कपाळ टेकवून त्या गदगदून म्हणाल्या,

''दिसन दिस, काय म्हणायचं हे?''

''काय?''

''मला सांगितलं नाहीत ते?''

कावरेबावरे झालेले आबा नुसतं तोंडाकडं पाहात राहिले अन लक्ष्मीबाईंनी विचारलं,

''चोरून का ठेवायचं माझ्यापासून? का नाही बोललात मला?''

आबा हवालदिल झाले. झुरणी लागलेला जीव उशीवरली मान वर करून बघत राहिला आणि तोंड पुढं करून लक्ष्मीबाई म्हणाल्या,

''एक गोष्ट विचारू?''

आबांच्या मनात चलबिचल झाली. अंगात मुंग्या पळून खेळू लागल्या. डोळ्यांनीच त्यांनी विचारलं,

''काय?''

''द्वारकाकाकू सांगत होत्या...''

हातांच्या कोपरांवर भार देऊन आबा उठून बसले. दोन्ही हातांचे पंजे खालच्या अंथरुणावर टेकवून व मान खाली घालून म्हणाले,

''कसं कळलं द्वारकाकाकूंना?''

''गाव सारं बोलतंय म्हणे. खरं आहे का हे?''

आणि मग आबांनीच मान वर करून तोंडाकडं बघत विचारलं, ''म्हणूनच का मला रोज सकाळी व्यंकटेश-स्तोत्र वाचायला सांगितलं?''

याचं उत्तर न देता लक्ष्मीबाई म्हणाल्या,

"हे बघा. आज गावची शिराकाई माझ्या स्वप्नात आली. नुक्ता असा डोळा लागला होता. आणि समोर येऊन उभी राहिली. म्हणाली- 'अगं, माझी खण-नारळानं ओटी भर.' तिची ओटी तेवढी लवकर भरायला हवी. कधी भरू या?"

आबांचं डोकंच बधिर झालं होतं. त्यांच्या हातापायांतून मुंग्या वर चढत होत्या, खाली उतरत होत्या. त्यांना बसवेनासंच झालं. ते पुन्हा अंथरुणावर कलंडले आणि वर आढ्याकडं बघत म्हणाले,

"असं करता?"

"काय?"

"माझे जरा हातपाय दाबता?"

❒

४

व्यंकटेश-स्तोत्र वाचून आबा देवघरातनं माजघरात आले. त्यांच्यासाठी पाट मांडून तयार होता. ते पाटावर बसले व शिऱ्याने भरलेल्या बशीकडे बघत म्हणाले,

''नुसतं दूध द्या एक कपभर.''

''ते काही फार नाही.''

आबा पुन्हा म्हणाले,

''एक कपभर, फक्त दूध द्या.''

''दुपारी जेवायला उशीर होतो. पोटाला काही आधार नको का?''

लक्ष्मीबाईंचा आग्रह खुपला. पुढे काहीही न बोलता, आबा ताड्कन उठले. रागारागाने बाहेर ओसरीवर येऊन उभे राहिले. मागे वळून न पहाता, समोर पहातच त्यांनी अंगावर बंडी चढवली. खुंटीचा रुमाल काढून डोक्यावर ठेवला. खांद्यावर उपरणं टाकलं. तोवर लक्ष्मीबाई आतच उभ्या होत्या. लांबूनच पहात होत्या. काय करावं ते त्यांना कळेना. आबा आता बाहेर पडणार एवढ्यात त्या लगबगीनं जवळ गेल्या. कोपऱ्यातली काठी खालमानेनंच त्यांच्या हातात देत त्या म्हणाल्या,

''एक कपभर दूध तरी घ्यावं.''

हिसकल्यासारखी आबांनी काठी आपल्या हातात घेतली. सटासटा पायऱ्या उतरून ते खाली गेले. थेट दारापर्यंत गेले आणि पावलं घुटमळली. मान आपसुक मागे वळली. लक्ष्मीबाईंच्या डोळ्यांत पाणी साकळलं होतं. उंबरा ओलांडून बाहेर न पडता ते तिथेच उभे राहिले. पाण्याने भरलेल्या त्या डोळ्यांनी जणू आडामोडाच घातला होता. ते गर्रकन् वळले. आणि लगालगा थेट माजघरात जाऊन उभे राहिले. लक्ष्मीबाईही आत गेल्या. घाईघाईनं त्यांनी दुधाचा कप तेवढा समोर ठेवला. भुईच्या पाटावर बसत आबा पुटपुटले,

''शिराही द्या थोडा.''

उचलून बाजूला ठेवलेली शिऱ्याची बशी लक्ष्मीबाईंनी पुन्हा समोर ठेवली. वचावचा तोंड हलवत आबा म्हणाले,

''झालं आता मनासारखं?''

खाली घातलेली मान त्यांनी वर केली नाही. भुईलाच नजर खिळवून त्या उभ्या

राहिल्या. आणि आबा संतापानं बोलले,

''बिघडलं पोट तर तुमचं काय जातंय? निस्तरणार आहे ना मी!''

''नका खाऊ, राहू द्या.''

न चावताच आबा घास गिळत होते. रागाच्या तावातच त्यांनी बशी रिकामी केली. त्यावर घटाघटा कपभर दूधही घेतलं. आणि खाली भुईवर ठेवलेली काठी पुन्हा हातात घेऊन ते उठले. त्यांना आठवण करून देत लक्ष्मीबाई म्हणाल्या,

''मघाशी वाड्यावरचा निरोप आला होता. आधी तिकडं जाताय ना?''

आबा घुटमळले. हातातल्या काठीवर एक बोट आपटत म्हणाले, ''हं! का बोलावणं आलंय ते पाहातो.''

आबांनी पाय उचलला. माजघरातून ते ओसरीवर आले. पायऱ्या उतरून ते खाली जाणार तोच म्हातारा कृष्णा खोत समोर दिसला. पायरीजवळच जोत्याला टेकून उभा होता. आबा बाहेर ओसरीवर येताच मुजरा करून तो तोंडाकडे पहात राहिला.

''काय कृष्णाप्पा?''

''वाट बघत चावडीवर बसलो हुतो. तितं पोरास्नी बसवून मी हिकडं आलो.''

ही काय आणखीन भानगड आली म्हणून आबा नुसते बघत राहिले. आणि सवाल टाकल्यागत म्हाताऱ्यानं विचारलं,

''आता कसं करायचं, पंत? गावात ऱ्हावं का वर त्वांड करून कुटंतरी निघून जावं?''

''काय झालं?''

''आणि काय व्हायचंय? खेळखंडोबा सारखा चालूच हाय की! दांडगाव्याफुडं आमा गरिबाचं काय चालतंय? चार काकरी जुंधळाच कापलाय न्हवं रात्री आमचा!''

''कुणी कापलाय?''

म्हातारा सांगू लागला,

''लांबचा कोन कशाला ईल हो तितं? बेरडाच्या औलादीची ती देसायाची पोरं हैत की.'' आणि असं सांगून कृष्णा खोत त्यांना म्हणाला,

''गप बसल तसं लईच दाबाय बघाय लागल्यात. आता गप्प बसायचं न्हाई. पंत, ह्येचा पंचनामा करून काम फौजदारीत घालायचं बघा.''

पंतांना झटकन् साऱ्या गोष्टींचा उलगडा झाला. काही दिवसामागे देसायाच्या रानातला मका कापला होता तेही आठवलं. सहज बोलता बोलता तेव्हा त्यांनी भाकित केलं होतं ते आज खरं ठरलं होतं. देसाई गप बसणार नाही असं वाटलं होतं आणि नेमकं तसंच घडलं होतं. खोतानं आधी सापाच्या शेपटीवर पाय ठेवला होता आणि आता पंचनामा करा म्हणून दारात आला होता. त्याचा रोख ध्यानात घेऊन

आबा म्हणाले,

‘‘बाबा कृष्णाप्पा, या कोर्टकचेरीच्या फंदात कशाला पडतोस? चार लोक जमवून आपसात मिटवायचं बघ.’’

‘‘आपसात काय मिटवायचं?’’

‘‘तर मग काय करायचं?’’

‘‘अहो, लई बेरडाची अवलाद हाय हो ती!’’

आबांनी विचारलं,

‘‘मग त्यांची कळ कशाला काढायची?

‘‘आमी काय कळ काढली?

‘‘त्यांचा मका कुणी कापला?’’

हात पसरून म्हातारा बोलला--

‘‘त्यांचा मका कुणी कापला हे आमाला काय ठावं?’’

‘‘मग तुमचा जोंधळा त्यांनीच कापला हे कशावरून? प्रत्यक्ष कापताना धरलंय का तुम्ही?’’

‘‘ते काय करायचंय हो? दोन साक्षीदार हजर करतो की मी!’’

आबा थोडकं हसून म्हणाले,

‘‘आणि साक्षीदार उलटले म्हणजे?’’

छातीला हात लावून म्हातारा बोलला,

‘‘आमच्या पुट्ट्यातल्याच साक्षी हैत हो त्या. उलटायचं नाव काढू नगा.’’

नजर रोखून आबांनी विचारलं,

‘‘हे शिक्षण कुणी दिलं बाबा तुला?’’

‘‘दुसऱ्याच्या वंजळीनं कशाला पानी पिऊ? ज्याला कळ येती त्योच इवळनार की?’’

कृष्णा खोत अशी तयार उत्तरं देत होता. कुणी तरी त्याचं डोकं चांगलं भरवून दिलेलं दिसत होतं. म्हातारा पार हद्दीबाहेर गेला होता. मग आबाच हसले. आणि पायऱ्या उतरून खाली जात म्हणाले,

‘‘बरं, हो पुढं. मी येतो चावडीवर.’’

‘‘आता चावडीवर निगाला न्हाईसा?’’

‘‘आधी जरा वाड्यावर जाऊन, मग तिकडे येणार आहे.’’

‘‘लौकर या. वाट बघत बसतो बगा आमी.’’

आबा बाहेर पडले. आज का बोलावणं केलं असावं याचा विचार करत ते वाड्याकडं निघाले.

त्यांचीच वाट बघत बाई बसल्या होत्या. आबा आले आणि ढेलजेवर बसलेल्या

गोपाळाला बाई म्हणाल्या,

''गोपाळा, तू जरा भाईर देवडीवर जाऊन बस.''

गोपाळा उठला, बाहेर देवडीवर जाऊन बसला. आबा बैठकीच्या खोलीत तक्क्याला टेकून बसले. बाई दाराच्या चौकटीजवळ उभ्या राहिल्या. हळू आवाजात त्या म्हणाल्या,

''आता तुमच्यावर सारी भिस्त. जोडलेली मानसं राखा. गाव संभाळा.''

एकाएकी हे बोलणं ऐकून आबा दचकले. मान वर करून तोंडाकडं पाहात राहिले. बाईंच्या बोलण्याचं कोडंच उलगडत नव्हतं. अर्थ ध्यानात न येऊन ते बुचकळ्यात पडले. नुस्तच बघत राहिले अन् बाई म्हणाल्या,

''उद्या सकाळीच जायचा विचार केलाय.''

''जायचा?''

''व्हय, भावाकडं.''

''गाव सोडून?''

एक सुस्कारा सोडून बाई बोलल्या,

''काय करायचं तर मग? ...गाव सोडूनच जायचं.''

आबांना एकदम धक्काच बसला. डोळ्यापुढं निराळं चित्र उभं राहिलं. बाईंनी एकदा गाव सोडलं अन् त्या निघून गेल्या म्हणजे मागं काय घडेल हे सांगता येत नव्हतं. आबांना वादळात सापडल्यासारखं झालं आणि बाई बोलू लागल्या,

''लगेच दत्तक घ्यायचा विचार केलाय. दत्तकविधान कोल्हापूरलाच करावं असा बेत आहे.'' आणि असं सांगून बाईंनी विचारलं,

''पंत, उद्याचं काय सांगता येतंय? कायबाय लई कानावर या लागलंय. मग लगेच उरकून घेतलेलं काय वाईट?''

आबांनी विचारलं,

''सगळं नक्की झालं?''

''नक्कीच म्हणायचं.''

''दुसरीकडं कुठं बोलला नाही ना?''

बाई म्हणाल्या,

''कशाला बोलू? तुमच्या तेवढं कानावर घालायचं होतं ते आज घातलं.''

आबा मुके झाले. दातानी मिश्या कुरतडत खालच्या सतरंजीकडं बघत ते बसून राहिले. सतरंजीची उभी-आडवी वीण तेवढी डोळ्यांना दिसत होती. दुसरा कोणता विचारच मनात येत नव्हता. बाईंनीच विचारलं,

''पंत, का विचारात पडलाय?''

मानेला झटका देत ते म्हणाले,

''नाही.... विचार कसला!''

पंतांची नजर भिरभिरू लागली. ढेलजेवरची ती भली मोठी खुर्ची डोळ्यांना दिसू लागली. मनात आलं- बाई गेल्यावर, या वाड्याचं काय होणार? - एकाएकी जवळ येऊ घातलेल्या दसऱ्याची त्यांना आठवण झाली. ढेलजेवरच्या खुर्चीकडं बघत ते पुटपुटले.

''पंधरा दिवसांवर दसरा आला. दसऱ्याला वाड्यात कोण?''

....कोण? वाड्यात कोण असणार? शंभर आखणी वाडा भणभणल्यासारखा झाला. काळजाला डाग लावला अन् डोळ्याला पदर लावून बाई बोलल्या,

''पंत आता वाड्यात कोण असणार? ज्याला सोनं द्यायला लोक यायचे तो निघून गेला... देव गेला अन् पुजारी ऱ्हायलाय... कशाला इचार करायचा त्याचा? ज्याला आगत असंल ते येतील, ह्या खुर्चीवर सोनं ठेवतील अन् निघून जातील...''

काय बोलावं हे आबांना कळेना झालं. आतनं सारं कालवून आलं. त्यांना बोलणं अशक्य होतं आणि बाईच सांगू लागल्या,

''आम्ही गेलो तरी वाड्याला कुलूप पडणार न्हाई. गावच्या पाटलाचा वाडा हाय ह्यो. हे दार बंद करून कसं जाता येईल? देवपूजा रोज चालू ऱ्हाईल. पाळीप्रमाणं सनदी येऊन देवडीवर बसती. तुमचीबी नजर असू द्या..''

निरोप घेताना बोलावं तशा बाई बोलू लागल्या. आणि आबांचा जीव गलबलून गेला. बाईही पार खचून गेल्या होत्या. भक्कम बांधणीच्या बुरुजाचे, पायाचे दगड सुटावेत तशी त्यांची अवस्था झाली होती. त्यांच्या जवळ धीर राहिला नव्हता आणि आबांना देता येत नव्हता. पुरुष असून आबा खचले होते. त्यांच्या पायाखालचा आधारच निसटला होता. वरची मान फासात अडकली होती आणि खालची फळीही बाजूला झाली होती. आता घोर संकट येऊन उभं राहिलं होतं. आलेलं संकट काही चुकणार नव्हतं. त्याला तोंड देणं भाग होतं. कसाबसा धीर करून आबांनी विचारलं,

''पाटीलकीच्या नेमणुकीचं काय करता?''

''त्योच विचार चालू हाय.''

''लौकर नेमणुकीचं बघा. चांगला भक्कम माणूस येऊ द्या. नाहीतर तुम्ही तिकडं दत्तक घेतला म्हणजे लोक इकडं रानात घुसतील.''

बोलता बोलता आबा थांबले. एका हाताची पाचही बोटं सतरंजीवर ठेवून ती मागंपुढं केली आणि पुन्हा मानेला झटका देऊन वर बघत ते म्हणाले,

''अशी कुणकुण कानावर येते...''

''माज्याबी कानावर हैच ते.''

''म्हणून म्हणतो गाव सोडून जाणं जरा...''

तोंडातलं वाक्य अर्धच ठेवून ते बाईंच्या तोंडाकडे पाहात राहिले आणि बाई

बोलल्या,

''वाडा सारा भणभणतोय पंत! कशी ऱ्हाऊ ह्या वाड्यात?''

आबा काय बोलणार? त्यांच्यासारख्या माणसाला वाड्यावर आल्यावर भणभणायला लागतं, मग बाईंना काय होत असेल? तरी त्या धीराच्या म्हणून आजवर इथं राहिल्या. घडोघडी वाडा आठवण करून देत असे. त्यात हे गाव असं... बाई धीराच्याच! न डगमगता त्या अजून तगून होत्या. छाती मोठीच... आबा असेच थोडा वेळ बसून राहिले आणि मग जायला म्हणून ते उठले. बाई म्हणाल्या,

''जमलं तर दुपारी लक्ष्मीबाईंना जरा भेटायला लावून द्या.''

आबांनी मान हालवली अन बाईंनीच पुन्हा विचारलं,

''आठवणीनं लावून देशीला, का मानूस पाठवू?''

''माणूस कशाला? ... पाठवून देतो.''

''इसरू नका. पुना कवा भेट घडंल कुनाला दक्कल? फुडचं कुनी बगीतलंय पंत?''

पंतही उसासा सोडून म्हणाले,

''कुणी बघितलंय पुढंच?''

''संगे पोरास्नीबी लावून द्या. साळा बुडली तर बुडू द्या एक दिवस.''

आबांनी मान हलवली आणि परवानगीसाठी ते खोळंबून उभे राहिले. हळू आवाजात बाई बोलल्या,

''दत्तक विधानाचा दिवस ठरला म्हणजे टपाल घालून कळवीन तवा कोल्हापूरला या. तुम्हालाच तेवढं कळवायचं... चुकवू नका.''

''चुकवीन कसा? अलबत् येईन.''

''बरं मग. जावा तर.''

बाईंनी परवानगी दिली. आणि बैठकीच्या खोलीतनं आबा बाहेरच्या ढेलजेवर आले. ढेलजेवरच्या खुर्चीकडं न बघताच ते खालच्या चौकात उतरले. आणि काठी टेकत ते चालू लागले. दगडी फरशीवर होणारा काठीचा आवाज त्यांच्या कानांत घुमू लागला. मधला चौक ओलांडून ते कसेबसे बाहेर पडले. भकास दिसणारा वाडा नजरेपुढून जाईना. चालता चालता ते थांबले. भिंतीला लागून उभ्या असलेल्या सारवट गाडीकडं बघत राहिले.

परदेशी झालेली ती सारवट गाडी भिंतीला अंग टेकवून उन्हातान्हात उभी होती. निळा रंग उडून फिका झाला होता. जागजागी पोपडे धरले होते. तांबड्या, निळ्या, हिरव्या काचा तडकल्या होत्या. अंगावर सगळीकडे तडे गेले होते. जागजागी चरे पडले होते. ओरखडे दिसत होते. टपावर चुन्याचं पाणी शिंपडावं तसे पांढरे डाग पडले होते. अंगावर लिंबाच्या डहाळ्या लोंबत होत्या. चाकाखाली वाळलेल्या पानांचा

खच पडला होता. निंबाखालची सारवट गाडी एखाद्या उकिरड्यावर उभी असल्यागत दिसत होती. तिची सगळी रयाच गेली होती. गाडी कळा खात होती. बघवत नव्हतं.

थबकून उभे राहिलेले आबा पुन्हा पाय उचलून चालू लागले. त्यांची पावलंच त्यांना जड वाटू लागली. हातातल्या काठीवर भर देत ते पायाखालचा रस्ता कमी करू लागले. ते आपल्याच तंद्रीत पाय उचलत होते. दृष्टी पायाखालच्या वाटेकडं लागली होती. आजूबाजूला कुठं ध्यान नव्हतं.

दाजीबा गायकवाड त्याच वाटेनं समोरनं येत होता. मधलं अंतर कमी कमी होत आलं. दोघेही अमोरासमोर झाले आणि दाजीबा त्यांच्या वाटेतच आडवा उभा राहिला. एकाएकी आबांनी वर बघितलं आणि त्यांना भोंडच आल्यागत झाली. नजर रोखून दाजीबानं विचारलं,

''काय पंत, कुनीकडं गेल्तासा?''

''गेलो होतो जरा... वर... इकडं.''

मिशीत हसत दाजीबा बोलला,

''वर म्हंजे वाड्यावर म्हणा की सरळ! एवढं सांगायला भ्याचं काय त्यच्यात?''

मान हलवत आबा म्हणाले,

''हां, वाड्यावरच गेलो होतो.''

आणि काठीवर भार देऊन उभं राहायचं, ते काठी हातात घेऊन ते उभे राहिले. आत दुधारी गुप्ती असलेली काठी जड होऊन त्यांच्या हाताला पेलवेना झाली. भांबावल्यासारखे, आबा नजर कुठंतरी लावून बघत राहिले, आणि दाजीबानंच विचारलं,

''वाड्यावर गेल्तासा, तर काय बेत हाय मग?''

''बेत कसला? सहज गेलो होतो.''

''सज गेल्तासा?'' असं म्हणून दाजीबा नजर रोखून उभा राहिला आणि आबांची छाती धडधडू लागली. काळजानं ठाव सोडला आणि काय बोलावं हे आबांना समजेना झालं. खुळ्या-कावऱ्यागत बघत ते नुसते उभे राहिले आणि दाजीबानं विचारलं,

''का आज येरवाळीच दौड मारली व्हती?''

''सहज चक्कर टाकली.''

आणि एकाएकी अंगावर भाला फेकल्यागत तो म्हणाला,

''मग काय, झाली सल्लामसलत?''

येडबडल्यागत होऊन आबा म्हणाले,

''सल्लामसलत... कसली?''

''ती तुमाला ठावं!''

''मला?'' असं म्हणून आबा तोंड पसरून बघत राहिले, आणि दाजीबानं विचारलं,

''काय, गाव सोडून जानार हाय व्हय बाई?''

आबा चमकले. त्याच्या या अवचित प्रश्नानं गोंधळून गेले. आणि दाजीबाच गुरकावल्याग बोलला,

''लई चोरुन कारभार चाललाय! सांगायचं न्हाई व्हय?''

दाजीबा असा गुरकावून बोलला आणि अंगावर वार झाल्यागत आबा घायाळ होऊन गेले. काय बोलावं हे त्यांना कळेना झालं. आणि पालथी मूठ मिशीवर फिरवीत दाजीबा म्हणाला,

''असुद्या, जावा. वाक पान्यात दडिवला, तरी वास मारायचा ऱ्हातोय व्हय? आज ना उद्या कळंलच की!''

आबांना ओलांडून तो निघून गेला आणि पाय उचलून, पुढं टाकण्याऐवजी, आबा मान वळवून मागे बघत राहिले. आपसुक त्याचवेळी त्यानंही मागं बघितलं, आणि गडबडीनं नजर चुकवून आबा चालू लागले. एक यंत्र चालावं, तसं चालू लागले. एक पाय भुईला टेकला तरी दुसरा उचलत होता. नुसती पावलं पडत होती. रस्ता मागं जात होता. अंगात कापरा भरून हातातली काठी लटपटत होती. भानच नाहीसं झालं होतं. शुद्ध उडाली होती आणि मुजरा करून शिवा कुंभार म्हणाला,

''काय पंत, कुनीकडं बेत?''

आबा थबकले. मान हालवत म्हणाले,

''निघालोय चावडीकडं.''

आणि मग त्यांच्या ध्यानात आलं, हा कुंभाराचा शिवा... शिवा कुंभार! एक श्वास आत घेऊन ते म्हणाले,

''शिवा, बाबा कसा आहे म्हातारा?''

''पडूनच हाय की घरात.''

''अजून हिंडत फिरत नाही?''

''कशाचा हिंडतोय? त्यातनं जगलो वाचलो ह्येच लई झालं म्हनायचं! चोरानी मारलं त्येचं काय न्हाई, पर बैल गेला त्येचं लई जिवाला लागलय बगा... कसा खेळ झाला, बगितला?'' असं बोलत बोलत शिवा जवळ आला. आबाही भानावर येऊन बघत राहिले आणि त्यांच्या अंगावर झर्रकन् काटाचा उभा राहिला. आपण काय बघतोय अन् कुणाशी बोलतोय हेच त्यांना कळेनासं झालं.

चरटाच्या करदोड्याला एक मळकी लंगोटी लावून शिवा कुंभार एखाद्या कोकण्यागत त्यांच्या समोर उभा होता! गांडीच्या लंगोटीशिवाय अंगावर दुसरी चिंधी नव्हती. असा येडाबागडा शिवा बोलत बोलत अगदी जवळ आला आणि दोन्ही हात

पसरून म्हणाला,

''पंत, बैल गेला की हो आमचा... माजा फिल्म्या गेला... कुटं डोंगरांत गडप झाला हो ऽऽ... फिल्म्या ऽऽ अरं फिल्म्या ऽऽ... आता कुटं बघू रं तुला...?''

तोवर बोळातनं त्याचा म्हातारा पळत आला. सडा आला नाही. हातात एक भली दांडगी काठी घेऊन धावत आला. हातातली ती काठी बघून शिवा गडबडला. आणि पंतांना म्हणाला,

''पंत, पंत, बगा ह्यो म्हाताऱ्याचा अवतार! आता मारतोय बगा मला....''

तोवर म्हाताऱ्यानं मागल्या बाजूनं शिवाच्या पायावर सटासट दोन काठ्या लगावल्या. खस्सकन त्याच्या रड्याला धरून बाजूला ओढलं. त्यासरशी शिवाचा तोल गेला अन् तो खाली पडला. म्हातारा पोराच्या उरावर बसत पंतांना म्हणाला,

''आज चार रोज झालं, डोस्कं बिगडलंय बगा.''

काय बघतोय हे पंतांना कळत नव्हतं. त्यांचं डोकंच सुन्न होऊन गेलं. तोवर बोळातनं आणखी चौघेपांचजण पळत आले आणि एकानं पंतांच्याकडं बघत विचारलं,

''आडिवलं बिडिवलं का तुमाला?''

तवर दुसऱ्या एकानं म्हाताऱ्याच्या हातातली काठी हिसकावून घेतली. भुईला पडलेला शिवाही उठून उभा राहिला. म्हातारा लांबनंच आबांना सांगू लागला,

''मिरजला न्हेऊन माज्या पोराला डागून तरी आना. सगळा घोटाळा झाला, पंत, सगळा घोटाळा झाला...!''

सुन्न मनानं आबा ऐकत राहिले आणि म्हातारा आरडून म्हणाला,

''बापच्या बापबी गेला आन् बोंबलत हात बी गेला, अशातली गत झाली हो पंत...! वाऱ्याकडं तोंड पसरून बगायची पाळी आली बगा...''

आबांना बघवेना झालं. म्हातारा बोलतानासुद्धा विव्हळत होता. त्यांचं मनच चरकलं आणि एक उसासा टाकून ते चालू लागले. घामानं सारं कपाळ थबथबून गेलं. चार पावलं चालून गेल्यावर ते उभे राहिले. धोतराच्या सोग्यानं त्यांनी कपाळावरचा घाम पुसला. समोर चावडी दिसत होती. पण चावडीत जाऊन कामाला लागावं असं त्यांना वाटेना. गप घरात जाऊन पडावं असं वाटू लागलं. पण एवढ्यात त्यांना आठवण झाली- कृष्णा खोत चावडीत वाट बघत बसला असेल. त्याला येतो असं सांगून ते वाड्यावर गेले होते. चावडीवर जाणं भागच होतं. जिवाच्या करारावर त्यांनी पाय उचलला...

...सबंध दुपार अंगावर एक ढाबळी पांघरून गेली. जेवण झाल्यावर कलंडलेले आबा दिवसभर असे मुरगळून पडले होते. परसातल्या पिंपळाची सावली चौकात

पडून हलू लागली होती; तरीही आबा अजून उठले नव्हते. मानेखाली तक्क्या आणि अंगावर एक ढाबळी घेऊन ते तसेच पडून राहिले. दुपारी ते चावडीवर गेले नव्हते अजूनही, उठावं, चूळ भरावी, जरा इकडं तिकडं करावं असं काही त्यांना वाटत नव्हतं. मग लक्ष्मीबाईच ओसरीवर गेल्या. चिंतातुर चेहऱ्यानं त्याही जवळ बसून राहिल्या. तोंडावरची ढाबळी काढून आबाही बघत राहिले. चौकातली सावली पुढं पुढं सरकत होती. मुंगीच्या गतीनं आत येत होती. सावली सरकत होती, पण दिसत नव्हती. आबाही टक लावून तिकडे बघत राहिले होते. पण सरकणारी सावली त्यांचा डोळा चुकवून पुढं येत होती. तिची चाल त्यांना कळत नव्हती. ते नुसते सुन्न होऊन बघत राहिले. मध्येच लक्ष्मीबाई म्हणाल्या,

''हे सगळंच, तुमच्या गळ्यांत टाकून, बाई निघाल्या म्हणता?''

''हं! निघाल्या.'' आबा एवढंच म्हणाले आणि पुन्हा आपले डोळे त्या सावलीकडे लावून पडून राहिले. ते असं बघू लागले आणि लक्ष्मीबाईंच्या मनात चलबिचल सुरू झाली. अंगावरचा पदर आणखी लपेटून घेत त्या म्हणाल्या,

''त्या तिकडं दत्तक घेतील, पण लोकांचा दात मात्र आपल्यावर राहील. तुमचीच फूस आहे असं लोक म्हणतायत्....''

''लोक म्हणतात त्याला काय करणार?''

आणि धोक्याची सूचना द्यावी तशा त्या म्हणाल्या,

''कोणत्याही गोष्टीत, पाय उचलण्यापूर्वी एकदा सोडून दोनदा विचार करीत चला.''

नजर वळवून आबा तोंडाकडं बघू लागले आणि लक्ष्मीबाई बोलल्या, ''सकाळी सोनोपंतांकडं गेले होते. अजून चार सहा महिने गंडांतर आहे, असं ते म्हणाले...''

आबांनी बाहेर पाहिलं. नजर चौकांत गेली. सावली जोता चढून वर आली होती. सबंध चौक सावलीत बुडून गेला होता... वर केलेल्या एका गुडघ्याला दोन्ही हातांची मिठी घालून लक्ष्मीबाई बघत बसल्या होत्या.

लाकडाचे दोन ठोकळे अमोरासमोर बसून राहिले.

❐

५

गावाला कसला ठावठिकाणा लागू न देता पाटलीणबाई गाव सोडून निघून गेल्या, आणि एकाएकी मागं वावटळ उठल्यागत झाली. गाव वावटळीत सापडलं; आणि आता काय होईल अन् काय नाही याचा ठावच कुणाला लागेना झाला. भुईची पडून राहिलेली धूळ गगनाला जाऊन भिडली, पालापाचोळा उडत राहिला...

बाई निघून गेल्या. त्यांनी अवचित असं गाव सोडलं आणि आबांच्या पोटांत खड्डा पडला. डोळ्याची झोप उडाली. वाऱ्यानं पान हलावं, तसे ते झोपेतनं दचकून जागे होऊ लागले. कुणालातरी बरोबर घेतल्याशिवाय ते कुठे बाहेर पडेनात. दत्तू नायकाच्या जोडीला, येताळा महार घरात झोपायला येऊ लागला. एकाला दोघेजण वस्तीला येत होते. पण दिवस मावळून तिन्हीसांज झाली की शतपावली घातल्यागत आबा घरातल्या घरांत हिंडू लागत. कोणत्या वेळी काय घडेल हे काही सांगता येत नव्हतं. चारही बाजूंनी असं घेरल्यासरखं झालं होतं. गावात तट पडले होते. दुफळ्या माजल्या होत्या, हेवेदावे आणि भांडणं यांना ऊत आला होता. डोंगरातले फरारी राजरोस गावात मुक्कामाला येत होते. संगनमत चालू होतं. काही तरी शिजत होतं. कानावर अनेक बातम्या येत होत्या. काय चाललंय हे कळत होतं पण कळून त्याचा काही उपयोग नव्हता. तण माजलं होतं. पण त्याचा बीमोड करण्याची धमक कुणाजवळही नव्हती. टारफुला तरारून उगवला होता. पण तो कसा गाडावा, हे कळत नव्हतं. कुणाचाच आधार नसलेले आबा एकटे वावटळीत सापडले होते, अगदी एकाकी झाले होते....

दिवस मावळला. तिन्हीसांज झाली. कडुसं पडून अंधार पडला. आबा अंगावर एक ढाबळी पांघरून शतपावली घालत ओसरीवर फिरू लागले. दत्तू नाईक आणि येताळ महार यांची वाट बघत राहिले. डोळे दरवाज्याकडं आणि कान पावलांच्या आवाजाकडं लागून राहिले.

नेहमीची वेळ टळून गेली, आणि आबा फार अस्वस्थ होऊन गेले. दोघांनाही लौकर वस्तीवर येण्यासाठी त्यांनी ताकीद दिली होती. पण अजून दोघांपैकी एकाचाही पत्ता नव्हता. बाहेर कुणाची पावलं वाजली की आबा थबकून उभे राहात होते. दृष्टी दरवाज्याकडं वळत होती. गडद काळोख पडला तरी अजून कुणीच आलं

नव्हतं. आबा शतपावली घालत ओसरीवर सारखे फिरत राहिले होते. जीव कात्रीत सापडल्यासारखा झाला होता. मन कावरंबावरं होऊन गेलं होतं.

वर केलेल्या एका गुडघ्याला हाताची मिठी घालून लक्ष्मीबाई बाहेर ओसरीवर बसल्या होत्या. अवघडलेली मान भिंतीला टेकवून बाहेर दरवाज्याकडंच बघत राहिल्या होत्या.

''अजून कुणाचाच कसा पत्ता नाही!''

''एकदा खडसून ताकीद द्यावी.''

''आणखी कसली ताकीद द्यायची? हल्ली रोज बजावतो मी, त्यांना.''

एवढ्यात दार वाजल्याचा आवाज झाला. दोघांची दृष्टी बाहेर लागली. काठी टेकत येताळा महार आत आला. त्याला बघून जीव भांड्यात पडल्यासारखा झाला. आबांनी ढाबळीतला हात बाहेर काढला आणि हाताचं बोट त्याच्याकडं करत त्यांनी आवाज चढवून विचारलं,

''का रे एवढा उशीर?''

''जी.''

आबांनी पुन्हा दरडावलं,

''अरे, उशीर का केलास एवढा?''

न बोलता येताळा उभाच राहिला. मान खाली घालून आणि हातातल्या काठीला दाढवण लावून तो भुईकडं बघत राहिला. आणि आबा संतापले. येताळावर तोंड सोडत ते म्हणाले,

''लौकर येत चला म्हणून किती वेळा ताकीद दिली तुम्हाला? तुकडा खाल्ल्याबरोबर इथं येऊन पडायला काय होतं? इथं येऊन नुसतं पडायचंच असतं ना? कोण घाण्याला जुंपतं तुम्हाला?''

आबांचा पारा असा चढू लागला. अंग थरथरु लागलं. तशा लक्ष्मीबाई येताळाला म्हणाल्या,

''बाबा जरा लौकर येत चल. तिथं बसायचं ते इथं येऊन बसायचं.''

आबांनी तोंड आवरलं. आणि मुक्यानंच येरझारा घालू लागले. तसा येताळा खाली बसला. हनुवटी छातीला लावून आणि पायाचा तिडा घालून तो आपला गुमान बसून राहिला. मध्येच आबांनी विचारलं,

''अजून नाईक कसा आला नाही?''

मान वर करत येताळा बोलला,

''घरात जेवत बसला असंल.''

त्याच्या या सहज बोलण्यानं आबांचा संताप आला. अंगावर खेकसल्यागत करून ते म्हणाले,

''काय दोनचार तास लागतात काय रे जेवायला ? अजून का आला नाही, तर म्हणे, घरात जेवत बसला असेल!''

आबा पुन्हा येरझारा घालत राहिले. वस्तीला यायचं, तर रोज ह्यांना असा उशीर का होतो हे त्यांना कळत नव्हतं. ताकीद देऊनही ते वेळच लावत होते. रोज किती सांगायचं? आणि मनांत आलं- मुद्दाम वेळ तर लावत नसतील? काय सांगता येतं त्यांचं? कुणावर विश्वासच राहिला नव्हता. कुणाचं मन कसं आहे कुणास ठाऊक? त्याचा ठाव कुणाला लागत आहे? कुणाच्या मनात काय शिरता येतं?...आबांच्या मनात असं पाप आलं- शिरू नये ते मनात शिरलं. कली आत घुसला आणि थैमान घालू लागला. नको नको ते विचार सुरू झाले. बाहेर काळोख दाटला होता अन् जग सारं काळं दिसत होतं. सगळीकडेच अंधार पसरला...

भिंतीला टेकून बसलेल्या लक्ष्मीबाई मध्येच म्हणाल्या,

''आता असं उगीच किती फिराचयं? कंटाळा नाही का आला पायांना?''

आबा उभे राहिले. खरंच, पाय भरून आले होते. अंगात त्राण राहिलं नव्हतं आणि पायातलं बळ गेलं होतं. भिंतीच्या तक्क्याशी लागून ते खाली बसले. आणि येताळाकडं बघत म्हणाले,

''वेताळा,''

''जी.''

''का गप्प? एकतारी घे हातांत!''

आज्ञा झाली आणि पायात तिडा घालून बसलेला येताळा उठला. त्यानं बाजूची एकतारी हातात घेतली. येताळा आलकट पालकट घालून एकतारीचा भोपळा मांडीवर घेऊन बसला. डोळे मिटून, पाठ मागे भिंतीला टेकवून आणि एकदादोनदा गळ्यातल्या गळ्यातच खरखरल्यासारखं करून तो तार छेडू लागला आणि तोंडानं गुणगुणु लागला. नीट सूर लावला आणि 'गौळण' सुरू झाली. येताळाचं सारं अंग डोलू लागलं. आबाही बसल्याबसल्या डोळे मिटवून मान हलवू लागले. चित्त कुठंतरी एकरूप होऊन गेलं.

एकाएकी आबांची मान हालायची थांबली. डोळे उघडले. काठीचा आवाज जवळ आला.

''नाईक आला वाटतं?''

दत्तू नाईक आत आला आणि तो समोर येऊन उभा राहिला तसे आबा झपाट्याने म्हणाले,

''अरे, रोज काय बजावतोय मी तुम्हाला?''

आबांचा आवाज असा वर आढ्याला जाऊन भिडला. वरची कौलं हादरली आणि एकाएकी एकतारी बंद झाली. तोंडातली गौळण तोंडात ठेवून येताळाही मान

वर करून बसून राहिला आणि हनुवटीखाली काठी धरून नाईकही आला तसा उभा राहिला. भडकलेला राग आवरून आबा त्याच्याकडे बघत राहिले. रदबदली केल्यागत लक्ष्मीबाईच बोलल्या,

''बाबांनो, दिवस फार कठीण आलेत. कुणी नसलं म्हणजे जीव घाबरा होतो. जरा लौकर येत चला.''

काठीवर टेकलेलं दाढवण उचलून दत्तू एकदा खाकरला आणि दोन पावलं जवळ येऊन बोलला,

''घरातनं निघायचं तसं लौकर निघाल्तो.''

आबा त्याच्या तोंडाकडं बघत राहिले. सळईला टांगलेल्या कंदिलाचा उजेड त्याच्या तोंडावर पडला होता. कावऱ्याबावऱ्या दिसणाऱ्या त्याच्या तोंडाकडं बघत आबांनी विचारलं,

''घरातनं लौकर निघाला होता अन् मग उशीर कशानं झाला?''

दत्तू नाईक तारवटल्या डोळ्यांनीच बघत राहिला होता. त्यानं पुन्हा एकदा खाकरा काढला. एक हात वर करून कपाळावरचा घाम निरपला. आणि बोलायला म्हणून त्यानं तोंड उघडलं. शब्द आतल्याआतच घुटमळले. आणि तोंड उघडून तो नुसता बघतच राहिला. तो असा बघत राहिला आणि बसल्या जागी आबांचा थरकाप उडाला. नीट त्याच्या तोंडाकडं बघत त्यांनी विचारलं,

''काय दत्तू-!''

''कशाला दत्तू आणि काय!'' असं म्हणून तो खाली बघत राहिला. हातातल्या काठीवर एका हाताचा कोपर टेकवून गप्पच राहिला.

आबा कासावीस होऊन गेले. बसल्या जागी चुळबुळ करून म्हणाले,

''काय झालं बाबा, सांग घडाघडा.''

आणखी दोन पावलं जवळ सरकून दत्तू जोत्याला टेकून उभा राहिला. काय भानगड आहे कळेना. बसली जागा सोडून आबाही जरा पुढे सरकले. हळू आवाजात त्यांनी विचारले,

''काय झालं?''

तोंड उघडून नाईक म्हणाला,

''हिकडे याला म्हणून घरातनं निघालो.''

''आणि?''

''ना ध्यानी ना मनी, मी आपला खाली बघून या लागल्यालो. आमच्या घराच्या बोळातनं भाईर आलो-'' असं म्हणून नाईक तोंडाकडं बघू लागला. आबांची छाती धडधडू लागली. मध्येच थांब अशी हातानं खूण करून ते येताळाला म्हणाले,

''आता दार का उघडं ठेवलंय?''

''जी'' म्हणून येताळा उठला अन् आबा म्हणाले-

''आडणाही घाल.'' येताळा दाराकडे गेला आणि दार पुढं न करता थबकूनच उभा राहिला. सगळेच त्याच्याकडे बघत राहिले. येताळा मागं फिरला आणि जोत्याजवळ येऊन म्हणाला,

''कोन तरी भाईर हुबं ऱ्हायलंय जी!''

काळजाचं पाणीच झालं! दत्तू नाईकाचे पायही लटलटू हलू लागले. सगळेच एकमेकाकडे बघत राहिले. कुणाच्याच तोंडातनं शब्द उमटेना झाला. एवढ्यात पावलं जवळ आली. काठ्या वाजत आत आल्या.

आबांचं काळीज धडधडू लागलं. भुसभुशीत जागेत खोरं मारल्यागत त्यांच्या पोटता खड्डा पडला. लगबगीनं दत्तू बाजूला झाला. लांब जाऊन उभा राहिला. येताळाही मागच्या पायानं मागं सरकला. वाटेतल्या एकतारीवर पाय देऊन पलीकडं गेला. झुडुपात दडलेल्या सशागत अंगावरची ढाबळी तोंडाजवळ धरत आबा टुकुटुकु बघत राहिले.

दाजीबा गायकवाड आणि लोहाराचा बाळू हातातल्या काठ्या आपटतच आत आले. थेट जोत्याजवळ येऊन उभे राहिले. बाण रोखावा तशी नजर रोखून दाजीबा असा समोर येऊन उभा राहिला. आणि हातात कोंडून धरलेला श्वास तोंडानं सोडत आबांनी विचारलं,

''काय दाजीबा, का येणं केलंत?''

दाजीबानं एक खाकरा काढला; आणि तिथंच जोत्याजवळ थुक टाकून बोलला,

''आलोय सज!''

येडबडलेले आबा तोंडाकडं बघत राहिले. आणि पालथी मूठ मिशीवरनं फिरवत, हसल्यागत करून दाजीबानं विचारलं,

''येऊने काय तुमच्या घरला?''

आबा चुळबुळले. आणि अंगावरची ढाबळी सारत ते त्याच्या तोंडाकडंच बघत राहिले. दाजीबानं मान फिरवून आजूबाजूला नजर टाकली. येताळा अंधारात एका कोपऱ्यात उभा होता- एकतारी उभी करून ठेवावी, तसा न हालता उभा राहिला होता. दत्तू लांब दाराकडं सरकला होता. नजरानजर झाली अन् दाजीबानं विचारलं,

''काय असं हुबा ऱ्हायलायसा, धरुन आनल्यागत?''

वाचा गेल्यागत कुणीच कांहीच बोललं नाही. आणि मग हातातली काठी एकवार जोत्याच्या दगडाला बडवून त्यानंच विचारलं,

''काय पंत, या बसा म्हनायचा रिवाज न्हाई जनू?''

आबांना जरा बळ आलं. तोंडावर हसू आणून अन् ढाबळीतल्या ढाबळीतच हात पसरून ते म्हणाले,

''त्यात म्हणायचं आणखी काय दाजीबा? कुणा परक्याचं का घर आहे? आपलं मानून यायचं....''

''बरं ते सोडा,'' असं म्हणून एक हात तोंडाजवळ आणून त्यानं विचारलं,

''अंगावर ढाबळी का अशी कांबारलीया?''

''काही नाही... जरा कणकण.''

मग जोत्यावर ढुंगण टेकून दाजीबा सप्पय बसला आणि शेजारी उभ्या असलेल्या लोहाराच्या बाळूला म्हणाला,

''बाळ्या, हुबा का रेऽ? टेक ढुंगण''

गावात कुठं भेट झाली तर आदबीनं पायाखालची वाट सोडून मुजरा करणारा लोहाराचा बाळू न कचवचता जोत्यावर ढुंगण टेकून सप्पय बसला. त्यानं मान फिरवून आबांच्याकडं बघितलंसुद्धा नाही. असले 'पंत' त्याच्या खिजगणतीत नव्हते! एखाद्या तालेवारासारखा तो बसून राहिला. ढुंगण पंताकंडं, अन् तोंड दाजीबाकडं करून बसला आणि मग हातातली काठी खालच्या फरशीवर आपटत दाजीबानं विचारलं,

''हंऽ एकाला दोघं जण सनदी कशाला गोळा केल्यात, पंत?''

''येतात वस्तीला.''

''सोबतीला बोलिवतासा व्हय?'' असं विचारून दाजीबानं हातातली काठी वरच्या जोत्यावर आपटली आणि आबांचं अंग थरथर कापू लागलं. त्याच्या हातातल्या काठीचं टोक त्यांच्यापासून लांब नव्हतं. हात दोन हात अंतरावर तो काठी आपटत होता. आबा लटलट कापू लागले आणि अंगावरची ढाबळीसुद्धा हलू लागली. रोखून बघत दाजीबा एकवार हसला आणि म्हणाला,

''पंत, घाबरलायसा का हो असं?''

तोंड पसरून आबा बघत राहिले. आणि हातातली काठी बाजूला ठेवत तो म्हणाला,

''घाबरायचं काय कारान? कोण खातंय का गिळतंय तुम्हाला?'' असं विचारून तो म्हणाला,

''हे बघा पंत, फकस्त एक दोन गोष्टी इचाराया आलोय मी.''

''विचारा.''

''बाई तर गाव सोडून गेली?''

''गेल्या.''

''का गेली?''

आबा थोडके विचारात पडले. काय सांगावं असा प्रश्न पडला. आणि मान वर करून ते म्हणाले,

''आता कोण आहे त्यांचं इथं? आपल्या माणसात जाऊन पडावं म्हणून गेल्या.''

''आवो मग चोरागत न सांगता सवरताच का पळाली? भल्या पाटलाच उठून का गेली?''

आबा पुन्हा भोवऱ्यात अडकले- जीव गटांगळ्या खाऊ लागला आणि दाजीबाच म्हणाला,

''आवो पंत, तुमीबी सांगाय डरता व्हय? मी सांगतो, ऐका. गावात ऱ्हायचं भ्या वाटलं म्हून पळाली.''

''असेल, तसंही असेल.''

''एशेल अन् गोडेल काय म्हंता? तसच हाय! आहो, पर तिला एवढं भ्याचं काय कारन?''

कारण उघड होतं. पण ते तोंडानं बोलून दाखवता येत नव्हतं. काय बोलावं याचा आबांना पेच पडला. मान खाली करून ते बसून राहिले आणि दाजीबा म्हणाला,

''आवो, तिला भावाचं पोरगं दत्तक घ्याचं हाय, मग हितं ऱ्हानार कशी? काय, खरं का न्हाई ?''

''खरंच म्हणायचं.''

''अजून म्हनायचं आणि काय?'' असं विचारून दाजीबा म्हणाला,

गत्यंतरच नव्हतं. मान हालवून आबा म्हणाले,

''खरंच आहे.''

आणि भाडकन दाजीबा बोलला,

''काय खरं हाय! आमी मेलोय व्हय?''

तोंडावर नजर रोखून तो बघत राहिला. आणि मिशीवर हाताची मूठ फिरवत म्हणाला,

''गावानं काय काकनं भरल्यात काय कुळकर्नी? एवढं जवळचं भाऊबंद सोडून ही बया भावाचा पोरगा दत्तक घेतीया व्हय? आमी बरं घेऊ देऊ. त्या दत्तक पोराला घेऊन जलमभर तिकडंच ऱ्हानार असली, तर गोष्ट निराळी? काय?''

''तिकडं राहून कसं चालेल?''

''चाललं का?''

''छे, ते कसं?''

''कवातरी यालाच पायजे न्हवं?''

''आलंच पाहिजे.''

''आस्स! कसं बोल्ला?''

त्यानं अशी आबांची तारीफ केली आणि लगेच मान पुढं झुकवून सवाल केला,

''मग आता सांगा, तुमी बाईला काय फूस दिली?''

आबांनी आपले दोन्ही हात ढाबळीतनं बाहेर काढले आणि समोरच्या दिव्याकडं बोट करून ते म्हणाले,

''दाजीबा तुम्हाला खोटं वाटेल. पण, समोर दिवा आहे. एका शब्दानं मी काही सांगितलेलं नाही.''

''ऐक बाळ्याऽऽ.'' असं लोहाराला म्हणून दाजीबानं आबांना विचारलं,

''तुमची काय फूसबीस न्हाई म्हंता?''

''छे. छे. तसं काही नाही.''

''ऐक बाळ्या ऽऽ कसं हाय बोलनं!''

आता मात्र आबांना पेच पडला. त्यांनी कोणती फूस दिली नव्हती हे खरं होतं. पण दाजीबाला ते पटत नव्हतं. कसं सांगावं हे आबांनाही कळेना आणि दाजिबाच म्हणाला,

''काय सांगता पंत, तुमी? तुमच्या शब्दाभाईर हैत व्हय त्या? बर ते सोडा.'' असं म्हणून दाजीबानं एक डोळा बारीक केला, मान थोडी पुढं झुकवली आणि हळू आवाजात विचारलं,

''बाई भावाच्या पोराला दत्तक घेनार हाय, हे तर खरं का?''

टाळ्याला तंबीट चिटकल्यागत आबांची जीभ आतल्या आत चिकटून बसली अन् दाजीबाच आवाज चढवून बोलला,

''घुटमळू नका पंत, तुमी. काय खरं असंल ते सांगा की घडाघडा. खरं का खोटं?''

''असं ऐकतो.''

''बरं मग एक करतासा?''

''काय?''

छातीला एक हात लावून दाजीबा म्हणाला,

''जाऊन सांगा तिला. म्हनावं, आमी जिवावर उदारच झालोय!''

हात ढाबळीत घेऊन आबा गप बसून राहिले. पावसात भिजलेल्या बकऱ्यागत काकडू लागले. आणि हातात काठी घेऊन दाजीबा म्हणाला,

''पंत, तुमी बोल्ला, तर काम हुतंय. ह्यात मोडता घालाय पायजे बघा. तुमी सांगितल्यावर कुटवर ऐकत न्हाई ती बाई? ...काय बाळ्याऽऽ!''

तापलेल्या लोखंडावर घण घालावा तसा बाळू म्हणाला,

''तर ऐकायाच पायजे.''

''काय पंत, काय म्हंतोय बाळ्याऽ?''

आणि लगेच बाळ्या पुन्हा म्हणाला,

''पंतानी नुस्त मनावर घ्याय पायजे!''

आणि दाजीबा म्हणाला,

''ऐका पंत.''

पंत ऐकतच राहिले होते. भलती जोखीम त्यांच्या अंगावर आली होती. आणि एक डोळा बारीक करून दाजीबा म्हणाला,

''पंत, आजवर तुमी काय सल्ला दिला आन् काय संगनमत चालिवलंय ते सारं आमाला ठाव हाय! अजून चुकी सुधारा. आणि काय करता ते चार दिसांत माज्या कानावर घाला. न्हाईतर ह्यो दाजीबा, दाजीबा न्हवं!.. उट बाळ्या.'' असं म्हणून तो उठून उभा राहिला. बाळूही जागचा हलला आणि काठ्या आपटत दोघेही बाहेर पडले.

दार पुढं करून गडबडीनं नाईक जवळ येऊन म्हणाला, ''पंत, गल्लीत आणि दोनचौगजन कोनतरी हुबा होतं.''

तोंडाला खीळ बसल्यागत सगळेच गप्प बसून राहिले. लांब असलेल्या लक्ष्मीबाई पावलांचा आवाज न करता जवळ आल्या अन् त्याही खाली बसून गप्पच झाल्या. लांब एका कोपऱ्यात उभा राहिलेला येताळा, वाटेतल्या एकतारीला न ठेचाळता, कसला आवाज न करता, जोत्याला येऊन चिकटला. खाली बघूनच म्हणाला,

''जरा नरमाईनच बोल्ला ते बरं झालं जी. चांगल्या मनानं काय आला न्हवता बघा त्यो.''

दत्तू म्हणाला, ''असं का करता? गल्लीत चांगलं चौघजण हुबं हुतं न्हव? घोंगड्याच्या खोळी अंगावर घेतल्या हुत्या... हत्यारी मानसंच हुती तीऽऽ!''

यावर कुणाला काही बोलणं सुचल नाही. सगळेच एके जागी गोळा होऊन आले होते. पण सगळ्यांचीच तोंडं गेल्यागत झाली होती. मध्येच आबांना आठवण झाली आणि एक उसासा सोडून ते दत्तूला म्हणाले,

''तू काय सांगत होतास बाबा मघाशी?''

चिमणीएवढं तोंड करून दत्तू सांगू लागला,

''चार टोलं खाल्लं, पंत, आज मी!''

जोत्याला चिकटलेला येताळा गुडघ्यात पाय मोडल्यागत मटकन खाली बसला. दोन पायांवर खाली बसून तो वर बघू लागला. आबांच्याही अंगावर काटा उभा राहिला. एका हातानं गळ्याजवळ पदर धरून बसलेल्या लक्ष्मीबाई मान वर करून बघतच राहिल्या आणि हळू आवाजात दत्तू सांगू लागला,

''आमच्या घराच्या बोळातनं भाईर आलोका...? आणि आडिवलं बघा चौघापांजजणानी! एकानं ढोसललं, आणि केरूनानानं मुंडीच धरली हो! का हो,

म्हंतोय तर दोन मुस्काडीत लगावल्या बघा... काय बोलाय तरी येतय? दांडगाव्याम्होरं काय चालनार? आणि रङ्याला धरून वडतच न्हेलं बगा! समडोळ्यांच्या घरापुढं न्हेऊन मला खाली बशिवलं... धरूनच बसलं हो, आणि इचारू लागलं,- काय बोलणार मी तरी? गेलू का येडबडून! पार येडबडलो आन् तोंडाकडं बघत ऱ्हायलो; तर बघा असा लांब बसलेला केरूनाना उटला ते अंगावर धावून आला. आन् बगाऽऽ पकाका लाता घालून म्हणाला, ''राच्चं वस्तीला जातोस. तुला काय काय कळलंय सांग.'' आणि असं सांगून त्यानं विचारलं,

''आता काय सांगनार हो पंत मी?''

पंत तरी काय सांगणार त्याला? तेहि नुसते तोंडाकडे बघत राहिले. आणि एक उसासा टाकून दत्तू म्हणाला,

''अजून बी धाप लागल्यागत झालीया बगा! खूनच करत्यात काय की, असं वाटलं. पोटातच भ्या पडलं आणि इच्चारतील तसं व्हय म्हनत गेलो... काय करतोय तर मग?''

काळजीच्या स्वरात आबांनी विचारलं,

''आम्ही बाईला काही फूस दिली म्हणून सांगितलंस काय तू?''

थोडं घुटमळल्यागत करून तो म्हणाला,

''तसं कशाला बोलू?''

आबा डोळ्याला डोळा लावून बघत राहिले. मनाला चटका लागल्यागत झाला होता. त्यांनी ह्याला काय काय विचारलं आणि ह्यानं काय सांगितलं याचा अंदाज काही करता येत नव्हता. ते नुसते त्याच्या डोळ्याकडे टक लावून बघत राहिले. दत्तू म्हणाला,

''पंत, काय मज्जा राह्यली न्हाई गावात.'' असं म्हणून तो सांगू लागला,

''छौ म्हटलं की वौ करून अंगावर यायला लई कुत्री सोकावल्यात! बायली ते सुताराचं राम्या- ते किडमिडं हो, त्येनं माज्या हातातली काठी हिसकावून घ्यावी? त्याच्या अंगात एवढा जोर कुटला आला असंल, बघा की!'' आणि जरा थांबल्यासारखं करून तो म्हणाला,

''अशी मानसं तराकल्यागत करु लागली, कुनालाबी उठून जर ठोकू लागली तर कसं व्हायचं अन् काय म्हनायचं हे?''

दोन पायावर बसलेला येताळा कराकरा मांडी खांजळत म्हणाला, ''म्हारुडाबी सगळा उसाळलाय जी! बाईनं, भाऊबंदातल्याच कुनाला तरी दत्तक घ्याय पायजे म्हनत्यात.'' आणि असं म्हणून तो कचवचत बोलला, ''हितं वस्तीवर याचं म्हनजे सुदिक लई जिवावर आलंय म्हननासा...''

एवढ्यात बाहेरचं दार वाजलं. चांगली थाप पडली आणि काळजाला धसच

लागला. सगळेच माना वळवून दाराकडं बघत राहिले.

आणखी दार वाजलं आणि अंगाचा थरकाप उडाला. सगळे एकमेकाच्या तोंडाकडं बघत राहिले. बुडणाऱ्या नावेत सगळ्यांनी एके जागी गोळा व्हावं आणि एकमेकांकडं बघावं तशी अवस्था झाली. आणि बाहेरनं आवाज आला-

''दार उघडा. मी उद्धवनाना.''

उद्धवनानांचा आवाज ऐकून जीव भांड्यात पडला. फासात अडकलेली मान मोकळी झाली आणि दत्तू दार उघडायला पुढं झाला.

उद्धवनाना आत आले. आल्या आल्या सळईला टांगलेल्या कंदिलाकडं बोट करून म्हणाले,

''नुसती वात जळतेय. तेल नाही वहिनी त्यात.''

सगळ्यांचाच नजरा कंदिलाकडं वळल्या. खरंच वात जळत होती, आणि जळणाऱ्या वातीचा वासही जाणवत हाता. लगबगीनं लक्ष्मीबाई उठल्या. त्यांनी आतली एक चिमणी आणून बाहेर ठेवली आणि कंदील घेऊन पुन्हा आत गेल्या. कंदिलात तेल घालायचं त्यांना सुचलं नाही. जीव बाहेर अडकला होता. एवढी रात्र करून उद्धवनाना का आले, याचं कोडं पडलं होतं. तेल घालत न बसता कंदिलाची वात विझवून त्या मोकळ्या झाल्या आणि विझलेला कंदील तसाच आत ठेवून त्या परत ओसरीवर आल्या.

आबाही गप्प बसून होते. उद्धवनाना जोता चढून वर आले. तसे आबा बसल्या बसल्या मागं सरकले आणि तक्क्याला पाठ लावून गप्प झाले. असं अपरात्री अवचित का येणं केलं, हे विचारण्याचा त्यांना धीर झाला नाही. कुणीच काही बोलत नव्हतं. गार वारा चौकातनं आत येत होता. आणि आडोशाला ठेवलेल्या चिमणीची ज्योतही थरथरत होती. तशा लक्ष्मीबाई पुन्हा आत गेल्या. खुंटीला टांगून ठेवलेला कंदील त्यांनी हातात घेतला. आतल्या दारातनं बाहेर बघतच त्यांनी त्याचं टोपण काढलं. अंधारातच अंदाजानं त्यांनी त्यात तेल भरलं. आणि लावलेला कंदील घेऊन त्या पुन्हा बाहेर आल्या. त्यांच्या हातातल्या कंदिलाकडं बघत उद्धवनाना म्हणाले,

''वहिनी, जरा वात कमी करा.''

त्यांनी वात कमी केली आणि हातातला कंदील सळईला टांगून त्या खाली बसल्या उद्धवनानांच्या तोंडाकडं टक लावून पहात राहिल्या.

उद्धवनानांनी नजर वळवून आबांच्याकडं बघितलं आणि तोंडातल्या तोंडात पुटपुटल्यागत ते म्हणाले, ''मघापासून दोनदा येऊन गेलो. गायकवाड बसला होता म्हणून आत आलो नाही.''

आबांनी विचारलं,

''काही विशेष?''

''तसं काही नाही, पण आपलं सावध करावं म्हणून आलो होतो.'' एवढं बोलून उद्धवनाना थोडकं थांबले आणि भुईची सतरंजी चिमटीत धरत म्हणाले, ''बाईला सल्लामसलत देण्याच्या भानगडीत कशाला पडता तुम्ही?''

''कोन पडतोय त्या भानगडीत?'' असं म्हणून आबा त्यांच्या तोंडाकडं बघत राहिले आणि उद्धवनाना म्हणाले,

''असं लोक बोलतात, ते सांगितलं. आणि खरं बोलू आबा?''

''बोल की.''

थोडं चुळबुळल्यासारखं करून उद्धवनानांनी सांगितलं,

''तुमचा चुलत भाऊ, लखूच काड्या घालत फिरतोय. दाजीबा गायकवाडला त्यानंच हुलीवर घातलंय.''

लक्ष्मीबाई बोलल्या,

''त्याला कुळकर्णीपदाची हाव सुटली असेल ना!''

आबा म्हणाले,

''अरे कुणाला हौस आलीय इथं कामाची! तो तयार आहे का हे गळ्यात घ्यायला?''

''तो कसा तयार होईल?''

''मग?''

''मग तुम्ही काय ते ओळखा.''

आबा संतापून म्हणाले,

''अरेऽऽ पण एवढ्या आतल्या अंगानं माझा काटा काढायला, मी काय याचं मांजर मारलंय?''

''भाऊबंद आहात ना तुम्ही? मग मांजर आणि घोडं कशाला मारायला हवं?''

आबा खिन्न मनानं बसूनच राहिले. एकेक नवीन ऐकू येत होतं. अजून काय काय ऐकायचंय आणि काय काय बघायचंय हे कळत नव्हतं. ही कोडी काही उलगडत नव्हती! कशाचाच काही अंत लागत नव्हता. ठाव तरी कशाला घ्यायचा आणि विचार तरी कोणत्या गोष्टींचा करायचा? काही विचारच चालत नव्हता. सगळंच अगम्य वाटत होतं. पुढील संकटाची चाहूल कळत होती. आणि त्याला तोंड देण्याची ताकद हळूहळू नाहीशी होत असल्याची जाणीव तेवढी मनाला होत होती. आबांचा चेहरा काळजीनं आत ओढला होता. मन उदास झालं होतं. हात पसरून वर बघत ते म्हणाले,

''उद्धवनाना, आपली वेळच फिरली... आले देवाजीच्या मना, तिथे कोणाचे चालेना...''

थोडा वेळ कुणीच काही बोललं नाही. अन् मग एकाएकी उद्धवनानांनी विचारलं,

''परवा कृष्णा खोताला तुम्ही काय सल्ला दिला?''

''कसला सल्ला?''

''शंकर देसाईवर चॅप्टर केस भर असं तुम्ही सांगितलं म्हणे.''

''कुणी सांगितलं तुम्हाला?''

''शंकर देसाईच असं म्हणत होता.''

''मग काय बोलायचं!'' असं म्हणून आपल्या दोन्ही गालांना हात लावून आबा गप्पच बसले. मान मागे तक्क्याला टेकवली, आणि डोळे झाकून ते स्वस्थ बसून राहिले. काही बोलणंच नकोसं झालं. आबा असे डोळे झाकून आणि मान मागं रेलून बसून राहिले. तसं उद्धवनानांचं बोलणंही खुंटलं. तेही मान खाली घालून भुईच्या सतरंजीकडे नजर लावून गप्प झाले आणि आबाच पुटपुटले,

''उद्धवनाना, त्या शिवा कुंभारासारखी माझी अवस्था झालीय!''

''शिवा कुंभारासारखी म्हणजे?''

''त्याला वेड लागलेलं माहीत नाही तुम्हाला?''

''शिवा कुंभाराला?'' असं विचारून उद्धवनाना आश्चर्यानं त्यांच्याकडं पाहात राहिले. आणि आबा मान पुढं झुकवून सांगू लागले,

''अहो, खिंडीत लुटमार झाली ना त्यांची, तेव्हापासून त्या पोराला वेड लागलंय.''

उद्धवनाना हसून म्हणाले,

''आबा, शिवाला वेड लागलेलं नाही. त्याच्या म्हाताऱ्याच्या डोक्यावर परिणाम झालाय.''

हे ऐकून आबा नानांच्या तोंडाकडंच पाहात राहिले. त्यांना कशाचाच काही अर्थबोध होईनासा झाला. ही गोष्ट ते नवीन ऐकत होते. आणि ऐकावं ते नवल वाटत होतं. त्यांच्याच डोक्यांत भ्रम निर्माण झाला होता. त्यांना गरगरल्यासारखं झालं आणि डोकंच भिरमिटून गेलं. नुसते डोळे उघडे ठेवून ते बसून राहिले आणि उद्धवनाना म्हणाले,

''असं बघताय काय आबा? खरंच म्हाताऱ्यावर परिणाम झालाय. ज्यालात्याला हातात काठी घेऊन तो मारत सुटलाय म्हणे!''

''असेल बाबा....'' असं म्हणून आबांनी मान हालवली.

आणि विषय बदलत उद्धवनाना म्हणाले,

''कानावर काही वेगळंच ऐकायला येतंय. तुम्ही जरा जपून असावं. आमची आपली एक सूचना....''

उद्धवनाना असं तुटक बोलले आणि आबा कावरेबावरे झाले. लक्ष्मीबाई चपापल्या. थोडं पुढं सरकून त्यांनी विचारलं,

''हे मोघम बोलणं कसलं, भाऊजी? जे असेल ते उघड बोला ना.''

''उघड आणखी कसलं?'' असं म्हणून उद्धवनाना म्हणाले, ''दत्तक प्रकरण शिजतयं ना? बाई आपल्या भावाला मुलगा दत्तक घेणार आहेत आणि आबांनीच त्यांना तसा सल्ला दिला आहे- असा सगळ्यांचा समज झालाय. केरूनाना तर म्हणतोय- हा सारा बामनाचा कावा!''

आबांना संताप आला. त्यांनी रागानं विचारलं,

''असाच जर समज झालाय तर मग काय करावं, म्हणता?''

त्यांच्या या प्रश्नावर विचार केल्यासारखा करून उद्धवनानांनी सांगितलं,

''मला वाटतं, एक वर्ष सहा महिने हे गाव सोडून तुम्ही कुठं तरी निघून जावं हे चांगलं.''

''पोरंबाळं, हा संसार, हे सारं घेऊन जाऊ?''

''नको जायला?''

आबांनी विचारलं.

''आणि काय खाऊ बाहेर जाऊन?''

''असं कातावू नका आबा. मी काय म्हणतोय याचा विचार करा. ऐका माझं.''

''बोला.'' आबा असं रागानं म्हणाले, पण उद्धवनाना अगदी शांतपणानं त्यांना सांगू लागले,

''काही काळ गाव सोडल्यानं, काही बिघडत नाही. आणि बाहेर जाऊन काय खाऊ, हा प्रश्नही नाही. अनेक पै-पाहुणे आहेत. कुठं तरी एक वर्ष सहा महिने तळ ठोकायचा. जमिनी आहेत त्या खंडानं लावायच्या... विचार करा. दिवस कसे आलेत ते पाहा आणि काय करायचं ते तुमचं तुम्ही ठरवा.''

आबा विचार करीत राहिले. उद्धवनानांनी सुचवलेला मार्ग पसंत नसला तरी त्याचा विचार करणं भाग होतं. काळ बदलला होता. जुने दिवस जाऊन नवे दिवस आले होते. असे दिवस त्यांनी कधी डोळ्यांनी पाहिले नव्हते! माणसं बदलली होती. मांजरंसुद्धा वाघ होऊन गावातनं फिरत होती. काळ फार कठीण आला होता. जगणं कठीण झालं होतं. आणि पुढं काय होईल हेही सांगता येत नव्हतं. अशा या गावाबरोबर कसं नांदायचं हा प्रश्न होता. आबा विचार करीत राहिले. आणि उद्धवनाना त्यांच्या कानाशी लागून म्हणाले,

''आबा, दिवस फार कठीण आलेत! आज ह्या घटकेला गावात किमान दहापाच फरारी असतील. स्वत: डोळ्यांनी बघितलंय!'' असं म्हणून उद्धवनाना थांबले आणि आबांनी विचारलं,

''काय?''

''लोणाऱ्याची तानू? ... तिच्या घरात पिऱ्या धनगराचा रोज रात्री मुक्काम

असतोय? खलबतं चालू आहेत. अहो आता भय राहिलंय कुठं गावाला? केरूनानांच्या मळ्यातही चार मांग गारुडी मुक्कामला असतात म्हणे! नागू पैलवानाला त्यानं जवळ केलय. कधी काय घडेल, सांगता येतंय? त्यात तुमच्यावर सगळ्यांचा दात आहे...''

एवढ्यात स्प्रिंग निसटल्यासारखा गुर्रर्कन् आवाज झाला आणि भिंतीवरच्या घड्याळात बाराचे ठोके पडले. रात्रीचे बारा वाजले आणि उद्धवनाना उठून उभे राहात म्हणाले,

''बरंय, येतो मी. लौकर विचार करा अन् ठरवा काय ते.'' असं म्हणून उद्धवनाना निघून गेले.

दत्तू नाइकानं पुढं होऊन दार झाकलं. आडणा घातला आणि पुन्हा जोत्याजवळ येऊन तो उभा राहिला. उठावं अन् गप पडावं असं कुणालाच वाटेना. एकाएकी जोराचा वारा आला. झोका दिल्यागत सळईचा कंदील हलू लागला. भक्ककन् एकदा दिवा गेला अन् पुन्हा परत आला.

''चला, पडा चला आता.'' असं म्हणून आबा उठले.

...गादीवर पडल्यापडल्या आबा विचार करीत होते. कूस बदलून लक्ष्मीबाईंकडं बघत ते म्हणाले,

''बरं का... काहीतरी डाव दिसतोय?''

''कसला?''

''आमच्या पोटात अशी भीती घालून, गावातनं हाकलून द्यायचा विचार असावा. एकदा आम्ही गाव सोडलं म्हणजे आमची रानं बळकवायला मोकळा झाला? आधीच आहेत ते कर्दे का थोडे फितवलेत यानं?''

''तरीच सल्ला द्यायला आला होता!''

''दुसऱ्याच्या सरणावर पोळी भाजून घ्यायचा बेत रचताहेत! आम्हाला कळत नाही? वीस वर्षे गावचं कुलकर्ण केलंय म्हणाव!....''

''असं म्हणता?''

विचारांचं भुयार सुरू झालं आणि वर आढ्याला टांगलेल्या आपल्या भविष्याकडं बघत ते पडून राहिले.

❐

६

पिंपळावरची वाघळं फडफडू लागली. पानांची सळसळ ऐकू येऊ लागली. गार वारा जोरानं वाहू लागला. आणि लक्ष्मीबाईना जाग आली. त्यांनी डोळे उघडले. अजून अंधार कमी झाला नव्हता म्हणून पुन्हा डोळे झाकून त्या तशाच पडून राहिल्या. थोडा वेळ गेला. आणि जात्याची घरघर कानावर येऊ लागली. आसपासच्या घरांतून जाती फिरत होती. बायकांनी दळण घातलं होतं. मिटलेले डोळे त्यांनी पुन्हा उघडले आणि आबांना विचारलं-

''का, लौकर जाग आली?''

लक्ष्मीबाई आपल्या विचारात दंग झाल्या होत्या. त्यांनीच आबांना विचारलं,

''देव कोणत्या दिवशी बसणार?''

''येत्या सोमवारी.''

''म्हणजे चार दिवसांवर दसरा आला?''

दचकल्यासारख्या लक्ष्मीबाई तोंडाकडंच पाहत राहिल्या... वर्षाचा सण-दसऱ्यासारखा दसरा! देव बसणार. नऊ दिवस नवरात्र. शिलंगण. सोनं लुटायचं. या नऊ दिवसांत कुणाला दानधर्म करायचा नाही. भिकाऱ्याला वाढायचं नाही देव बसले म्हणजे भुतांचा वावर सुरू होतो ना! भुतं मोकळी सुटतात... एवढा मोठा सण आज उद्या इतक्यात येऊ घातला होता. पण त्यांच्या तो ध्यानीमनीच नव्हता. अवचित आठवण झाली. आणि सहज विचारलं म्हणून कळलं. लक्ष्मीबाईंनी विचारलं,

''यंदा नवरात्र बसणार?''

''बसणार म्हणजे?''

''यंदा मी बसावं म्हणते.''

''का?''

''तुम्हाला उपासतापास आता कुठं सोसतायत? खजुरीची एक बी तोंडात घातली तर दातात कळा येता तुमच्या! मग कसे काढणार नऊ दिवस?''

''तसेच काढायचे. उपास कशाला म्हटलाय मग तो?''

एकाएकी आबांना आठवण होऊन त्यांनी विचारलं,

''आजून टपाल कसं आलं नाही बरं?''

''कुठलं टपाल?''

''बाईंचं.''

''त्या खुशाल जाऊन बसल्यायत भावाकडं, कशाला धाडतील टपाल?''

आबा म्हणाले,

''लौकर आलं नाही तर बरंच होईल.''

''का?''

''म्हणजे दसरा तरी एवढा सुखरुप पार पडेल! या नऊ दिवसांत कुठं बाहेर जायला नको.''

लक्ष्मीबाईंनी विचारलं,

''त्यांच्या टपालाचा अन् दसऱ्याचा काय संबंध?''

आबा जरा गोंधळले. बाईंच्या ज्या टपालाची त्यांना काळजी लागली होती, ते दुसऱ्या कुणाला माहीत नव्हतं. अजून लक्ष्मीबाईंनाही ते बोलले नव्हते. सगळ्या गोष्टी मनात ठेवायची त्यांना सवयच जडली होती. अनुभवानंच हे शहाणपण त्यांनी मिळवलं होतं. मनातली गोष्ट एकदा तोंडातनं बाहेर पडली की तिच्यावर आपला ताबा नसतो. दत्तक विधान कोल्हापूरला होणार होतं. आणि बाईंचं टपाल आलं की त्यांना जाणं भाग होतं. बाईंनी त्यांना बजावलं होतं. आणि तेही हो म्हणाले होते. ही गोष्ट आजवर त्यांनी आपल्या मनातच ठेवून दिली होती. पण नकळत टपालाचा आणि जाण्याचा संबंध त्यांच्या तोंडून बाहेर पडला होता. नवरात्रात गाव सोडून कुठं जायचं नस्तं. याची आठवण होऊन ते तसे बोलून गेले होते. पण, 'टपालाचा अन् दसऱ्याचा काय संबंध' असं लक्ष्मीबाईंनी विचारताच ते गोंधळले. मनात चलबिचल झाली. आणि डोळे भिंतीतल्या झरोक्यातून बाहेर बघू लागले. आभाळ ढगाळून आलं होतं. आणि पावसाची झिमझिम सुरू झाली होती. विषय बदलत आबा म्हणाले,

''पाऊस पडतोय वाटतं?''

झरोक्यातून बाहेर बघत लक्ष्मीबाई म्हणाल्या,

''वाती भिजवायला, पाऊस आता येणारच की.''

''मध्ये फार ओढ दिली होती. चांगला पाऊस झाला, तर बरं होईल.''

पण एवढ्यातच झिमझिम थांबली. नुसताच पिंजलेला कापूस आभाळात तरंगत राहिला. पोकळ ढगांकडं बघत आबा बोलले,

''मेघराजा यंदा काय करतोय काही कळत नाही!''

लक्ष्मीबाई म्हणाल्या,

''लोकांची नीति कुठं सरळ आहे? कशाला पडेल पाऊस?''

''उद्या शुक्रवार. ना?''

''हो. उद्या शुक्रवार. का?''

''काही नाही... सहज विचारलं,'' आबा जरासे चलबिचल झाले आणि अंदाज घेत लक्ष्मीबाईंनीच विचारलं, ''टपालाचीच तुम्हाला काळजी लागलीय... हो ना?''

त्यांच्या मनातली काळजी त्यांनी बरोबर बोलून दाखवली आणि आबा चपापले. पण त्याचा सुगावा लागू नये म्हणून वरकरणी हसून ते म्हणाले,

''टपालाची काळजी कशाला करू?''

''मग वाराची चौकशी कशाला केलीत?''

''मला वाटलं उद्या शनवार.''

''एवढ्या काळजीनं शनवार करायला जिवाला तरी कुठं शांतता मिळतेय तुमच्या?''

कूस बदलून आबा म्हणाले,

''डोळे झाका. लागला तर एक डुलका लागू द्या.''

- आता कसला डुलका लागणार? झोप उडाली होती. वाघळं फडफडत होती. पानांची सळसळ ऐकू येत होती. आसपासच्या घरांतून जाती फिरत होती. त्यांचाही आवाज कानांवर येत होता. कान बाहेर लागले. परसातल्या कुंसवावर कावळे काव काव करीत होते. चिमण्या, साळुंक्या जाग्या झाल्या होत्या. दिवसाचा गोंडा फुटला होता, नजीकच्या शेरीमळ्यातली मोटं कुंई कुंई वाजत होती. कोंबडा केव्हापासून बांग देत होता. आवाजाची दुनिया जागी झाली होती. माणसाचाच तिकडं कान नव्हता. तऱ्हेतऱ्हेचे अनेक आवाज कानांवर येत होते. पक्षी बोलत होते. वारा शीळ घालत होता. पानं सळसळत होती. मोटेच चाक उंच स्वरात गात होतं. बैलांच्या गळ्यांतले चाळ निनादत होते. आणि मधून मधून एका पायावर उभा राहून कोंबडा बांग देत होता. गुरवानं तोंडाला शिंग लावून तुतूऽ तूतूऽ करावं असं ओरडून सांगत होता- 'उठा, सकळ जनहो, उठा. प्रभात झाली.' डुलका लागेना तशा लक्ष्मीबाई उठून बसल्या. आबांनी विचारलं,

''का लौकर उठलात?''

लक्ष्मीबाई म्हणाल्या,

''आज शुक्रवार ना?''

त्यांच्या या बोलण्याचा आबांना काही अर्थबोध झाला नाही. ते अधिक चपापले. आणि स्वत:शीच पुटपुटावं तसे म्हणाले,

''होय. आज शुक्रवार.''

''मग काम लौकर आवरायला नकोत?''

आबा तोंडाकडंच पाहात राहिले आणि टाकलेलं कोडं उलगडत लक्ष्मीबाई म्हणाल्या,

''आज शुक्रवार. शिरकाईची ओटी भरावी म्हणते. परवा माझ्या स्वप्नात

येऊन सांगितलंय ना तिनं!'' असं म्हणत त्या उठल्या आणि स्वयंपाकघरात जाऊन कामाला लागल्या.

आबांची झोपही उडाली. अंथरुणावर पडवेना. ते उठून बसले आणि झरोक्याकडे तोंड करून उगवतीकडं पाहात राहिले. दिवसाचा गोंडा फुटला होता. फटफटलेलं आभाळ तांबडं दिसत होतं. त्या आभाळाकडंच त्यांची दृष्टी लागून राहिली. तांबड्या समुद्रात विलीन होऊन गेली. भव्य, विराट, अथांग समुद्र! कसल्यातरी अबोध, अगाधाची जाणीव झाली. ब्रह्मानंदी टाळी लागली. चित्त एकरूप झालं. तांबडा समुद्र हेलावत होता. लाटा उसळत होत्या. आभाळ गेलं आणि नुसता रंग राहिला. तांबडा रंग! रंगाच्या लाटा. लाट येऊन धडकू लागली. जवळ येऊन फुटू लागली. हात जोडून बसलेले आबा त्यातलाच एक ठिपका होऊन गेले. अथांगात दंग झाले. आणि तोंडातून भूपाही बाहेर येऊ लागली.

खाली ओसरीवर आलेल्या लक्ष्मीबाई थबकल्या. वरून येणारे मंजुळ स्वर कानात साठवत उभ्या राहिल्या.... किती गोड आवाज! किती मंजुळ! असा गळा कधी खुलला नव्हता... भान हरपून त्या उभ्याच राहिल्या.

भूपाळी झाली. आणि उगवतीकडे तोंड करून आबा बसूनच राहिले. ध्यानमग्न अवस्थेत ते असे बसून राहिले आणि मंजुळ आवाज बाहेरून आत येऊ लागला. कान लुब्ध होऊन गेले... किती गोड आवाज! किती मंजुळ स्वर!... वीस वर्षांपूर्वीची शेलाटी काया अवचित् डोळ्यांपुढं उभी राहिली. लाजरी, बावरी. काकडीसारखी कोवळी. तीट नाही लावली, तर दृष्ट लागावी अशी! आबा पाहातच राहिले. घट्ट पदर खोचून ती सडा शिंपडत होती... आबांचं सारं अंग शहारून गेलं. आबा भानावर आले आणि गडबडीनं उठून उभे राहिले. खालचा चौक डोळ्यांपुढं आला. वृंदावनातली तुळस दिसली. गतसालच्या हिरव्या बांगड्या अजून तिच्या हातात होत्या. आणि आपली सूनच सडा शिंपडत आहे असा उगीचच त्यांना भास झाला! डोळ्यावर पडदा आला होता आणि स्वप्नसृष्टीचा पडदा वर सरकला होता. पायाच्या चवड्यावर बसून सून तुळशीवृंदापुढं रांगोळी काढत होती. डोळ्यांना रंगीबेरंगी नक्षी दिसू लागली...

सडा शिंपून झाला आणि मान वळवून लक्ष्मीबाई म्हणाल्या,

''अजून केशव नाही उठला?''

आबा थोडंक हसले, नि डोळे मिचकावून म्हणाले,

''झोपू द्या. उठेल सावकाश!''

''झोपू द्या काय! उठवा मुलांना, पुन्हा गडबड नको त्यांची.''

डोळ्यापुढची रांगोळी विस्कटली. जरतारी पैठणीतली वेलबुट्टी उसवली गेली. आणि कोंबड्यानं बांग द्यावी तशी मान वळवून त्यांनी पल्लेदार आवाजात हाक मारली,

''केशव, अरे केशऽव. उठारे बाळानो! आज शाळा नाही का तुम्हाला?'' हाका मारतच ते आत गेले.

सकाळ सुरू झाली. गुरुवार जाऊन शुक्रवार उजाडला आणि माणसं रस्त्यानं जा-ये करू लागली. दिवसाचे बेत आणि औताची जोडणी यांना आरंभ झाला. रस्त्यानं जाणाऱ्या-येणाऱ्यांचा आवाज कानावर येऊ लागला. दिवसाची हालचाल सुरू झाली आणि पंत चावडीवर न जाता तक्क्याला पाठ लावून घरातच बसून राहिले. दर मंगळवारी आणि शुक्रवारी टपाल घेऊन येणाऱ्या रनरची त्यांच्या मनानं धास्ती घेतली होती. ते सकाळपासूनच वाट बघत राहात. गुरुवार जाऊन शुक्रवार लागला. आणि जीव कात्रीत सापडला. काळजी लागून राहिली. मध्ये फक्त शनिवार अन् रविवार दोनच दिवस होते. सोमवारी देव बसणार! दसरा पार पडतो की नाही याची मनाला शंका वाटू लागली. न जाणो, आजच टपाल आलं तर काय करायचं? काही सुचत नव्हतं. टपालाची तलवार, मानेवर लटकत होती. ती केव्हा धाडकन खाली कोसळेल याचा काही नेम नव्हता. तक्क्याला पाठ लावून आबा सुन्न मनानं बसून होते. या कशाचीच काळजी लक्ष्मीबाईंना नव्हती. त्या आत तापद्याला लागल्या होत्या. आज शिराकाईची ओटी भरायची होती. त्या आपल्या कामात मग्न होऊन गेल्या होत्या. मुलंही शाळेला निघून गेली होती. वस्तीचे सनदीही घरी गेले होते. दुसरं कुणीच घरात वावरताना दिसत नव्हतं. सबंध ओसरी ओस पडल्यासारखी झाली होती. चौक रिकामा होता. त्या ऐसपैस, लांबलचक ओसरीवर, टपालाची वाट बघत, एकटा जीव तेवढा बसून राहिला होता. सकाळ सरत नव्हती. दुपार होत नव्हती. दिवस जाता जात नव्हता. अजगराच्या मिठीत सापडल्यासारखं झालं होतं. अंगाला वळसे देऊन दिवस सुस्त पडून राहिला होता. काय करावं, कळत नव्हतं. वेळच जात नव्हता.

आबांनी अंगाला आळोखेपिळोखे दिले. एका हातानं भुई धरून कंबर मोडली. मग दुसरा हात भुईला टेकला. हाडं काड्काड् वाजली. जड झालेलं अंग मोकळं झालं. आबा पुन्हा तक्क्याला पाठ लावून बसून राहिले. डोळ्यापुढं पुन्हा प्रश्न उभा राहिला- आज टपाल आलं तर काय करायचं? नजर भिरभिरत राहिली. चिमण्या जोत्यावर येऊन नाचू लागल्या. डोक्यावरच्या तुळईवर बसून किलबिलू लागल्या. त्या भोसड्यांना काही उद्योग नव्हता! त्यांनी घर सारं डोक्यावर घेतलं होतं. त्यांचे पायच एके जागी ठरत नव्हते. सारख्या इकडून तिकडं अन् तिकडून इकडं पळून खेळू लागल्या. त्यांच्या चिवचिवाटानं डोकं उठलं होतं. सारखा कलकलाट सुरू होता. आबा बघत राहिले अन् त्यांच्या पाठशिवणीच्या खेळात थोडा वेळ तेही दंग

होऊन गेले. पण त्यातही मन रमेना. कुठं तरी दृष्टी स्थिर ठेवून ते बघत राहिले आणि पाकाडाला टांगलेलं शिंकं हालतांना दिसू लागलं. आबांचं तिकडं लक्ष गेलं. ते चटकन् जागचे उठले. पायाच्या बिजागरी कुरकुरल्या. जरा हुरूप आल्यासारखा झाला. बसून कंटाळा आला होता. अंग अवघडल्यासारखं झालं होतं. ते उठले आणि तुरुतुरु चालत हालणाऱ्या त्या शिंक्याकडं गेले. मान पुढं करून त्यांनी शिंकल्यातल्या झाकणीकडं पाहिलं. झाकणी रिकामी होती. त्यात पाणी नव्हतं. आबा तसेच आत गेले. पाण्याचं एक भांडं घेऊन बाहेर आले. त्यांनी झांकणीत पाणी ओतलं. झाकणी पाण्यानं भरली अन् आबा बाजूला झाले. चिमण्या शिंक्यावर झेप घेऊ लागल्या. चोचीनं पाणी पिऊन उडून जाऊ लागल्या. कलकलाट कमी झाला. त्या दिसेनाशा झाल्या आणि आबा पुन्हा तक्क्याला पाठ लावून एकटेच बसून राहिले. चिमण्यांचीही सोबत गेली आणि काय करावं कळेना झालं. सकाळ सरकत नव्हती. बसल्या बसल्या उगीचच त्या शिंक्याकडे पाहात ते बसून राहिले. पाकाडाला लावलेलं ते शिंकं हलत नव्हतं. स्थिर होतं. नुसतंच लोंबत होतं- लटकत होतं.

सकाळ रेंगाळली होती. तिरकी उन्हं अजून तिरकीच होती. नुसतं बसून बसून अंग अवघडलं होतं आणि बघून बघून डोळ्यांना तिरीप आली होती... काय करावं तरी काय? वेळ कसा घालवावा? आबा अजगराच्या मिठीत सापडले होते. त्यातनं तरी सुटताच येत नव्हतं. केव्हा एकदा दुपार होईल, असं वाटत होतं, पण सकाळच जात नव्हती. दुपारचे वेध लागले होते आणि सकाळच्या वेणा सोसवत नव्हत्या.

एकाएकी कानावर गजर आला. जैनांच्या वस्तीतली पूजा सुरू झाली होती. घंटा निनादत होत्या. सगळ्या गावालाच गजर ऐकू येऊ लागला. आबा कान देऊन ऐकत राहिले. वेळ जरा पुढं सरकू लागला. पण गजर थांबला. कानात घुमणारा आवाज नाहीसा झाला. आणि सारं घर भकास वाटू लागलं. ओसरी लांबलचक दिसू लागली. पडवी सुनी सुनी दिसत होती. आणि मधला चौक कापून टाकलेल्या सुट्या भागासारखा वेगळा झाला होता. ..कशातच काही अर्थ नव्हता. चव नव्हती. आबा नुसतेच बसून राहिले होते. अधनं मधनं नुसते सुस्कारे सोडत होते. पाकाडाचं शिंकही हालत नव्हतं. नुसतंच झाडाला लटकलेल्या वटवाघळासारखं लोंबत राहिलं होतं. चिमण्याही फिरकत नव्हत्या. वेळ घालवायचं काही साधनच राहिलं नव्हतं.

आणि आबा एकाएकी उठले. कोनाड्यातला पानपुड्याचा डबा घेऊन ते पुन्हा जाजमावर बसले. हातात अडकित्ता घेतला, आणि ते सुपारी कातरू लागले. कातरलेली सुपारी तोंडात न टाकता ते नुसतीच सुपारी कातरत राहिले. डब्यात होत्या नव्हत्या तेवढ्या सुपाऱ्या कातरून झाल्या. कातरलेल्या सुपारीचा भुसा डब्यात मावेना झाला. हातातला अडकित्ताही काम संपवून रिकामा झाला आणि काय करावं, हे आबांना कळेना झालं. वस्तीतली घंटाही घणघणायची थांबली होती. चिमण्यांचा

कलकलाटही ऐकू येत नव्हता. कावळा तेवढा अधनं मधनं केव्हातरी कावकाव करीत होता. मध्येच ऐकू येणारा हा कावळ्याचा आवाज कान टिपत राहिले पण त्यात मन लागत नव्हतं... रनरच्या येणाऱ्या वेळा ठरलेल्या नव्हत्या. तो केव्हा येईल हे सांगता येत नव्हतं. त्याचं येणं त्याच्या लहरीवर अवलंबून होतं. झपाट्यासरशी आला, तर आत्ता सकाळीसुद्धा येईल. आणि कुठं बसला तंबाखू खात तर दुपारही टळेल. त्याचा नेम कुणी सांगावा? वाट पाहण्याशिवाय गत्यंतर नव्हतं. आणि किती वाट पहायची, कळत नव्हतं. काही सुचेनासं झालं. पानपुडा बंद करून आबा उठले. उगीचच जोता उतरून खाली गेले. पडवीत जाऊन थोडा वेळ उभे राहिले. तिथं उभा राहून त्यांनी बाहेर गल्लीकडं पाहिलं. थेट राममंदिराच्या कोपऱ्यापर्यंत त्यांची नजर गेली. गल्ली सारी भकास दिसत होती. अंगावर ऊन घेत तीही एकटीच पडली होती. एरवी पोरं खेळताना दिसायची; पण तीही आता शाळेत गेली होती. गल्लीत कुणी फिरकताना दिसत नव्हतं. एखादं ढोरसुद्धा दृष्टीस पडत नव्हतं. आबा तिथं उभे राहून कंटाळले आणि उगाच चौकांतनं एक चक्कर मारून ते आत माजघरात गेले.

कामात गुंग होऊन गेलेल्या लक्ष्मीबाई म्हणाल्या,

''का, आत का आलात?''

''बसून बसून कंटाळलो. काय करू?''

''मग उगीच बसून काय राहिलाय?'' असं लक्ष्मीबाईंनी विचारलं आणि आबा म्हणाले,

''बसू नको तर करू तरी काय? काम तरी सांगा एखादं.''

आणि लक्ष्मीबाई बोलल्या,

''पाणी तापलंय. अंगावर पाणी ओतून घ्या. देवपूजा करा.''

आबांना उद्योग मिळाल्यासारखा झाला. मघापासून त्यांना हे काही सुचलंच नव्हतं. त्यांनी आठवण केली, हे बरं झालं असं वाटलं. सकाळपासून ते उगीचच बसून राहिले होते. वेळ जात नव्हता. आणि तो कसा घालवावा हे कळत नव्हतं. लक्ष्मीबाईंनी आंघोळीची आणि देवपूजेची आठवण केली, तसा त्यांना जरा हुरूप आला. गडबडीनं मान वर करून ते दांडीवरचं धोतर शोधू लागले. वाळत घातलेलं धोतर कुठं दिसत नव्हतं आणि आबा दांडीकडंच पाहात राहिले. लक्ष्मीबाईंनी विचारलं,

''वर काय बघताय?''

''धोतर कुठं दिसत नाही?''

''निऱ्या करून ठेवलंय ते न्हाणीघरात. आणि इथंच काय बघताय? दांडीवर काही नाहीय हे दिसत नाही का डोळ्याला?''

गडबडीनं पाय उचलून ते न्हाणीघरात गेले. सगळा सराजमा तयार होता.

आबांनी भडाभडा चार तांबे पाणी अंगावर ओतून घेतलं. अंघोळीला असा किती वेळ लागणार? बादलीतलं पाणी केव्हाच संपलं. अंघोळ उरकली. सोवळं नेसून आबा देवघरात गेले. देवही सगळे पाण्यात बुचकळून काढले. हातात एक दगड घेऊन त्यांना घासत बसावसं वाटलं. काय करावं? पूजाही उरकली! धोतर नेसून आबा बाहेर आले. ओसरीवर उभं राहून उगीचच धोतराच्या निऱ्या साफ करू लागले.

उन्हं आताशी जोता चढून वर आली होती. शाळा सुटायलाही अजून अवकाश होता. केशव-माधव आले म्हणजे त्यांचा अभ्यास तरी घेता येईल. शाळेला जाऊन काय घन लावतात हे एकदा बघितलं पाहिजे! चौदा वर्षांचा धगुरडा झाला तो केशव! पण अजून गाढवाला नीट अक्षर काढता येत नाही. ह्यांच्या मानेवर खडा ठेवून बोरूनं पुस्त्या लिहून घेतल्या पाहिजेत. ज्येष्ठ पुत्र हा! उद्या गावचं कुलकर्ण, हा सांभाळणार! नीट लिहायला यायला नको ह्याला? माधवच बरा आणि! पण त्याचं आपलं आमच्यासारखं. इतकं मऊ राहून चालणार नाही. केशवलाच शहाणं केलं पाहिजे! त्याच्यातच धमक आहे - दोन देण्याची, दोन घेण्याची! भांचोद, आम्हाला सुद्धा उलटून बोलतो. हा कुणाला भीक घालायचा नाही. त्याच्यावरच लक्ष ठेवलं पाहिजे... एवढ्यात भुर्रकन् एक चिमणी डोक्यावरनं उडून वर आढ्यावर जाऊन बसली. मान वर करून आबा बघत राहिले. वर केलेली मान तिरकी करून न्याहाळू लागले. ती आढ्यावर बसलेली चिमणी तोंडात एक चिंधी धरून त्यांच्याकडंच बघत बसली. दोघेही एकमेकांकडे टक लावून असं बघत राहिले, आणि आबांना हसू आलं. त्यांनी हसूनच विचारलं,

''काय करतीस बया? घर बांधतीस?... बांध, बांध!''

आबा बोलले- आणि चिमणीच्या तोंडातली ती चिंधी एकाएकी सुटून खाली आली. आपल्याभोवती वळसे घेत, गिरगिरत, ती भुईला येऊन पडली. चिमणीचा तो ऐवज त्यांच्या पायाशीच पडला होता. 'जा घेऊन जा' असं म्हणत आबा थोडं बाजूला झाले. आबांची सांगी तिला कळली असावी. ती भुर्रकन् खाली आली आणि चिंधी घेऊन पुन्हा वर गेली. आढ्यावर बसून टुकुटुकु आबांच्याकडंच पाहात राहिली. आबाही तिरक्या मानेनं तिच्याकडंच बघत राहिले. एवढी टक लावून ती काय पहातेय, कळत नव्हतं. त्यांना पुन्हा हसू आलं. ते खुदकन् हसले आणि चिमणी भुर्रकन् उडून गेली. पळण्याच्या नादात तोंडातली चिंधी तिथंच टाकून ती निघून गेली होती. आबांचं लक्ष, त्या चिंधीवरच खिळून राहिलं. एकाएकी त्यांना आठवण झाली- उद्या परवावर दसरा आला होता. अजून मुलांना नवे कपडे शिवले नव्हते. घाईघाईनं ते आत गेले. आणि लक्ष्मीबाईंना म्हणाले,

''तुम्हाला काही आठवण आहे का?''

''काय झालं?''

''उद्या परवावर दसरा आलाय नं?''

''हो. मग?''

''मुलांना कपडे शिवायची आठवण केलीत?''

''दसऱ्याचीच आठवण नाही तर कपड्याची आठवण कशी करू? चित्त कुठंय ठिकाणावर?... अलीकडं काही लक्षातच येईनासं झालंय माझ्या.'' आणि असं म्हणून त्या पुढे बोलल्या,

''सोमवारी विड्याची पानं लागतील. त्यांची आठवण तुम्हीच करा मला.''

''कोणत्या कोणत्या गोष्टींची आठवण करायची हे एकदा नीट आठवून सांगा.'' असं म्हणून आबा झटक्यानं बाहेर गेले. आणि त्या तिरमिरीतच ओसरीवर फेऱ्या घालत राहिले. येरझारा घालून पाय कंटाळले. ते उभे राहिले. आणि तोंड बाहेर काढून वरच्या आभाळाकडं बघू लागले. लकलकणाऱ्या वरच्या निळ्या ऐन्याकडं बघत ते म्हणाले, ''बाबा, का एवढी ओढ धरलीय यंदा? पडायचा विचार नाही मनात? तू नाही पडलास तर रानं कशी पिकायची? रानं पिकली नाही तर फाळा कसा वसूल व्हायचा?''

एवढ्यात देवाची एक गाय डुलत डुलत आत आली आणि थेट चौकात येऊन उभी राहिली. ओसरीवरून आत बघतच आबा ओरडले,

''अहो ऐकलं का? गाय आलीया, गाय.''

हातात दशमी घेऊन लक्ष्मीबाई बाहेर आल्या. त्यांना 'थांबा' अशी हातानं खूण करून आबाच पुढे गेले. त्यांच्या हातातली दशमी आपल्या हातात घेऊन ते खाली उतरले. आबांच्या हातातली दशमी बघून गाय त्यांच्या अंगावर धावून गेली. कशीबशी हातातली दशमी तिच्या तोंडात देऊन आबांनी हात झट्शिरी मागं घेतला. आणि न सांगता, गाय माघारी वळली. पावलं दमानं टाकत पुढं निघाली . घाईनं आबा पुढं झाले. हात लांब करून त्यांनी तिच्या शेपटीला स्पर्श केला आणि तो हात पुन्हा आपल्या छातीला लावून ते ओसरीवर आले. घाण्याच्या बैलागत पुन्हा फेऱ्या मारू लागले. पाय कंटाळले तरी ते फिरतच राहिले.

मध्येच एकदा लक्ष्मीबाई बाहेर आल्या. त्यांना असं फिरता बघून म्हणाल्या,

''पाय दुखत नाहीत?''

आबा हसले आणि उभं राहून म्हणाले,

''वेळच जात नाहीय.''

''म्हणून का सारख्या अशा फेऱ्या घालीत राहायच्या? जरा तक्क्याला टेकून बसावं.'' एवढ्यात वरून एक काडी खाली आली. नेमकी त्यांच्या डोक्यावर पडली. आबांची नजर आपसूक वरच्या आढ्याकडं गेली आणि ते हसून म्हणाले,

''बरं का, चिमणी वर घर बांधतेय.''

''बरं झालं. घरात पैसा येईल! कसला तरी लाभ होणार असेल.''

''कसला पैसा अन् कसला लाभ!'' असं म्हणून आबा वरच बघत राहिले. जळमटं लागून तुळई सारी घाण दिसत होती. सबंध वरचं छत, केर-कचरा अन् धुळीनं बरबटून गेलं होतं. जागजागी पांढर पापुद्रे चिकटलेले दिसत होते. तुटलेली कोळ्याची जाळी खाली लोंबत होती. आबांना किळस आली. वर बघतच ते म्हणाले, ''लांबडी एकादी काठी तरी देता का हातात?''

''का? काय करता?''

''वर मान करून कधी बघितलंत इकडं?''

''आता दसऱ्याला घर सारं सारवायचंच आहे. तुम्हाला का त्याची काळजी?'' असं म्हणून त्या आत गेल्या.

आबांना गप बसवत नव्हतं. त्यांना काही तरी उद्योग हवा होता. ते स्वतःच आत गेले. एक भली उंची काठी घेऊन बाहेर आले. काठीच्या एका टोकाला केरसुणी बांधली. आणि आबा हातात ती काठी घेऊन वरचं सारं छत साफसुफ करीत राहिले. कामात गुंग होऊन गेले.

कशीबशी सकाळ निघून गेली. दुपारची जेवणं झाली. अंग सारं आळसलं होतं. पण डोळा काही मिटत नव्हता. तिरकी उन्हं सरळ झाली होती. मधला चौक उन्हात भाजून निघत होता. डोक्यावर आलेला सूर्य तिथंच थबकला होता. पुढंच सरकत नव्हता. उन्हं कलत नव्हती. हिरवा चारा खाऊन ढोरं रवंथ करीत बसून राहावं तशी दुपारी आली आणि फतकल घालून बसून राहिली. हालतच नव्हती. मानेखाली तक्क्या घेऊन पडून राहिलेले आबा, चौकातल्या उन्हाकडे डोळे लावूनच पडले होते. दारात धरण धरून बसावं तसं, चौकातलं उन्ह बसून राहिलं होतं. मुर्दाड ढोर बसावं तसं बसलं होतं. हातात एक धोंडा घेऊन त्याला हाकलताही येत नव्हतं. काय करावं? उन्हच उतरत नव्हतं. दिवस कलंडत नव्हता. एवढ्यात पावलं वाजली. आबा दचकून उठले. टपाल घेऊन रनर आला होता. कोणतंही टपाल चावडीकडं न नेता घरीच आणायचं, असा आबांनीच त्याला इशारा देऊन ठेवला होता.

धडधडत्या छातीनं आबांनी टपाल हातात घेतलं. एकदोन लखोटे आले होते. रनर जाईतोवर त्यांनी ते फोडले नाहीत. त्यांना धीरच झाला नाही. रनर निघून गेला आणि मग आबांनी घाईघाईनं लखोटे फोडले.

'हुश्शऽ' करून त्यांनी श्वास सोडला. धोतराच्या सोग्यानं कपाळावरचा घाम पुसला. आता जीव मोकळा झाला होता. बाईंचं काही टपाल नव्हतं. मनाला थोडी उल्हासी वाटू लागली. त्या आनंदातच आबा उठले. उगीचच एकदोन येरझारा घातल्या. त्याच पावलांनी ते आत गेले. आबांचा चेहरा, पिकलेल्या फळासारखा दिसत होता. त्यावर नवी टवटवी आली होती. आबा प्रसन्न हसून म्हणाले,

‘‘बरं काऽऽ...’’

‘‘काय?’’

‘‘काही नाही!’’ ते एवढंच म्हणाले आणि पुन्हा हसत बाहेर ओसरीवर आले. त्यांच्या पायांना उसंतच नव्हती. पावलं आपोआप पडत होती. आबा उगीचच येरझारा घालत राहिले.

दिवस पळत होता. बेटा सूर्य कलंडला होता. काय घाई होती आज त्याला? पण नाही! तो थांबणार नव्हता. त्याला जाण्याची घाई झाली होती. उन्हं तिरकी झाली होती. परसातल्या पिंपळाची सावली चौकात पडली होती. भराभर चौक गिळून सावली जोत्याजवळ आली. जोताही गिळला आणि सारं घर अंधारून गेलं.

केशव आणि माधव ही दोन्ही मुलं हात जोडून समोर उभी होती. दिवा जळत होता. आणि केशवच्या तोंडाकडं रागानं बघत आबा म्हणत होते,

‘‘म्हण, शुंभा म्हण! शुभं करोती कल्याणम्...’’

आणि मध्येच लक्ष्मीबाई त्यांना म्हणाल्या,

‘‘अहो म्हण काय! हातपाय धुतलेत का ते विचारा केशवला. परसातनं तो आत्ता आत आलाय्.’’

आबा कडाडले- ‘‘केशा, लाज नाही वाटत तुला? आणि हात जोडून उभा राहिलायास ते... हातपाय धुतलेस?’’ त्याच्या तोंडावरची नजर पायाकडं वळली आणि खालच्या आवाजांत अगदी शांतपणे त्यांनी विचारलं, ‘‘कोण रे?.. कुणाचा तू?’’

❐

७

अंगावर ढाबळी पांघरून, आबा ओसरीवर शतपावल्या घालत फिरत होते. इतक्यात दारात पावलं वाजली. मान वळवून आबा बघत राहिले. आणि काठी टेकत येताळा महार आत आला. नजरानजर होताच कमरेत वाकून त्यानं जोहार घातला आणि आपला रोजचा कोपरा धरून तो पडवीला बसून राहिला. आबा आपल्याच नादात येरझारा घालत राहिले. तोवर पुन्हा पावलांचा आवाज ऐकू येऊ लागला. मान वळवून आबा बघत राहिले. दाराकडं बघत येताळाच बोलला,

''वाड्यावरचा गोपाळा दिसतोय.''

तो आत आला. आणि आबांनी विचारलं,

''कोण, गोपाळा?''

''जी.'' असं म्हणून गोपाळानं लवून मुजरा केला आणि, जोत्याला टेकून तो उभा राहिला. तक्क्याला पाठ लावत आबांनी विचारलं,

''का येणं केलंस?''

गोपाळा काही बोलला नाही. चुळबुळल्यागत करून तो खाली टेकला आणि थोड्या वेळानं मान वर करून म्हणाला,

''वाड्यावर वस्तीला जानं लई अवघड झालंय!''

''का, काय झालं?''

''आज दोन दिस झालं, चिन्नच काय निराळं दावाय लागलंय!'' डोळे झाकूनच कसं बसं त्यानं एवढं सांगितलं. आणि घुम्यागत, मान खाली घालून तो नुसताच बसून राहिला. आबा पारखून बघू लागले. गोपाळाचा चेहरा मोहराच पार बदललेला दिसत होता. कसला तरी आजार मारावा तशी कळा त्याला आलेली दिसत होती. आबांनी विचारलं,

''कसलं चिन्ह? काय म्हणतोयस गोपाळा?''

''आवो, कायबाय भासंच व्हाय लागल्यात!''

''भास!'' असं म्हणून आबा तोंडाकडं बघत राहिले व गोपाळा बोलला, ''वाड्यात पाटील फिरताना दिसत्यात!''

झरझर अंगावर काटा आला आणि आबांचं अंगच सारं शहारून गेलं. नगाऱ्यावर

टिपरी पडून आवाज घुमत राहावा, तसे त्याचे शब्द कानात घुसत राहिले. आत पाणी शिरल्यागत कान गच्च होऊन गेले. लक्कन् काळीज हाललं. हातापायांत कापरा भरला. कोपरा धरून बसलेला येताळाही गडबडीनं उठून जवळ आला. न बोलता, जोत्याला लागून उभा राहिला. आबा आणि येताळा त्याच्या तोंडाकडं बघू लागले आणि गोपाळा सांगू लागला,

''आवो, चांगला कुजबुजल्याचा आवाज कानावर येतोय. पावलं ऐकाय येत्यात. अधनंमधनं मागचा जिनाच दानदान वाजतोय बघा! आता काल सांची गोष्ट हां- नुक्तं कडुसं पडलं हुतं म्हनानासा. दिवा लावून मी असा- देवडीवर बसलोय, तवर पावलांचा आवाज ऐकू आला.... ढेलजांवर हो! सबागती माजी नजर गेली. नुसता शेमला दिसला बघा. ढेलजवरनं आत गेल्यागत झालं.'' एवढं सांगून गोपाळा गप्प झाला. थबथबलेल्या कपाळाचा घाम पुसून आबा बघतच राहिले. त्यांना झेंडू फुटल्यागत झाला. न बोलता, तोंड पसरून ते असं बघत राहिले आणि पुन्हा मान वर करून गोपाळ म्हणाला,

''हे तिन्ही सांजचं असं झालं का?... आणि बघा राच्ची गोष्ट. मध्यानरात झाली असल नसल... धाडधाड भांडीच पडल्याचा आवाज झाला हो!''

छातीत धडधडलं. काळीज उडत राहिलं आणि बगळ्यागत मान काढून येताळा म्हणाला,

''अपधाती मरान आलंय जी... असं काय तरी चिन्न दावनारच ते!''

दबकत दबकत, आबांनी विचारलं,

''मग आता वाड्यावर वस्तीचं कसं करतोस?''

''आवो काय करतोय? राच्चं त्यो जो आवाज ऐकलाऽऽ ते हातरुन पांघरुन तितंच टाकून घरात येऊन बसलोय,'' आणि असं सांगून तो म्हणाला,

''आपून काय वस्तीला जानार न्हाई बघा पंत.''

गोपाळा तोंडांकडं बघत राहिला. आबाही घोटाळ्यात पडले होते. ते तरी काय बोलणार? तेही तोंडाकडंच बघत राहिले. आणि गोपाळा सांगू लागला,

''सकाळीच कानावर घालाय येनार, पर येऊ तरी कसा? हातरुनातनं उटाय नको? थंडी वाजून आल्यागत झाली हुती. राच्चं जे घरात येऊन पडलो हुतो, ते आत्ता उठून हितं आलुया बघा. आणि हितवर तरी कसा आलुय, हे माजं मला माहित!'' आणि असं म्हणून अंगावरच्या घोंगड्यात अंग झाकून घेत तो उठला. न बोलता, तोंड वळवून बाहेर निघाला. आबांनी विचारलं,

''निघालास?''

''जातो, पडतो जातो. बघा काय तरी यवस्ता.'' काठी टेकत गोपाळा जाऊ लागला. आणि पुन्हा हाक मारून आबांनी विचारलं,

''अरे, बाहेरच्या दाराला कुलूप तरी घातलय का नाही?''

''ते आणि कवा घालत बसू?''

''दार उघडंच ठेवून निघून आलास?''

''आवो, पळून आलोय म्हनून काय सांगाय लागलोय तर मग? अजून धड बोलाय ईना झालंय.''

आणि असं म्हणून तो जागचा हालला. बोलत उभा न राहता, गुमान पुढं बघून तो चालू लागला.

गोपाळा निघून गेला तरी आबा तसेच बसून राहिले. येताळाही तसाच जोत्याला टेकून उभा राहिला. कुणीच काही बोलत नव्हतं. वाडा सारा सामसूम होता. परसातल्या पिंपळाची सळसळ तेवढी ऐकू येत होती. येणाऱ्या वाऱ्याबरोबर झाड झोंबी घेत उभं राहिलं होतं. आबा गप्पच बसून होते. दाराकडं बघत राहिले होते. तोवर सनदी दारात आला. त्याच्या पाठोपाठ एक पोलीसही होता.

जोता चढून पोलीस वर गेला आणि मांडी घालून जाजमावर बसला. आबांनी विचारलं,

''अवचित येणं केलं?''

''येनं व्हय?'' असं म्हणून पोलिसानं विचारलं,

''काय पानतंबाखूचा सराजमा हाय का न्हाई?'' बाजूचा पानपुडा आबांनी पुढं सारला. चांगली पानं निवडून पोलिसानं हातात घेतली आणि त्यांची देठं खुडत तो म्हणाला,

''आलोय जरा टेळणिला.''

''टेहळणीला?''

पानाला चुना लावत पोलिसानं वर बघितलं. आणि डोळ्याला डोळा देत विचारलं, ''फरारी पिऱ्या गावातच हाय म्हनं?''

आबा विचारात पडले. आणि एक डोळा बंद करून तिरक्या मानेनं पोलीस तोंडाकडं पाहात राहिला. खाली पानपुड्यावर बोटाची टिचकी मारत बोलला,

''तुम्हाला काय या गोष्टीचा दुम?''

''माझ्या कानावर तरी काही बातमी नाही.''

''काय न्हाई?''

आबांनी मान हलवली. पोलीसानं हातातल्या पानांची बारीक पट्टी करून दाढेखाली रगडली. आंगठ्याच्या नखानं कात कोरून घेतला. एका बोटानं ज्यादा लागणारा चुना घेतला आणि उजव्या हाताच्या मधल्या बोटानं डाव्या हाताच्या तळव्यावरची तंबाखू चोळत तो म्हणाला,

''काय सांगतासा पंत? हितल्या बातम्या पेट्याला येत्यात. आणि तुमाला दुम

न्हाई व्हय?''

''सगळ्या बातम्या काही खऱ्याच असतात का?''

न बोलता पोलीस चोळलेली तंबाखू तळहातावरच झेलत बसला. तंबाखू झेलून झाली आणि पटकन् ती तोंडात टाकून, तो पंतांच्या तोंडाकडं बघत राहिला. एक कडक गुळणी घेऊन म्हणाला,

''लोनाऱ्याची तानू कोन हीऽऽ?''

''लोनाऱ्याची तानू?''

''हां हां, ती - तीच!''

आबा सांगू लागले,

''अहो, कोन कुठली आलीय? पाच-सात वर्षे झाली अशीच येऊन गावात राहिलीय.''

एक डोळा बंद करून पोलिसानं विचारलं,

''बरं, मग तिचा काय आगापीछा?''

मान हलवत आबा म्हणाले,

''तो कुणाला ठाऊक?''

''लोनाऱ्याची हाय व्हय ती?''

आबांनी सांगितलं,

''लोनाऱ्याची म्हणजे, तशी लोणाऱ्याची नाही. गावातलं लोणी गोळा करून आसपासचे बाजार करती, म्हणून ती झाली लोणारीण!''

पोलीस हसला आणि डोळा घालून म्हणाला,

''आवो, मग मथुरेच्या बाजाराची राधा का झाली न्हाई ती?''

यावर आबा काय बोलणार? आबा आपले गप्पच बसून राहिले. आणि पोलीसही दाढेत तंबाकू घेऊन गडद डोळे झाकूनच बसला. आबांना काही कळेना- अशा अपरात्री ह्यानं का येणं करावं? आणि ही कसली टेहळणी करणार? एकटा पोलीस टेहळणी करून तरी काय करणार? आबांना संशय येऊ लागला. ह्याचं बोलणं काही खरं नसावं. काही तरी निराळं काम काढून आला असावा. पण पोलीस काही थांगपत्ता लागू देत नव्हता. डोळे झाकून गडद बसून राहिला होता. आबांनीच विचारलं,

''बरं. मग काय विचार तरी कळू द्या.''

''विचार व्हय?'' असं म्हणून पोलिसानं अवती भवती नजर टाकली. येताळा लांब पडवीवर एक कोपरा धरून बसला होता. जवळपास दुसरं कोणी नव्हतं. आणि मग हळू आवाजात तो म्हणाला,

''पंत, आज रात्री पार्टी येनार हाय.''

''पार्टी?''

''व्हय. खुद्द मंडलिक फौजदार येनार हैत. एकदोन ठिकानी छापा घालायचा बेत हाय.''

आबांच्या काळजात धस्स झालं. रात्री पोलीस पार्टी येणार, आणि छापे पडणार! ...म्हणजे गावावर एक अचानक धाडच येणार होती. ही धाड आली म्हणजे काय काय होईल हे सांगता येत नव्हतं. अंगावर ढाबळी घेऊन आबा बसून राहिले. त्यांना काही सुचतच नव्हते. पोलीस काय, एक दिवसाचे पाहुणे! ते आज येतील, उद्या निघून जातील. काय काय होणार आहे काही कळेना झालं. आबांनीच विचारलं,

''केव्हा येणार पार्टी म्हणता?''

''मध्यानराती येऊन हजर हुईल की!'' तोंडाची बचाळी घट्ट आवळून आबा न बोलता बसून राहिले, आणि पोलीस म्हणाला,

''मंडलिकसाहेब तुमच्यावर लई तडकल्यात!''

''का, काय झालं?''

''यवडं गावात फरारी लोकांनी ठाण मांडलय आणि तुमी रिपोट करायचा न्हाई?''

''नुसता रिपोर्ट करून भागणार आहे का?''

पोलीस म्हणाला, ''आवो, भागल न्हाईतर न्हाई भागल! काका वर करायला निदान तुमी मोकळं तर झाला असतासा?'' असं म्हणून तो उठला, आणि पडवीकडं बघत म्हणाला,

''मला एक सनदी देतासा का बरुबर?''

''काय करता?''

''एक चक्कर मारून येतो. काय बातमी लागती का बघतो की.''

दत्तू नाईक नुक्ता येऊन पडवीला टेकला होता. आबांनी नुसतं त्याच्याकडं बघितलं तसा तो उठून उभा राहिला. दत्तू नाईकाला बरोबर घेऊन पोलीस बाहेर पडला, आणि आबांना काही सुचेना झालं. जीव बेचैन होऊन गेला. मन आतल्याआत गलबलून गेलं. नवीनच एक संकट येऊ घातलं होतं. आबांचे हातपाय गळल्यागत झाले. ते उठले आणि लगालगा आत जाऊन लक्ष्मीबाईंना म्हणाले,

''आता गावात राहणं मुश्कील होणार!''

लक्ष्मीबाई चपापल्या. त्यांना ह्या गोष्टीचा कसलाच मागमूस नव्हता. त्या आपल्या कामात मग्न होत्या आणि एकाएकी आबा आत येऊन असं म्हणाले नि त्यांच्या काळजाचं पाणीच झालं. त्यांना काही बोलताच आलं नाही. त्या मागं वळून नुसत्या पाहात राहिल्या आणि आबांनी सांगितलं,

''आज गावावर पोलिसांची धाड येणार आहे!''

''धाड?''

''होय धाड!'' असं म्हणून आबा मटकन् खाली बसले. पाठ भिंतीला लावली आणि पाय पसरले. लक्ष्मीबाई घाबऱ्या झाल्या. त्यांच्या काळजानं ठावच सोडला. त्या गडबडीनं पुढं झाल्या, आणि आबांच्या छातीवर एक हात ठेवून म्हणाल्या,

''असं का हे करायचं? तुम्हाला काही होतंय का?''

एक सुस्कारा सोडून आबा बोलले,

''बरं का...''

''काय?''

''घाबरू नका अशा.''

''घाबरू नको तर काय करू?''

''आज रात्री गावात छापे पडणार आहेत.''

''म्हणजे?''

''अहो पिऱ्या आहे ना?....फरारी! त्याच्या मागावर पोलीस आलेत.''

चटकन् लक्ष्मीबाई म्हणाल्या,

''बरं झालं की त्याला धरून नेलं तर! बघितलं? शिरकाईची ओटी भरून किती दिवस झाले?''

''खुळ्या तर नाही तुम्ही? आपल्याला गावात राहाचंय.'' असं म्हणून आबांनी डोळे वटारले, आणि बोटांची चाळवाचाळव करीत ते तोंडाकडं पाहात राहिले. लक्ष्मीबाईंनाही काय बोलावं कळेनासं झालं. घाबऱ्याघट्ट होऊन त्याही बसूनच राहिल्या आणि हवालदिल झाल्यागत आबा सांगू लागले,

''आज पोलीस आले, छापे पडले, कुणाची धरपकड झाली, म्हणजे मीच कळवलं असं लोक म्हणतील.''

''पण धरून नेणार ना त्याला?''

डोळे बारीक करून आबा त्यांच्या तोंडाकडं पाहात राहिले. नजर किलकिली किलकिली झाली! त्या भोळ्या जिवाची किती कीव करावी, हेच त्यांना कळत नव्हतं. भोळा भाबडा जीव! काही आहे कल्पना त्या जीवाला कशाची? परिणामाची जाणीवच नाही. बालबुद्धी आणि स्त्रीबुद्धी यातला फरकच जाणवत नव्हता. आबा नुसते पाहात राहिले होते. किलकिल्या नजरेनं कीव करीत होते. मध्यरात्र उलटेपर्यंत ते तसेच बसून राहिले.

बंदूकधारी दोन पोलिसांना बरोबर घेऊन, मंडलीक फौजदार घरात आले. हात जोडून आबा सामोरे गेले. त्यांच्याकडं न पाहताच मंडलिक साहेब खेकसले,

''कुलकर्णी, गावात बसून काय हजामती करता, का गोट्या खेळता?''

उभ्या आयुष्यात असा अपमान कुणी केला नव्हता! अपमान माहीतच नव्हता.

आबा एकदम हादरले. उभ्या घराचं आढं कोसळावं तसं झालं. मन चरकलं होतं. जीव घाबरा झाला होता. भ्यालेले आबा भिंतीला पाठ लावून उभे राहिले. त्यांना एकाएकी पाटलांची आठवण झाली. आणि पोटात कालवून आलं. जुने दिवस आठवत होते आणि मन सैरभैर झालं होतं. कसले दिवस आले, हे कळत नव्हतं. जसं गाव बिघडलं होतं, तसे अधिकारीही बिघडले होते. कैक अंमलदार त्यांनी पाहिले होते. पण आपल्या गावात येऊन असा वाकडा शब्द कुणी तोंडावाटे काढला नव्हता. आजवर कुणाची हिंमत झाली नव्हती. पण आता अधिकारीही चळले होते. भरती आलेल्या समुद्रासारखे ते खवळलेले दिसत होते. आबा पाहात राहिले. आणि मध्येच गर्रकन वळून फौजदार म्हणाले,

''काय बेत आहे कुलकर्णी तुमचा?''

आबा नुसतं कुबड काढून उभे राहिले आणि फौजदार बोलू लागले,

''ज्याच्या मागावर आम्ही इतकी वर्षे आहोत, त्या पिऱ्याला गावात चांगला आसरा देऊन बसलाय तुम्ही? आम्हाला कळवायचं नाही? रोज मुक्कामाला असतो ना इथं तो?'' फौजदार असंच बोलत होते. आणि आबा केवळ ऐकून घेत उभे होते. फौजदाराच्या तोंडातून वाटेल ते शब्द येत होते, आणि आबा ते मुकाट्यानं गिळत होते. सोसणं हा त्यांचा धर्म होता. डोळे मिटून ते उभे होते. आरडणं, ओरडणं, खेकसणं हळूहळू शांत झालं. आणि फौजदारानी विचारलं,

''घरात काय गाई-म्हसरं आहेत का तुमच्या?''

डोळे उघडून आबा बघू लागले, आणि त्यांच्या डोळ्यात रोखून बघत फौजदार म्हणाले,

''मूत नको त्यांचा. जरा चहा पाहिजे मला.''

थरथरत्या अंगानं आबा आत गेले आणि चहा करायला सांगून पुन्हा बाहेर आले. मुक्यानंच भिंतीला टेकून उभे राहिले. खाली न बसता फौजदार फेऱ्याच मारीत राहिले होते. तो हडेल हप्पी, आडमाप माणूस सारखी पावलं उचलत होता. त्याच्या बुटाच्या टाचेखाली ओसरीवरची जमीन दबत होती. मध्येच मनगटावरच्या घड्याळाकडं बघत फौजदार स्वत:शीच म्हणाले,

''एक तर वाजून गेला.''

हा चहाचा तगादा समजून आबा बोलले,

''चहाला ठेवलंय. होईलच आता.''

''तुमच्या चहाची वाट बघत नाही कुलकर्णी मी. वाट बघतोय पिऱ्याची!''

आबा गप्प उभे राहिले. फौजदारही फेऱ्या मारू लागले. पुन्हा पुन्हा हातातल्या घड्याळाकडे बघत ते पाय आपटत होते. एकचा दीड झाला. दोन वाजले. अडीच वाजायला आले तसे फौजदार अस्वस्थ होऊन गेले. दाराशी उभ्या राहिलेल्या

पोलिसाकडे बघत ते म्हणाले,

''अरे, कुठं उलथले हे? छापा घालायला गेले, का झोपायला? अजून कसा पत्ता नाही त्यांचा?''

तीन वाजले. आणि पावलांचा आवाज ऐकू आला. गर्रकन् वळून फौजदारांनी दाराकडं बघत म्हटलं,

''कोण आहे बघा.'' तोवर आणखी एक दोन बंदुकधारी पोलीस मांजरासारखे आत आले व गुपचूप उभे राहिले.

दाणकन् आपल्या बुटाचा पाय खाली आपटून फौजदारांनी विचारलं,

''भडव्यांनो, गप उभा का राहिलाय? गेला होता त्या कामाचं काय झालं?... बोला घडाघडा.''

च...च.... प... प... करीत एक पोलीस म्हणाला, ''न्हाई सापडला.''

तळपायाची आग मस्तकाला जाऊन भिडली! चुलवाण पेटलं होतं आणि काहील गुळाला आली होती. दात ओठ खात मंडलिकसाहेब म्हणाले,

''हात् तुमच्याऽयला तुमच्या साल्यांनो... चाळणीत पाणी घेऊन जीव द्या जावा लेकांनो! एवढा सारा बंदोबस्त करून काय उपयोग झाला?''

तरबत्तर होऊन मंडलिक फौजदार बघत राहिले. आणि पोलिस सांगू लागला,

''आमी साऱ्या घराला बरोबर येडा दिला हुता.''

''मग काय झालं?''

''पार घर धुंडाळून बगीतलं.''

''सापडला नाही?''

''घरातच नव्हता त्यो! त्याला सुगावा लागल्याला दिसतोय.''

''सुगावा?'' असं म्हणून ते रागाने बघत राहिले, आणि पोलीस म्हणाला,

''असं काय चावडीत सनदी बोलत हुतं.''

''मग आता काय सारे हात हालवत चावडीत येऊन बसलाय काय?''

''आमी दोघं हिकडं फुडं आलोय.''

तोंड वेंगाडून मंडलिकसाहेब म्हणाले,

''फार नाव केलंरे... म्हणे 'फुड आलोय!' पडक्या हिरीत जाऊन पडू ने हुतासा का लेकानो?''

त्यांनी अशाच आणखी शिव्या हासडायला सुरुवात केली. एक घटकाभर अशी सरबत्ती झाली. शिव्या देऊन तोंड दमलं. अन् मग त्यांनी विचारलं,

''आरं मग नुस्तं हिकडं फुडं कशाला आलाय? त्या बाईला तरी धरून चावडीवर आणलंय का न्हाई?''

पोलिसांची भंबेरीच उडाली. कसाबसा एकजण म्हणाला, ''तिला काय नाय

आनली.''

''कुणाला माया फुटलीरे तिची? जावा ल्येकानू तिला आधी धरून आणून चावडीत बसवा.''

फर्मान सुटलं, आणि पोलिस जागचे हालले. फौजदार ओरडले,

''थांबा!''

खाडकन् पाय आपटून दोघेही पोलिस उभे राहिले. मंडलिकसाहेब खेकसले,

''सांग-काम्यानो आणि ओ-नाम्यानो, जरा नीट ऐका- तिला चांगल्या हाताकड्या घालून चावडीवर आणा आणि येताना तिच्याच घरातलं चटणीचं एक गाडगं बरोबर घेऊन या. मैना कशी बोलती जरा बघू द्या! जावा आता.''

पोलीस गेले आणि आबांच्या तोंडाकडं बघून फौजदार म्हणाले,

''कुलकर्णी चला जरा चावडीवर.''

आबांचे हातपायच उरावर आल्यासारखे झाले होते. पण इलाज नव्हता. थरथरत्या हातानी त्यांनी उपरण अंगावर घेतलं. आणि गरीब पामरागत ते फौजदारांच्या तोंडाकडं बघत राहिले. आणि डोळा घालून फौजदारांनी विचारलं,

''कुलकर्णी, गाय दुभती आहे का कशी?''

आधीच आबांच्या अंगात कापरा भरला होता. त्यात काळीज चरकलं आणि फौजदारांनी पुन्हा विचारलं,

''अहो बघताय काय असं? काय ढुंगणाखाली गटळं हाय का नाही तिच्या?''

''कुठलं गटळं आलय? लोणी विकून पोट भरती ती.''

मंडलिक साहेब खुद्‌कन हसले. त्यांच्या तोंडावर दिसणारा राग जाऊन त्यावर नवा नूर आल्यासारखा झाला होता. त्यांचा काळा कुळकुळीत चेहरा तुकतुकीत दिसत होता. आणि, हसताना वर चढलेले गाल डोळ्यावर आले होते. डोळे पार आत गेले होते. डोळेच राहिले नव्हते. नुसता चेहरा हसत होता. खुशीत आलेल्या मंडलिकसाहेबांनी आबांच्या खांद्यावर एक हात ठेवला आणा त्यांचा खांदा दाबत ते म्हणाले,

''भोळे सांबच दिसता! पिऱ्या काय धार देत नसल? चला... तुम्हाला ते नाही कळायचं....!''

❐

८

एक रात्र आणि एक दिवस धुडगूस घालून पोलिसपार्टी निघून गेली. आग्यामोहळ डिवचला गेला, आणि माशा घोंगावत राहिल्या. पेव फुटल्यागत झालं. आबांना कुठं बाहेर तोंड काढायची सोय राहिली नाही. दाजीबा गायकवाड, केरूनाना पवार ह्या लोकांचा आधीच त्यांच्यावर डोळा होता. त्यात गाव बिथरलं! दहा लोक, दहा तोंडानी बोलू लागले. बामण मनातनं उतरला! जे पाटलांनी कधी केलं नव्हतं, ते त्यांनी करून दाखवलं- असा समज पसरत चालला. धरणच फुटल्यागत झालं. आबा त्याला किती आवरणार? आणि कसा बांध घालणार?

दसऱ्यासारखा दसरा आला, आणि सुतकी चेहऱ्यानं निघून गेला. पाटलांच्या वाड्याला पडलेलं कुलूप, कुणी काढलं नाही. वाडा भुतासारखा तसाच बसून राहिला. देवपूजा बंद झाली. तुरुंगात पडल्यासारखे देव आतच कोंडून राहिले. दसऱ्याला कडाकण्याच्या माळा त्यांना दिसल्या नाहीत. आत जाऊन कुणी त्यांना अंघोळ घातली नाही. अठरा धान्याची रोपटीही घटावर तरारली नाहीत. वाड्याचं दारच उघडलं नाही, तर कुठले देव आणि कुठला दसरा! पिढ्यान्‌पिढ्या चालत आलेला रिवाज मोडला- सोनं द्यायला वाड्यावर कुणी फिरकलं नाही. खंडेनवमीला हत्यारं पुजली नाहीत. वर्षाचा सण आला आणि गेला. परदेशी पोरासारखा वाडा तसाच कळा खात राहिला. आबा आतल्याआत झुरत राहिले... वाड्याला ही दशा आली!... गावाचं कसं होणार? काय होणार या गावाचं? काळजी लागली. महाकाळजी! संकट ओढवलं होतं! कसं तोंड द्यावं? कसं?...

आबा चावडीतनं उठून घराकडं निघाले होते. मारुतीचा चौक आला. चार माणसं देवळाच्या पायरीवर बोलत बसलेली दिसली. त्यांना वाटलं आपणही जरा टेकावं पण धीर झाला नाही. कुठं बसण्याउठण्याचा त्यांचा सरावच मोडला होता. कुठं जाणं-येणं, बोलणं-चालणं, सगळं बंद झालं होतं... नकोच वाटत होतं. चालता चालता, आबानी नुसती मान वळवली. आणि जरा हसल्यासारखं करून ते पुढंच निघाले. मन ओढ घेत होतं, पण पाय थांबले नाहीत.

राममंदिराचा कोपरा आला. आबा थांबले. हात जोडून उभे राहिले. आपसुक ओठ पुटपुटू लागले,

''अनुदिन अनुतापे, तापलो रामराया...''

करुणाष्टके घोळवीतच आबांनी गल्ली पार केली. ते घरात आले. कपडे न काढताच ओसरीवर फिरत राहिले. मन आळवीत राहिले...

...आबांची झोप उडाली. तहानभूक नाहीशी झाली. गोल गरगरीत अंगलट काडीसारखी किडकिडीत दिसू लागली. देहाची तुरकाटी झाली. आणि गव्हाळ कांती काळी पडत चालली. आबांनी अंथरुण धरलं. काय होतंय हेच कळेनासं झालं.

एक दिवस राऊनाना समाचाराला आले. हा भला माणूस आपल्या पायानी घरी आला, हे बघून आबांना अपार आनंद झाला. अंथरुणावर पडलेले आबा उठून बसले. राऊनानांच्या तोंडाकडं टक लावून बघत राहिले. आणि खिन्न हसून म्हणाले,

''काय राऊनाना, कसं काय चाललंय?''

''काय चालायचं?'' असं म्हणून राऊनानानी हात पसरले. आणि तोंडाकडं बघत त्यांनी विचारलं,

''काय औशिदपानी?''

''लखू भडजींचं सप्तक सुरू केलंय.''

''मग काय गुण?''

''बघायचं आता.''

''काय बगतासा?'' असं म्हणून राऊनाना बोलले,

''आबा, इमारत लई आत आली! किती दिस बगनार असं? बगा काय गुण येतोय का न्हाई. न्हाईतर कोल्हापूरला जाऊन गुन्यास्नी दावून या जावा.''

''बघू आणखीन एक सप्तक घेऊन.''

''तसं करा.''

अशा दोन गोष्टी बोलून झाल्या. तब्येतीची चौकशी करून झाली, आणि राऊनाना कानाला लागून म्हणाले,

''वाड्याला काय कुलुपच पडलंय व्हय?''

''काय करायचं? थंडीताप येऊन गोपाळा घरात पडलाय.''

रोखून बघत राऊनाना म्हणाले,

''आबा, हे सारं थोतांड हाय हं!''

हादरा बसल्यागत झाला. आणि आबा बघत राहिले. आणि मान पुढं झुकवून राऊनाना कुजबुजले, ''हे सगळं कारस्थान हाय- केरूनानानं गोपाळाला भरिवलंय! थंडीताप न्हाई आणि काय न्हाई. भडव्यानी नुसतं सोंग काढलंय!''

''सोंग काढलंय?''

''मग काय तर?''

आबांना काय बोलावं, कळेना झालं. मतीच गुंग होऊन गेली. आणि सल्ला दिल्यागत करून राऊनाना म्हणाले,

''भाबडेपणावर जाऊ नगा आबा. वस्तीला कोनकोन येतात घरात?''

''दत्तू नाईक आणि वेताळा महार येतात रोज झोपायला.''

एका हाताचा पंजा उगारून, राऊनाना बोलले,

''त्या दत्त्यावर जरा नजर ऱ्हाउंद्या.''

आबांनी आश्चर्यानं विचारलं,

''दत्तूवर?''

कराकरा दात खाल्ल्यागत करून राऊनाना म्हणाले,

''लई आतल्या गाठीचा मानूस हाय त्यो! जरा पोटात ठेवून बोलत चला.''

''असं म्हणता?''

''हितं खुट्ट वाजलं की लगेच तितं कुट्ट होतं... समजलं?''

आबांना धक्काच बसला! दत्तू विश्वासातला- म्हणून तो वस्तीला घरी येत होता. त्याच्याबद्दलच असं ऐकायला आलं, आणि त्यांच्या बेंबीचा देठच तुटल्यागत झाला. आबा घाबरे होऊन तोंडाकडं बघत राहिले. आणि नजर दुसरीकडं वळवून राऊनानांनी विचारलं,

''हे तुमी काय करून बसलासा?''

''काय?''

''तानूच्या घरावर छापा घालाय नको पायजे हुता.''

डोळे मिटून आबा म्हणाले,

''मी तरी काय करू?''

''कशाला वर्दी दिलीसा पेट्याला?''

आबा कळवळून म्हणाले,

''राऊनाना, मी कशाला वर्दी देऊ?''

''मग त्यास्नी काय सपान पडलंय?'' असं विचारून राऊनानाच म्हणाले,

''गाव सारं दुकवून बसलासा. आग्याम्हवाला असं डिवचायचं न्हाई! बरं, तशी रेटायची ताकद तर हाय तुमच्यात?''

आबांनी झाकलेले डोळे उघडले. नीट पारखून बघितलं. आणि घडलेली सारी हकिकत त्यांनी परोपरीनं समजाऊन सांगितली. वर्दी देण्याचं काम त्यांनी केलं नव्हतं हे राऊनानांना पटलं. पण त्यांना एकट्याला पटून काय उपयोग? गाव सारं बिथरलं होतं. गावाला कोण सांगणार? राऊनानाही काळजी करत बसले, आणि हात पाय पसरून आबाच म्हणाले,

''काय करायचं राऊनाना, आपली वेळच फिरली!''

थोडका धीर देत राऊनाना सांगू लागले,

''येळ फिरली म्हणून असं घर धरून बसू नगा. भेशिला तसं लई भ्या दाखवतील लोक. उटावं, जरा गावातनं हिंडावं, चार ठिकाणी जायला नको? आज लोक काय बोलत्यात ठाऊक हाय?''

''काय ?''

''बामन भ्यालाय म्हनत्यात.''

आबा काय बोलणार? ते गप्प बसून राहिले. बोलणं खुंटलं, तसे राऊनाना उठले निरोप घेऊन बाहेर पडले. त्यांना पाठमोरे बघून आबा म्हणाले,

''असंच येत चला अधनं मधनं.''

''आणि तुमी खुडुक बसल्यागत, घरातच कोंडून घेत चला!''

मघापर्यंत म्हातारा शांत दिसत होता तो एकदम भडकल्यागत दिसू लागला. उरात कोंडून ठेवलं होतं ते उसळी मारून बाहेर येऊ लागलं. पुन्हा माघारी येत राऊनाना म्हणाले,

''एवढं संकट कोसळलंय तर कवा सल्लामसलत इचारली आमाला? जुनी चार माणसं हैत तीबी तोडाय लागलाय तुमी... काय करायचं? तुमी असं, बाई तशा!''

त्यांना अडवल्यागत करून आबा म्हणाले,

''तसं नव्हे!''

राऊनाना उसळून बोलले,

''काय तसं न्हवं? राऊनाना मेला का जिता हाय ह्येची तर कवा चौकशी केलीसा तुमी? आमालाच गरज म्हणून आमी आलो...''

त्यांना शांत करीत आबा म्हणाले,

''बसा. बसा तरी जरा.''

''आता बसत न्हाई.''

''ऐका तरी खरं...!''

''काय ऐकाय नको.'' असं म्हणून रागाच्या भरातच चार पावलं ते चालून गेले आणि गर्रकन् मागं फिरून म्हणाले,

''अजून चार जुनी माणसं हैत आमगत.. इसरु नका त्यास्नी! आणि हे बघा- असं पाय गाळून घरात बसून ऱ्हाऊ नगा. तुमीच असं भ्यालासा तर गावानं काय करायचं? अपुनच जरा हिंमत दावाय पायजे. कोन काय करतंय? आमी काय मेलोय? बराय... जातो मी.''

राऊनाना निघून गेले. आबांना धीर आल्यासारखा वाटला. अंथरुणावरच बूड टेकवून बसलेले आबा उठून उभे राहिले. एकाएकी अंगात नेट आला... पाय फुटल्यागत झाले, आणि पावलं पडत राहिली. आबा सारखे आतबाहेर करीत राहिले.

चार ठिकाणी गेलं पाहिजे, आलं पाहिजे. चार लोकांत बसलं पाहिजे, उठलं पाहिजे, असं भिऊन चालणार नाही. भित्यापाठी ब्रह्मराक्षस! भिऊन कसं भागेल? अजून चार जुनी माणसं आहेत. जुनी... अभिमानी! लोकांनाही गावाची काळजी आहे. सगळी आढी काही अजून नासलेली नाही...

त्यांना असं फिरताना बघून लक्ष्मीबाईंचा चेहराही उजळला. फार दिवसांनी त्या हसल्या... हसून म्हणाल्या, ''मलाही थोडा धीर आलाय आता.''

आबांचाही चेहरा उजळला. फार दिवसांनी ते हसले. हसून म्हणाले,

''मला पुष्कळ धीर आलाय आता!''

आबांना झोप लागू लागली. दोन्ही वेळेला थोडं थोडं पोटात जाऊ लागलं. घरातल्या घरात ते हिंडूफिरू लागले. स्नान संध्या सुरू झाली. रोज हातून देवपूजा घडू लागली. मन त्यातच रमू लागलं. परमेश्वराच्या चिंतनाशिवाय दुसरं काही सुचेना झालं. देवाची आस लागली आणि मनातली भीती नाहीशी झाली. कशाचं भयच राहिलं नाही... कसली भीती आणि कसली चिंता? मन भितं तोवर भीती. तिचा आसरा आपल्या मनात. आपल्या आश्रयानं ती राहते. मनांतली भीती गेल्यावर मग भीती कुठली? आपण आसरा दिला नाही तर मग तिला थारा कुठला? कुठली भीती- आणि कसली भीती? तिला का भ्याचं? आणि कशाची भीती बाळगायची? मृत्यूची?... कुणाला सुटलाय तो? आज ना उद्यास कधी तरी येणारच तो... कोण सुटलाय त्याच्या तावडीतून? जन्ममृत्यूच्या येरझारा चालूच आहेत. देहाचं हे कवच कधीतरी गळणारच आहे... त्याची खंत का बाळगावी? त्यात येवढा खेद कसला? हाही एक देहधर्मच आहे. मृत्यू हाही एक जन्मासारखाच सोहळा नाही का? त्या शिवाय देहातल्या या कुडीची सुटका कशी होणार? मृत्यू ही शिक्षा नाही- सुटका आहे! ...मग सुटकेचं भय कसलं? आणि तो झडप घालणारच असला तर कोण थोपवणार आहे त्याला? त्याला थांबवून धरणारा आहे कुणी? मृत्यू कुणाला चुकवता येतो? त्याला बलाढ्य सारखे, धनाढ्य सारखेच... कोण भूपती, कोण चक्रवर्ती! कोण गजपती, कोण हयपती! त्याच्यापुढं कुणाची मात्रा चालते? बोलावणं आलं म्हणजे पंचाक्षरी तरी काय करणार? ...सरता संचिताचे शेष। नाही क्षणाचा अवकाश। भरता न भरता निमिष । जाणे लागे ॥ - गेलं पाहिजे! आणि हे बोलावणं केव्हा येईल, हे तरी सांगता येतं? उद्या येईल- परवा येईल... आज येईल- आता येईल! त्याचा काय नेम? गाशा गुंडाळून आपण तयार असलं पाहिजे. देवाचं निमंत्रण आहे ते! त्याचं स्वागत नको करायला? - पुढं काय होईल याची तरी कसली भीती? मृत्यू काय दुःख देणार? दुःख देणारा जन्मच आहे! ...जन्म दुःखाचा अंकुर । जन्म शोकाचा सागर । जन्म भयाचा डोंगर ।...हा जन्म, हा संसार, हे आयुष्य हेच चिंतेचं आगर आहे! यात कसला आलाय लोभ? कसलं सुख! सुखाचा विसर म्हणजे हा जन्म!

मोक्षाच्या वाटेवरचा हा अडथळा... हे विघ्न आहे! हा भोग आहे. हे विघ्न मृत्यूनेच दूर होणार. हा भोग मृत्यूनेच टळणार! सर्व दु:खांचा नाश म्हणजे हा मृत्यू! आपल्या जन्माला लागलेली सगळी चिंता, काळजी, वेदना, यातना, नाना व्याधी आणि नाना उपाधी यांचा हा होम आहे! त्याला का भ्यावं? का कष्टी व्हावं? कटकटीनं भरलेल्या या संसाराचा कसला लोभ धरायचा? स्वत:च्या जीवाचा? म्हणून हे लोभाचं कमळ सोडवत नाही? अरे कसला हा जीव आणि कसला हा जन्म!...जन्म हा अति कुश्चीळ । नर्कपतन ।...पाहतां शरीराचे मूळ । या ऐसें नाही अमंगळ । रजस्वलेचा जो विटाळ । त्यामध्ये जन्म यासी ॥ अत्यंत दोष ज्या विटाळा । त्या विटाळाचा चि पुतळा । तेथे निर्मळपणाचा सोहळा । केंवी घडे ॥ रजस्वलेचा जो विटाळ । त्याचा आळोन जाला गाळ । त्या गाळाचेच केवळ । शरीर हें ॥...आळोन जाला गाळ... गाळ... त्या गाळाचेच...! ...गाळ!....

...आबांना मृत्यूचं भय राहिलं नाही. ते विरक्त झाले. आसक्ती गेली आणि विरक्ती आली पण तीही एका भयातून जन्माला आली होती. मृत्यूच्या पोटीच हिनं जन्म घेतला होता. शुद्धस्वरूपी ती अवतरली नव्हती. विरक्तीची मुळं आसक्तीत होती. आसक्तीलाच कोंब फुटून विरक्ती जन्माला आली होती- गाशा गुंडाळून तयार झालेल्या आबांना अनेक गोष्टींचे डोहाळे लागले होते. निरोप घेता घेता ते मागं वळून पाहात होते! वाटत होतं- घरात सून आलेली पाहावी, जीवमान आहे तोवर अक्षदा टाकून घ्याव्यात. वाटत होतं केशवनं आपली काठी होऊन आधार द्यावा. आपण घरात बसावं. त्यानं कुलकर्ण सांभाळावं. आणि गर्भारशी स्त्रीसारखी त्यांना अशीही इच्छा होत होती- उन्हाळा लवकर यावा... आंबे खावेत. कुणी तरी कोकणात जाऊन एक काफी फणस आणावा... फार दिवसांत बाहेरचं वारं लागलं नव्हतं. घराबाहेर पडावं. कल्लोबाच्या बनांत जाऊन बसावं. आळत्याच्या खिंडीपर्यंत रपेट मारावी. रामलिंग, धुळोबाची दैवतं डोळ्यांनी पहावीत. गर्द हिरवी झाडी एकदा डोळ्यांनी बघावी. कितीतरी दिवसांत खिंड पाहिली नाही. हिरवी झाडी डोळ्यांना दिसली नाही ...कुरणातल्या गवताचा मातकट वास, वाहत्या- खळाळत्या पाण्याची धार... रानातली मोकळी हवा...

अंगावर उपरणं घेऊन आबा म्हणाले,

''आज जरा देवीचं दर्शन घेऊन यावंसं मनात आलंय.''

''एकटेच जाणार?''

आबा हसून म्हणाले,

''तुम्ही येता बरोबर?''

लक्ष्मीबाई मुरडल्या. न बोलता उभ्या राहिल्या. आबांनीच विचारलं,

''कुणाला बरोबर घेऊन जायचं?''

आबा एकटेच बाहेर पडले. काठी टेकत चालू लागले. गुप्तीचं ओझं हातात का बाळगावं, त्यांना कळत नव्हतं. त्यांना उगीचच हसू आलं. हसऱ्या चेहऱ्यानं पावलं टाकत, आबा भर पेठेत आले.

''रामराम.''

''रामराम.''

''काय चावडीकडं निघालासा?''

''नाही. जरा देवीला जाऊन येतो.''

''बरं हाय आता जिवाला?''

''आहे. ठीक आहे.''

लोक भेटू लागले. हात वर होऊ लागले. विचारपूस करत आबा पुढं निघाले. भाऊ वाण्याच्या दुकानात गोपाळा बसलेला दिसला. आबांना बघून रस्त्याला पाठ करून तो बसला. आबा हसले. मुद्दाम थांबले आणि हाक मारून म्हणाले,

''काय गोपाळा?''

मुजरा करून गोपाळा जवळ आला. आबांनी हसून विचारलं,

''काय, गेला का थंडीताप?''

''व्हय. आता जरा बरा हाय. कुणीकडं निगालाय?''

''येतो जरा देवीचं दर्शन घेऊन.''

''एकटंच?''

''दुकटं काय करायचंय?''

''मी येऊ संगं?''

''नको. तुला आणि थंडीताप यायचा-'' आबा हसले आणि चालू लागले. गोपाळा वाकड्या नजरेनं बघतच उभा राहिला.

डोळे भरून आबांनी देवीचं दर्शन घेतलं. शिरकाईच्या डोळ्यातल्या उलट्या कवड्या, नजर रोखून पाहात राहिल्या. दृष्ट-भेट झाली. जीव कुठं तरी गुंतल्यासारखा झाला. मनाला विरंगुळा वाटला. दिवस मावळेतोवर आबा देवळातच बसून राहिले.

...आबा हिंडूफिरू लागले. चार लोकांत बसू लागले, उठू लागले. एकच काळजी लागून राहिली... देहाची नाही! हा मर्त्य देह देवाला शरण आला होता. काळजी होती गावाची. भय होतं गावाचं. चिंता होती गावाची. हा गावगाडा कसा चालणार? आपल्या मागं याचं काय होणार? रेटलं तोवर हे जू आपण खांद्यावर घेतलं. पुढं हे ओझं कोण घेणार? कोण....?

...दिवस मावळला. चौकात पडलेली पिंपळाची सावली घरात शिरली. अंधार दाटला. दिवेलागण झाली. दोन्ही मुलंही घरात आली. न सांगता केशवनं हातपाय धुतले. 'शुभं करोती' म्हणून झाली. अंधार गडद पडला. काळोख झाला. आणि लक्ष्मीबाई सारख्या आत बाहेर करू लागल्या. माजघरात काही सुचेनासंच झालं. आधनं मधनं पाल बोलू लागली. आणि लक्ष्मीबाई आतनं उठून बाहेर आल्या. तळहातावर गाल टेकवून त्या ओसरीवर बसून राहिल्या. लक्ष दाराकडं लागलं होतं. बाहेरची गल्ली, एखाद्या भुयारासारखी दिसत होती. पावलांचा आवाज येईल म्हणून कान वाट पाहात होते. मन परमेश्वराचा धावा करी होतं. वाऱ्याकडं तोंड पसरून त्या बसल्या होत्या... अजूनही आबांचा पत्ता नव्हता!

वाट पाहून डोळे शिणले. मन थकलं. मुलं गावात जाऊन बघून आली. आबा गावात नव्हते. चावडीत नव्हते. मग कुठं गेले? इतका उशीर ते कुठं बसणार नाहीत.... आणि अवचित त्यांच्या छातीत धस्स झालं! फिरायला म्हणून एकटेच बाहेर गेले असतील... कल्लोबाच्या बनाकडं... आताशा जात होते... सांगूनही ऐकत नव्हते... आणि एकाएकी त्यांना द्वारकाकाकूची आठवण झाली. किर्र बनात सापडल्यासारखं झालं....

दोन्ही मुलांना जवळ घेऊन त्या वाट बघत बसल्या. घराचा दरवाजा पुढं न लोटता त्यांनी उघडाच ठेवला. दिवा न विझता जळत राहिला. रात्र गेली. पहाट झाली. तांबडं फुटून आभाळ फटफटलं, आणि आभाळच फाटलं! आबांचा अजून पत्ता नव्हता. ठावठिकाणा लागत नव्हता.

दिवस उगवला. तिरकी उन्हं आता आली. उन्हं आली, पण आबा आले नाहीत. प्रकाश आला आणि काळोख पसरला! दिवस उगवला अन् रात्र झाली!

ऐसपैस लांबलचक पसरलेल्या आसेरीवरचा तक्क्या सुना सुना दिसू लागला असून नसल्यासारखा..

आणि तिसऱ्या दिवशी तिन्हीसांजेच्या वेळेला येताळा महार पळत पळत आला. तो धापा टाकत आत आला अन् ठेच लागल्यागत कोलमडला, दगडी जोत्यालाच कवटाळून म्हणाला,

''घात झालाऽ - घात झालाऽ...''

मुलांना कवटाळून बसलेल्या लक्ष्मीबाई भुईलाच पालथ्या पडल्या आणि एक हंबरडा फोडून गप्गार झाल्या. बसलेली इतर माणसं चटाटा उठून उभी राहिली. येताळा भोवती सारी गोळा झाली. टकामका त्याच्याकडंच बघत राहिली. दोन्ही पंजात तोंड दडवून येताळा सांगू लागला, ''कल्लोबाच्या बनात... अंगाला मुंग्या लागून तोंड

वळखू ईना झालंय. काळ्या मुंग्या... कुटं अंगावर वार न्हाई. कसली निशानी न्हाई. अंगावर काकवी वतून.. काकवी वतून होऽऽझाडाला बांधलंय... तोंडात कापडाचा बोळा तेवढा कोंबलाय... अंगाला मुंग्या लागून वळखू ईना झालंय-''

❐

भाग दुसरा

१

...दिवाळी आली. नव्या कापडांची खरेदी झाली. कोऱ्या लुगड्यांच्या घड्या गायीच्या अंगावरनं फिरल्या. शिंप्याच्या दुकानात रात्रभर अरगणी पेटत राहिल्या. जागरणानं बायकांची कंबरडी मोडली. गऱ्याचा, बुंदीचा लाडू, गुळाचे- साखऱ्याचे कानुले, शेव-काटेखडुगळे अशा जिनसांनी भरलेली ताटं, वर विणलेला पांढरा रुमाल घालून, एकमेकांच्या घरात गेली- आली. फटाक्यांचा दणका उडाला. सरकीचं तेल लावून आंघोळी झाल्या. पुरुषांनी जरीकाठी- बादली आणि कोशे फेटे डोक्याला बांधले आणि शालुपैठणी नेसून बायका नटल्या. एका रात्रीत परटिणीनं गाव ओवाळून काढलं. फराळ आराळ सुरू झाले. तुपा-तेलानं घसा धरला. चार दिवस चंगळ झाली. वर्षाची दिवाळी आली आणि हुरहूर लावून निघून गेली- ओढ्याला आलेला पूर घटकाभरानं ओसरावं तसं झालं.

दिवाळी गेली आणि रानातल्या कामांची तापद्रा सुरू झाली. वेळेला पोटाला खायलाही लोकांना फुरसत मिळेना झाली. पुरुषाला घरचं तोंड दिसेना झालं. दोन वेळेला गावात यायला सवड मिळेना झाली. भाकरी रानात जाऊ लागली. जिकडं तिकडं रानात वस्त्या पडू लागल्या आणि जो तो आपाआपल्या तापद्र्यात गढून गेला. कोणाची शेंग काढायला आली होती, कोणाचा जोंधळा कापायला आला होता. मिरची तोड्याला आली होती आणि पिवळ्या पडलेल्या हळदीचं शिवार घमघमत होतं. तंबाखूतला कुळव बंद होऊन शेंडा खुडणी नेमानं चालू होती. रानातली पिकं अशी हातातोंडाला आली आणि आपल्या पदर आलेल्या लेकीवर नजर ठेवावी तशी डोळ्यात तेल घालून पिकांची राखण सुरू झाली. तरीही डोळ्यात माती पडत होती. सकाळी उठून बघावं तर खुडलेल्या कणसांची धाटं, उपटलेले शेंगाचे वेल अवचित दृष्टी पडायचे. भुरट्या चोऱ्या अशा सुरू होत्या. आणि पाखरांनी सतावून सोडलं होतं. लोकांच्या झोपा ठार उडाल्या होत्या. रात्रभर शेकोट्या पेटताना दिसायच्या तापद्र्यात गढून गेले होते.

आणि भल्या पहाटेस तांबडं फुटायलाच रानात आरडा सुरू व्हायचा. गोफणी फिरू लागायच्या. ह्या आरड्यांनी आणि पाखरांनी रानं गजबजून जायची. दंगा उसळायचा त्यातचं पार्कातली हरणं-डुकरं डोळा चुकवून रानात घुसायची. शेंगाचं

वावर नांगरून निघायचं. जोंधळ्याची धाटं, काड काड मोडून आडवी पडायची. पार्कातली ही जनावरं आली म्हणजे टोळधाड आल्यागत कळपानं यायची आणि मुसंडी मारून पिकात घुसायची. मग हा ऽ ऽ हा ऽ ऽ हा ऽ ऽ करत लोक मागं लागायचे. गोफणी फिरायच्या. बार व्हायचे आणि पत्र्याचे डबे वाजवत ही मिरवणूक रात्रभर रानात घुमायची. रानात असा हैदोस घालून ही जनावरं निघून गेली म्हणजे पिकाची झालेली नासाडी बघत शेतकरी तळमळत राहायचे.

होता होता ऐन सुग्गीचा घायटा सुरू झाला. थंडीनं जरा जोर केला. ताप येऊन जर ओतल्यागत ओठ फुटू लागले. टाचांना भेगा पडून नीट पाय टेकता येईना झाला. एकेकाला सप्पय तोंड उघडून बोलता येईना झालं. वस्तीला जाणारे लोक एकावर एक डब्बल कुडतं घालून जाऊ लागले आणि रात्र रात्र शेकोटी धरून बसू लागले. थंडीचा असा कडाका पडला आणि जोंधळ्याची पानं बुडक्यापसनं शेंड्यापर्यंत वाळत निघाली. कणसं गच्च भरू लागली. हुरडा सुरू झाला. ऊनऊन हुरड्यावर एक वेळची भूक भागू लागली. भाकरी करून झाल्या म्हणजे बायकाही तव्यावर शेंगा भाजू लागल्या. तो मऊ सुरकुतलेला दाणा पुरणागत लागू लागला. लोकांच्या तब्येती सुधारू लागल्या. हडाडलेली पोरं अंग धरू लागली. जिकडं तिकडं लोक सारखे चरू लागले आणि कुरणात चरणाऱ्या खोंडागत त्यांच्या अंगावर मांस वाढू लागलं. महारापोरांच्या पोटलाही टाचकं पडेना झालं.

आणि एकाएकी जोंधळ्याच्या कापण्या सुरू झाल्या. शेंगाच्या वावरात कुदळी दिसू लागल्या. वर्षभर सांदीकोपऱ्याला पडलेले विळे लोहाराच्या घरी जाऊन पाणी पिऊन येऊ लागले. गडी जोंधळा कापायला जाऊ लागले. बायका शेंगा वेचायला पळू लागल्या. दिवस-दिवसभर घरांना कुलपं पडू लागली. शाळाही ओस पडल्यागत झाली. हे दिवस पुन्हा वर्षानं दिसणार होते! सारं गाव त्यात गढून गेलं. बायका-पोरं, म्हातारी-कोतारी साऱ्यांच्याच मागे सुगी लागली. शेंगानं भरलेल्या बुट्ट्या आणि कणसांच्या जुड्या रोज घरात येऊ लागल्या. सालाची बेगमी करण्यात लोक गुंग होऊन गेले. जिवाला बरं नसलं तरी लोक दुखणं अंगावर काढत होते- आला दिवस ढकलत होते. चार-चार दिवस अंगाला पाण्याची शिवाशिव होत नव्हती. जोंधळा कापताना विळा लागून बोटं कापत होती. शेंगा काढताना पायावर कुदळ बसत होती. पायाला सड लागून इजा होत होती; पण कामाच्या घाईत घरी बसायला सवड नव्हती. तात्पुरती एक चिंधी बांधून लोक तसेच काम करीत होते. आपल्या असा घायटा उडाला होता आणि दहा आळी हिंडूनही कामाला माणसं मिळत नव्हती. जोडणी झाली तरी काम उरकत नव्हतं. सुगी अशी भरास आली होती आणि तंबाकू खुडायला गडी मिळत नव्हते. मिरच्या तोडायला बायका गावात नव्हत्या. नवी फुट उगवून तंबाखूची झाडं वाढत होती. खापरीगत जाड दिसणारी पानं कागदागत

पातळ होत होती. तोड्याला आलेल्या मिरच्या झाडालाच गळून खाली पडत होत्या. वेळच्या वेळी पाणी पाजायला फुरसत होत नव्हती आणि काळाभोर दिसणारा ऊस वाळून पिवळा पडत होता. एकाच वेळी सगळी कामं अशी हातघाईवर आली होती. जोंधळा कापावा, का शेंग काढावी? मिरची तोडावी का तंबाखूचा खुडा करावा? उसाला पाणी द्यावं, का खळ्यात पात घालावी? जे जमेल ते उरकून घेण्याचं काम चालू होतं. गडी मिळतात तोवर जोंधळा कापून घ्यावा. बायका मिळतात तोवर शेंगा काढून घ्याव्या- अशी कामं सुरू होती. गड्या माणसावर अवलंबून रहात होती.

मळण्या होऊ लागल्या. खळी उलगू लागली. रानातलं धान्य घरात येऊ लागलं. पिकं निघालेली मोकळी रानं लांबच लांब पसरलेली दिसू लागली. ज्वारी गेली आणि सडातली तूर तेवढी मागं राहिली. तुरीच्या पिवळ्या फुलातून बाहेर आलेली कोवळी शेंग निबर होऊ लागली. लोकांचं लक्ष बाजारभावाकडं लागून राहिलं. दुसवट्याच्या पिकांचा विचार मनात घोळू लागला. पीक निघालेल्या मोकळ्या रानात दुसरं कोणतं पीक घ्यावं, ह्या विचारात शेतकरी गर्क होऊन गेला... सणाला पोळ्या खायला खपली करावी? का हरबऱ्याचा बेवड करावा? मनातल्या मनात अशी चलबिचल सुरू झाली. बापलेकात वाद होऊ लागले- कांदा लावावा का रताळी करावी? रताळी लावावी का गाजरं करावी? नक्की ठरत नव्हतं. खरीप पिकांची काढणी चालू होती आणि रब्बीला अशी सुरुवात झाली होती. सुगी आटपत आली तरी ताप्रदा संपली नव्हती. पिकं निघून जमिनी मोकळ्या झाल्या तरी लोक रिकामे झाले नव्हते. जो तो आपल्या विचारात गर्क होता...

दुसरा कशाचा विचार करायचा? -उगवणारा दिवस मावळत होता आणि मावळणारा दिवस उगवत होता...

❐

२

इनामकीची जमीन खाणारे सनदीही चावडीत बसेना झाले. दिवसातनं एखादी फेरी मारली, अधनं-मधनं एखादी चक्कर टाकली की, त्यांचं काम भागू लागलं. कोण विचारणार राहिला नाही आणि चावडीत बसायचं कारण उरलं नाही. आपला जमीनजुमला सांभाळत सनदी रानात राहू लागले. म्हादा कोळी तर चावडीकडं ढुंकून बघेना झाला. जो तो आपापल्या उद्योगाला लागला होता आणि चावडी ओस पडल्यागत झाली. पडक्या वाड्याची तिला कळा आली!

नाही म्हणायला, धोंडीबा तराळ तेवढा चावडी धरून बसून असायचा, तोंडाला चिलीम लावून म्हातारा एकटाच आगटीजवळ बसायचा. बसून बसून कंटाळा आला म्हणजे पाय पोटात घेऊन तिथंच दुमडून पडायचा.

त्याच्या पोटाला पोर नव्हतं. वंश खुंटला होता. मुलबाळ होईल ही आशाही आता नव्हती. एक टीचभर जमीन होती ती पुतण्याच्या स्वाधीन करून तो मोकळा झाला होता. दोन वेळचा तुकडा खात तो आपला चावडी धरून बसून होता. सबंध हयात चावडीत घालवलेल्या ह्या तराळाला दुसरीकडं कुठं करमत नव्हतं. चावडीची जागा सोडवत नव्हती. कोणी येवो न येवो, तो आपला चावडीत बसायचा. एकटाच तिची राखण करीत राहायचा. कोणी आलं तर चार शब्द बोलायचा. नाही तर आपल्याच विचारात पडून राहायचा. कोणी आलं सारखं... नाही आलं सारखं! आला या - नाही आला रहावा...

अशा ह्या म्हाताऱ्याला एकून दोन नाद होते- एक चिलमीचा आणि दुसरा उन्हाचा. हिवाळा असो, उन्हाळा असो धोंडिबा सदा ऊन खात बसलेला असायचा. बसून बसून कंटाळा आला म्हणजे आडवा व्हायचा. पाय पोटात घ्यायचे आणि गप दुमडून पडायचं. सकाळचं कोवळं ऊन परतून दुपार झाली, ऊन तापू लागलं तरी म्हातारा उन्हाला पाठ करून गप पडलेला असायचा. चपाचपा ऊन बडवू लागलं, विस्तू पडू लागला तरी त्याला कधी सावलीची गरज भासायची नाही. दुपार होईल तशी सावली जवळ येऊ लागली म्हणजे पुन्हा उन्हात जाऊन पडायचा. ऊन लागेल तशी त्याला तंद्री लागायची. डोळे मिटून मग तासन् तास आपल्याच धुंदीत रहायचा. ऊन असलं की मजा! मग कोणासंग बोलायला नको, चालायला नको. कुठं जायला

नको, यायला नको. आपण भलं आणि आपलं ऊन भलं! तंद्री लावून झकास पडून रहायचं.

असा हा धोंडिबा तराळ डोळे झाकून गप आगटीजवळ पडला होता. उनाच्या गुंगीत होता आणि विचार मनात येत होते...ह्या गावाचं होणार तरी कसं? ज्या गावाला धनी नाही, ते गाव कसलं? जर एखादा दांडगेश्वर आला आणि चावडीचं पाकाडं उपसू लागला तर त्याला आडवायचं कुणी ? रातीइरेच कुणी आत घुसलं आणि असलेले दोन तक्के घेऊन पळालं तर करायचं काय? मालक नाही त्या गावाची विचारपूस कोण करणार?...

त्या भाबड्या तराळाला असं कोडं पडलं आणि पाय पोटाशी घेऊन दुमडून पडलेला म्हातारा उठून बसला. चिलमीला छापी गुंडाळत तो विचार करू लागला... ह्या गावाचं आता व्हायचं कसं? एकाएकी पाटील कसा मरून गेला आणि आबांचा खून कसा झाला? कोण वाली कसा राहिला नाही? कोणी विचारपूस तरी कशी केली नाही? जिथल्या तिथं पाक सारं जिरून गेलं? जिकडं तिकडं सारं गपगार कसं झालं?...त्यानं छापी गुंडाळली आणि हात लांब करून आग पेटीतला विस्तू घेतला.

येवढ्यात दोन पोरं पळत आली आणि चावडीसमोर येऊन उभी राहिली. मान काढून टुकुटुकु आत बघू लागली. तोंडाची चिलीम बाजूला करून धोंडिबानं विचारलं, ''कायर बाळानू का आलायसा?''

थोराड अंगाचं एक पोरगं आतल्या घड्याळाकडं बघत म्हणालं, ''किती वाजलं बघाय आलोय.''

''कुणी, मास्तरानं धाडलंय व्हय?''

''व्हय, किती वाजलं बघाय आलोय.''

''मग किती वाजलंरे?''

नीट पारखून बघत पोरानं सांगितलं,

''घड्याळ मागं हाय जणु.''

''मागं हाय?''

''न्हाईतर काय?''

कधी न हसणारा तराळ गचके देत हसला आणि घड्याळाकडं हात करून म्हणाला,

''लेकानू नीट बघा तरी.''

''नीटच बगितलंय.''

''व्हय की!'' असं म्हणून ती दोन्ही पोरं हसली आणि घड्याळाच्या न हलणाऱ्या त्या लंबकाकडं टक लावून बघत राहिली, तसा धोंडिबा म्हणाला,

''जावा, साळा सुटायची येळ झाली म्हणून सांगा जावा.''

आली तशी पोरं निघून गेली आणि आळ्ळी मिळ्ळी गोपचिळ्ळी घातल्यागत पुन्हा चावडी गपगार झाली. तोंडाला चिलीम लावून तराळ बसून राहिला.

तराळ असा बसला होता आणि काठी टेकत येताळ महार जवळ आला. कोपऱ्यात काठी ठेवून तिथंच खाली बसला. त्याच्या पाठोपाठ दत्तू नाईकही आला. पायऱ्या चढून वर गेला. भुईला एक कांबळं पसरून धोंडिबाला म्हणाला,

''कायगा, कोण आलंत काय?''

''काय कोण न्हाईबा.''

थोड्या वेळानं हरीबा जाधवही आला. वर जाऊन गप कांबळ्यावर बसला. चावडी भरल्यागत दिसू लागली. आपापल्या उद्योगात रमलेले सनदी आजच कसे गोळा होऊ लागले, हे काही कोडं तराळाला उलगडेना झालं आणि डाव्या हाताच्या तळव्यावर चिलमीचं तोंड आपटत त्यानं विचारलं,

''कायगा आज कुणीकडं दिस उगीवला?''

जो तो आपल्याच विचारात होता. त्याच्या बोलण्याकडं कोणी ध्यान दिलं नाही. चिलीम भुईला निजवून तराळानं आपल्या दोन्ही गुडघ्यांना हाताची मिठी घातली आणि पाय अंतराळी धरून तो आपल्या अंगाला झोले देत गप बसून राहिला. मधेच थांबून तो म्हणाला,

''व्हयं नाईक, आज अशी सारीच कशी पटापटा आलासागा? काय कोण येनार हाय व्हय?''

''कोन येतंय!'' असं म्हणून नाईकानं आपली पाठ खांबाला टेकवली आणि बसल्याजागी डोळे गपकन् झाकून तो बोलला,

''काय जरा गावात भुमका उठलीया म्हणून ह्यास्नी बोलावून म्हटलं बाबानू चला जाऊ. आपुन तरी आपलं चावडीत जाऊन बसूया.''

हाताची मिठी सोडून तराळ थोडा वेळ टक लावून बघत राहिला. एक सोडून दहा विचार त्याच्या मनात आले. आणि रांगत गेल्यागत पायरी जवळ जाऊन हळू आवाजात म्हणाला,

''कायगा, काय भुमका?''

''काय तरी काय तरी लोक बोलत्यात गा ऽऽ.''

''तेच की. काय बोलत्यात?''

थोडा वेळ थांबून नाईक म्हणाला,

''काय असं ऐकाय मिळतय....''

''काय?''

''काय आज गावात जरा दंगा उसळनार हाय म्हनं!''

तराळाच्या तोंडचं पाणी पळालं. न बोलता तो गप तोंडाकडं बघत राहिला

आणि स्वत:शीच बोलावं तसा म्हणाला, ''दंगा उसळनार हाय!''

''हा ऽ ऽ आता दंगा व्हायचाच की!'' असं एकवार मोठ्यानं उसनून दत्तू नाईक पुन्हा गपगार झाला. तराळाला चुटपुट लागून राहिली. जिवाला चटका बसल्यागत झाला. का दंगा होणार हे काही कळेनासं झालं. नाईक तर डोळे झाकून गप बसला होता. मग तराळानं हरीबाकडं बघत विचारलं,

''काय गा, ही काय आनी डंका ऐकाय येतीया?''

''आता डंका ऐकाय याचीच गा ऽ ऽ''

''अगा पर काय भानगड सांगाकीगा ऽ ऽ''

हरीबाही गप बसून राहिला, कोणाच्याच तोंडातनं बाहेर काही पडेना झालं आणि उलगडा होईना झाला. तो उगच विचार करीत बसला आणि एकेक गोष्टी त्याला आठवू लागल्या. शंकर देसाईच्या पोरांनी खोताच्या म्हाताऱ्याला पांदीत गाठून लोळवलं होतं- ती तरी काही भानगड नसंल? केरुनानांनं भर दिवसा मारुतीच्या देवळापुढं म्हादा कोळ्याला पायातलं पायताण उपसून ठोकलं होतं. ह्या कोळ्यानं काय कुरापत काढली असलं? रात्रीचं कुणी ताणूच्या घरात शिरून झगडा झाला तर नसंल?... त्याला एक म्हणता दहा आठवू लागलं. पण नक्की काही बोध होईना झाला. मनात सारखे विचार घोळू लागले आणि काहीतरी उलगडा करून घ्यावा म्हणून त्यानं पुन्हा विचारलं,

''व्हय नाईक काय भानगड गा?''

''म्हाताऱ्या, तुला काय कळलं न्हाई?''

''काय न्हाई.''

मग नाईक समजावून सांगू लागला. त्यानं विचारलं, ''अगा ऽ ऽ बाईनं परवा भावाचा पोरगा दत्तक घेतला का न्हाई?''

''व्हय, मग?''

''तेचकीगा, भांडान पेटाय लागलंय!''

''पर बाई म्हायारातच हाय कीगा.''

''त्या इकडं येऊन काय करत्यात?''

''मग भांडान कसलंगा आनि?''

मध्येच हरीबा म्हणाला,

''काय सांगतोस दत्तुबा ह्या म्हाताऱ्याला? खुळं म्हटलं तर ओ म्हननार ह्यो!''

''व्हय बाबा, खुळ्यागत झालंय खरं!''

असं म्हणून तराळ गप बसला आणि मग हरीबाच उकल करून सांगू लागला,

''अगा धोंडिबा ए ऽ ऽ खुळ्या गिरस्ता, बाई तिकडं म्हायारात जाऊन बसलीया हे खरं; पर जमीन जुमला कुठं गेलाय का? त्यो हितच हाय न्हवं?''

‘‘हा ऽ ऽ त्यो कुठं जाईलगा ऽ?’’

‘‘त्यो चाललाय भाऊबंदांच्या घशात!’’

‘‘घशात?’’ असं धोंडिबानं दचकून विचारलं आणि तो हरीबाच्या तोंडाकडं बघत राहिला. हरीबा सांगू लागला,

‘‘आगा आज काय दाजीबा आणि केरुनाना पाटलाच्या रानात नांगुर धरणार हैत म्हणं.’’

‘‘आनि गा?’’

‘‘आणि काय....’’ असं म्हणून दोघेही एकमेकांच्या तोंडाकडं बघत राहिले आणि मग हरीबाच म्हणाला, ‘‘कर्दे लोक काय करत्यात बघू या. राऊनानांचा पाठिंबा हाय त्यास्नी. ते काय हरकत करनार हैत म्हणं.’’

‘‘हे काय दिस आलं गा?’’

‘‘आता असंच बघ.’’

मति गुंग झालेला तराळ बोलला,

‘‘ह्यो कलियुगाचा म्हैमा बाबा! काय हुईल आनि काय न्हाई!’’

सार काढीत हरीबा म्हणाला, ‘‘काय व्हायचं? ते दोघंबी रानं बळकावून बसनार आणि काय!’’

ह्यावर सारे गप झाले. बोलणंच खुटलं आणि एकाएकी नाईक म्हणाला,

‘‘एखाद्या येळला खून पडायचा संबव हाय. काय असं ऐकाय येतंय... वाट बघायची.’’

धेंडिबानं विचारलं, ‘‘बाईला तरी कुणी कळविलंय काय?’’

‘‘कोन कळीवनार?’’

नाईक बोलला, ‘‘आणि त्यास्नी कळवून तरी काय धन लागणार हाय? त्या काय नांगरापुडं येऊन आडव्या पडणार हैत?’’

‘‘ते बी खरंच की. त्याबी आपल्या जीवाला भेत्यातच की!’’

‘‘तेच तर सारं चुकलंय! त्यांनी भिऊन गाव सोडाय नको पायजे हुतं. गाव सोडून सारा घोटाळा झालाय.’’

‘‘त्यात आनि दत्तक घेउन बसल्या! आगीत त्याल वतल्यागत झालं का न्हाई?’’

‘‘तर गा ऽ ऽ!’’

पावलांचा आवाज ऐकून साऱ्यांच्या नजर बाजूला वळल्या. धोतराचा सोगा एका हातात धरून उद्धवनाना जवळ आले आणि उगच चावडी न्याहाळत उभे राहिले.

नाईक उठून उभा राहात म्हणाला,

‘‘काय पंत, याकी.’’

''नाही जातो.''

''का आलता?''

''आलतो सज. म्हटलं बघावं तरी कोण कोण बसलंय.''

नाईकानं खडा टाकून बघितलं,

''काय इशेश?''

''काय नाही.'' असं म्हणून उद्धवनानानी काळजीच्या सुरांत विचारलं, ''तुम्ही सनदी चावडीत बसून हाय व्हय?''

''तर काय करावं?''

''नांगर घेऊन दाजीबा डोणीच्या मळ्यात गेलाय की?''

''गेलाय का?''

''आणि गेलाय कसला? मी आता तिकडनंच आलोय नव्ह.''

''मग काय?''

''कशाचं काय आणि काय? पंधरावीस गडी काठ्या कुराडी घेऊन बांधाला उभ्या राहिल्यात आणि दाजीबानं नांगर धरलाय.''

''कोन आडवं गेलं न्हाई तर मग?''

''जीव कुणाला नको झालाय? कोण उदार होतोय आपल्या जिवावर?''

नाईकानं पुन्हा विचारलं,

''केरूनानाची काय बातमी?''

''केरूनाना तिकडं कुंभार मळ्यात शिरलाय म्हणं.'' असं म्हणून उद्धवनाना पायऱ्या चढून वर गेले आणि भुईला अंथरलेल्या कांबळ्यावर बूड टेकवून म्हणाले,

''बघाकी काय जरा अंदाज घ्या.''

कोपऱ्यात बसलेल्या येताळाकडं बघून नाईक म्हणाला, ''येताळा जा जरा बघून ये जा.''

दोन पायांवर बसलेला येताळा उठून उभा राहिला. हातात काठी घेऊन कचवचत बाहेर पडला आणि येडवल्यागत करून म्हणाला,

''कुठवर जाऊन येऊ जी?''

''जाकी कुंभार मळ्यापतूर.''

डोक्यावर बोजा घेऊन चालल्यागत तो सावकाश पावलं टाकीत बाहेर पडला. टेकायची काठी काखेत धरून चालता चालताच डोक्याचा पटका आळपत निघाला. तो दिसेनासा झाला आणि उद्धवनानानी हळू आवाजात बोलणं काढलं,

''काय दत्तोबा, बाईंची काय हालहवाल?''

''त्या जाऊन बसल्यात की म्हायारात.''

''अस्स! दत्तक मुलगा आणि त्या तिकडं खुशाल आहेत तर!''

''हां खुशालच म्हणायचं.''

''आणि मग आता ह्या जमिनीचं कसं काय व्हायचं?''

''कसं व्हायचं काय सांगावं आम्ही तर!''

एक डोळा बारीक करून उद्धवनानानी विचारलं,

''वाड्याकडं कधी फेरी टाकली होती?''

''काय काम!''

''काय काम?'' असं विचारून उद्धवनाना म्हणाले, ''अगा मागचं भिंताड पोखरून घर सारवायला माती पळवाय लागल्यात की लोक!''

''व्हय बघतोयच की.''

''नुसतं बघताय व्हय?''

''मग काय करायचं तर?''

''अगा बायाबापड्यांना तांब्या घेऊन बसायला आडुसा झालाय!''

''व्हय झालाय. तांब्या घेऊन जात्यात. बघतोयच की आम्ही डोळ्यांनी!''

''बघताय व्हय?''

''मग काय करावं तर!''

एकदम बोलणं थांबलं. लांब लांब ढेंगा टाकत येताळा येताना दिसला. धापा टाकतच तो जवळ आला. त्याची छाती भरून आली होती. त्याला धड बोलताही येत नव्हतं. दुडक्या चालीवर धावत आलेला येताळा काठीचा आधार घेऊन गप उभा रिहला. सगळेच त्याच्याकडं टक लावून बघत राहिले आणि त्याच्या बोलण्याची वाट न बघता नाईकानं विचारलं,

''कायगा येताळा, काय झालं?''

एकदम दम गिळून येताळा म्हणाला,

''पेठेतनंच माघारी आलू जी.''

''पेठतनंच आलास?''

''व्हय फुडं न्हाई गेलो.''

''का गा?''

''काय लोक बोलाय लागल्यात... मारामारी झाली म्हणं की जी!''

बसलेले सनदी चटशिरी उठून उभे राहिले आणि येडबडल्यागत त्याच्या तोंडाकडं बघू लागले. येताळाही सगळ्यांच्या तोंडाकडं बघून म्हणाला,

''काय डोस्की फुटल्यात म्हणं जी. लई दंगा उसळलाय!''

हरीबा जाधव, दत्तू नाईक, धोंडिबा तराळ आणि उद्धवनाना सारेच एकमेकांकडं बघत राहिले. भिऊन गाबागाब झाले. आणि धाप लागलेला येताळा सांगू लागला,

''जत्रा भरल्यागत पेठंत माणसं जमल्यात! जाऊन बघून या जावा की. लोक

सारं हेच बोलाय लागल्यात.''

उद्धवनानांनी विचारलं,- ''कोण कोण जायबंदी झालंय म्हणं?''

''जी, तेवढं काय सगळं समजलं न्हाई. पर राऊनाना आडवं गेलंत म्हणं. पैली काठी त्यांच्यावर पडली असं काय लोक बोलत्यात.''

उद्धवनानांनी धोतराचा सोगा हातात धरला आणि भराभरा पायऱ्या उतरून ते पसार झाले. उद्धवनाना निघून गेले आणि चावडीत गोळा झालेल्या सनद्यांना आता काय करावं हा घोर पडला. चावडीत बसावं तरी एक पंचाईत आणि न बसावं तरी पंचाईत!... चावडीत बसावं का पेठेत जावं? पेठेत जावं का आपलं घर गाठावं? आणि उद्या कोण अंमलदार चौकशीला आला तर काय सांगावं? धड काही सुचेना झालं आणि कळेना झालं. धसक्यानं भ्यालेले सनदी एकमेकांची तोंडं न्याहाळत उभे राहिले आणि भर दिवसा उजेडी डोळ्यांपुढं चांदण्या दिसू लागल्या...!

❐

३

गहू-हरबऱ्याची - दुसवट्याची पिकं रानात उगवून आली होती. इतर मोकळ्या जमिनी उनानं होरपळून निघत होत्या. लोक वळवाच्या पावसाची वाट बघत होते. नांगरटी सुरू झाली. कुळव फिरत होता. गावातलं खत रानात जात होतं. अशी कामं सुरू होती; पण त्यांची निकड नव्हती. रँव रँव एकेक काम चालू होतं. जमिनी नांगरायच्या, कुळव फिरवायचा, ढेकळं फोडायची, सड वेचायचे, शेंगाच्या वेलाचा भुस्सा जास्ताना भरून ठेवायचा, कडब्याच्या बडमी रचायच्या अशी एकेक कामं चालू होती. मळकरी तेकढे तापद्र्यात होते. गुऱ्हाळं सुरू होती. ऊस गाळला जात होता. बाकी सारं निवान्त होतं.

पाटलांच्या रानात घुसलेले दाजीबा गायकवाड आणि केरूनाना पवार यांनीही आपलं बस्तान बसवलं होतं. एकानं डोणीचा मळा बळकावला होता आणि दुसऱ्यानं कुंभार मळ्यात पाय रोवला होता. दोन्ही मळे चांगले वीसपंचवीस एकरांचे होते. आणि काळी करंद जमीन हत्तीच्या पायागत होती. दोन्ही मळ्यांतली नांगरट-कुळवकाठी झाली होती. पेरणीची सारी तयारी करून दोघेही आपापल्या खोपीत बसून होते. जिवाला भ्यालेले आधीचे कर्दे बाईकडं हेलपाटे घालून घालून दमले होते. आता पुढच्या वर्षी काय करावं, ह्या काळजीनं बेजार झाले होते. घोर लागला होता. आडवायला जाऊन आपलं डोकं फोडून घेतलेल्या राऊनानानंही अंग काढून घेतलं होतं. खुद्द बाईंच जिथं डरत होती, आपलं गाव सोडून पळून गेली होती, खंबीर मनानं विचार करायला तयार नव्हती, तिथं परकी माणसं काय करणार? सारासार गोष्टींचा विचार करून राऊनानानंही काळजी करायची सोडून दिली होती. आपलं घर भलं आणि शेत भलं, असं म्हणून राऊनानाही आपल्या उद्योगाला लागले होते. आता कोणाच्या आद्यात पडायचं नाही का मद्यात पडायचं नाही असा जिवाला ताळा घालून कानाला खडा लावला होता!

बाई अशी ढिली सापडली. राऊनानानीही अंग काढून घेतलं. विरोध करणारं कोणी राहिलं नाही आणि बाकीच्या शे-दीडशे एकर माळ जमिनीत आणखी चारपाच लोक असेच घुसले. त्यात म्हादा कोळ्यासारखा गावचा सनदी शिपाई होता. तसेच दोन बलुतेदारही होते. डोळ्याच्या बाहुल्या उरफाट्या झाल्या आणि तोंडावरची

माशी न उठणारा बाळ्या लोहार एका माळजमिनीत घुसला आणि किडमिड्या भाया सुतारानंही एक वीस एकराचा डाग बळकावला! भावाभावांच्या वाटण्या होऊन भांडणं मिटल्यागत सगळं सुराला लागलं. आपापल्या जमिनी सांभाळत लोक रांकेला लागले. गजबजलेली गावकी सारी थंड झाली. भितीनं पळून गेलेल्या बाईचा अंदाज लागून चुकला होता. तिची धास्ती उरली नव्हती. दत्तक घेतलेलं पोरगंही अजून लहान होतं- अज्ञान होतं. ते सज्ञान होऊन पाटीलकीवर यायला अजून अवकाश होता. तोवर काही चिंता नव्हती, फिकीर करायचं काही कारण नव्हतं... गाव असं बिनघोरी झालं होतं- तळ्यातल्या पाण्यागत शांत दिसत होतं.

...दुपारची वेळ. जिकडं तिकडं सारं सामसूम होतं. सुगी आवरलेले लोक निवान्त घरात झोपले होते. एका अंगाची शाळा तेवढी कलकलत होती आणि बाभळीच्या झाडावर, कुसवावर बसलेले कावळे मध्येच काव काव करीत होते. दोन-पाच घरात बायका घोड्यावर बसल्यागत भिंतीला पाठ लावून शेवया वळत होत्या. शेवयानं भरलेली ताटं बाहेर अंगणातल्या उन्हात वाळत होती. कावळे शेवायावर टपून बसले होते आणि हातात काठ्या घेऊन पोरं कावळ्यांवर टपून बसली होती. अशा दुपारच्या वेळी एकाएकी घरावर उड्या टाकत वानरं यावीत आणि पोरासोरांनी बाहेर येऊन बघत राहावं अशातली गत झाली.

टाप टाप आवाज करीत दोन घोडे गावात शिरले. टापांचा इशारा देत आत येऊ लागले. तो आवाज ऐकून पोरंसोरं रस्त्याला पळाली. बायाबापड्या दारातनंच मान मोडून बघू लागल्या.

एका मागे एक असे हे दोन घोडेस्वार टापांचा आवाज करीत वेशीतनं आत आले आणि पेठेतनं पुढं निघाले. त्यांच्या टापांचा आवाज ऐकून पेंगुळलेले वाणी उदमी खडबडून जागे होऊ लागले. 'कोण गा? कोण गा?' असं आपल्या शेजाऱ्याला विचारीत बाहेर येऊन उभे राहिले.

भाऊ वाणीही असाच खडबडून जागा झाला. गडबडीनं बाहेर जाऊन उभा राहिला. वरच्या लोखंडी सळीला हाताची मिठली घालून झोंबकळल्यागत वाकून बघू लागला. आणि टाप टाप आवाज देत घोडेस्वार जवळ आले. ते जवळ आले आणि भाऊ वाणी चरकला. सळीचा हात सोडून सागाच्या झाडागत सरळसोट उभा राहिला.

घोडे साधे नव्हते -अरबी होते! थोरामोठ्यांच्या वरातीतही असे घोडे त्यानं कधी बघितले नव्हते. घोडे चांगले दीडदीड पुरुष उंच होते आणि मोटेच्या नाड्यागत लांबसडक दिसत होते. त्यांच्या पाठीवर मांड ठोकून बसलेले घोडेस्वार दैत्यासारखे होते. एकेकाचा चेहरा असा कासंडीगत दिसत होता!

घोडे समोर आले. भाऊ वाण्याची आणि घोडेस्वारांची नजरानजर झाली आणि

वर केलेली नजर खाली करून वाणी मनात म्हणाला,

''अग आई गे! हे आणि कुठलं लोक गावात आलं!''

वाण्याची नजर ठरेना झाली. दोन्ही घोडे जरा पुढं गेले आणि त्यांच्या मागनं चाललेल्या पोरांच्या अंगावर खेकसून तो म्हणाला,

''भैरुप्याची सोंगं न्हवत भाड्यानू! कुठं मागनं निगालाय? फिरा मागं.''

मागनं चाललेली पोरं थबकल्यागत जरा उभी राहिली आणि पुन्हा पुढं चालू लागली. पाठमोऱ्या दिसणाऱ्या घोडेस्वारांच्याकडं टक लावून वाणी बघत राहिला. घोडे जरा पुढं गेले आणि मधोमध पेठेत जाऊन उभे राहिले. तसा वाणीही चार पावलं टाकून जवळ गेला. बोलणं ऐकायला येईल अशा बेतानं, जरा लांबच उभा राहिला.

घोडे उभे राहिले आणि मिशनीवर बसलेला धर्मू भातमाऱ्या हातातलं काम सोडून बाहेर बघू लागला. दुकानात बसलेली चांडाळचौकडी खिदळायची थांबून गप झाली. घोडे जागच्या जागी तुंबल्यागत उभे राहिले आणि लगाम खेचलेले घोडेस्वार दुकानाकडं नजर रोखून बघू लागले. तसा मिशीनीवर बसलेला धर्मू भातमाऱ्या लगबगीनं उठला आणि न बोलता बाहेर गेला. पाठीचं कुबाड काढून अदबीनं उभा राहिला. खाकी कोटाच्या पाठीवर सोडलेला भगव्या फेट्याचा शेंबला हातानं छातीवर घेत एकानं विचारलं, ''कोण, गावचा शिप्पी का तू?''

''जी, मी धर्मू भातमाऱ्या.''

वरनं आवाज आला, ''हो फुडं.''

करड्या आवाजातली ती आज्ञा ऐकून धर्मूची बोबडी वळली. 'फुडं हो' म्हणजे कुठं जा?... त्या फर्मानाचा अर्थ त्याला समजेना झाला. येडबडल्यागत करून तो बघत राहिला आणि गाभाऱ्यात आवाज घुमावा तसा पुन्हा आवाज आला, ''फुडं हो म्हनतो न्हवं!''

मान खाली घालून धर्मू गुमान पुढं झाला आणि मागनं प्रश्न आला ''चावडी कोंच्या अंगाला गा?''

धर्मूच्या तोंडातनं शब्द उमटेना झाला आणि एका अंगाला हात करून दाखवत तो कसाबसा म्हणाला,

''ह्या ह्या''

''मग चल तिकडंच.''

तो चावडीच्या वाटेनं निघाला आणि मागनं घोडे चालू लागले. त्यांची चाल ऐकून धर्मू दुडक्या चालीवर पळू लागला. हा हा म्हणता त्यानं चावडी गाठली. मागोमाग घोडेही येऊन पटांगणात उभे राहिले. पुढची आज्ञा ऐकावी म्हणून धर्मूनं मागं वळून वर तोंडाकडं बघितलं आणि घोडेस्वारानं आपली नुसती हनुवटी एक अंगाला वर करून इषारा दिला, ''जा आता- झालं काम.''

त्यासरशी धर्मू भातमाऱ्या माघारी वळला आणि पळत सुटला. घाम फुटलेल्या धर्मूला केव्हा एकदा आपलं दुकान गाठीन असं झालं होतं.

धर्मू गेला आणि ते दोघेही घोडेस्वार खाली न उतरता चावडीकडं बघत राहिले.

ना माणूस ना काणूस. चावडी भकास दिसत होती. एक धोंडिबा तराळ तेवढा बाहेरच्या आगटीजवळ उन्हाला दुमडून पडला होता. त्याच्या अंगावरची काळी कुळकुळीत कातडी उन्हात वितळणाऱ्या डांबरागत चमकत होती.

घोडे थेट चावडीवर आले आणि निवान्त पडलेला धोंडिबा गडबडीनं उठून उभा राहिला. हात जोडून सामोरा झाला. खुब्यात वाकून बोलला,

''जी, मी चावडीतला तराळ.''

आपल्या ओठावरली एक विंचवाची नांगी हातात धरून त्या घोडेस्वारानं तो लवून केलेला मुजरा आपला हात न हालवता मानेनंच स्वीकारला आणि एका रिकीबीवर पायाचा भार देऊन तो खाली उतरला. दण्णकन भुई हादरली. लगबगीनं तराळ पुढं झाला. भराभरा पायऱ्या चढून वर गेला. बसायची जागा झटकून तक्के नीट उभे करून ठेवले. गडबडीनं आवराआवर केली आणि तो लांब जाऊन एका खांबाला पाठ लावून उभा राहिला.

दोघेही घोडेस्वार चावडीत गेले आणि खांद्याची बंदूक काढून खाली बसले. तक्क्याला पाठ टेकवत विचारलं, ''बाकीचं सनदी काय मातीला गेल्यात काय?''

धोंडिबानं हा प्रश्न ऐकला आणि तो मनी हरकला. त्याला वाटलं हा बरा भेटला! कोण विचारणार-पाचारणार नव्हतं म्हणून सनदी सोकावले होते... आज बरी गावली तावडीत!

बाहेर पोरं गोळा झाली होती. लांब एका कोपऱ्यावर चार माणसंही उभी होती. दोघे घोडे सारखे फुरफुरत होते. त्या फुरफुरणाऱ्या घोड्यांकडं बघत तराळानं तोंड उघडलं, ''जी आता लईसं कोण फिरकतच न्हाई बघा.'' अशी सुरुवात करून आबा गेल्यापासूनची सारी हकीगत त्यानं खुल्लखुल्ला सांगून टाकली. त्याला चेवच आला होता! साचून राहिलेलं जुनं पित्त उसळल्यासारखं झालं. वेळ आली आणि म्हातारा भडभडा बोलून मोकळा झाला. सारं सांगून झालं आणि मग खाली भुईकडं नजर लावून तो विचार करू लागला- सारं बकून टाकलं हे खरं पर हे कोण, कुठलं, काय? त्यांचा आपल्याला ना शेंडा ना बुडका ठाऊक! आणि न विचारता सवरता हे आपुन काय सांगून टाकलं?...

धोंडिबानं भुईची नजर वर उचलली आणि अपसुक नजरानजर झाली. काहीतरी घोटाळा झाल्यागत झाला. डोळ्यातल्या इंगळ्या रोखून बघू लागल्या. आणि हात जोडून धोंडिबा बोलला,

''माफी करा. न इचारता करता बोलून गेलो.'' भेदरलेला म्हातारा डोळ्यातली

बुबळं हालवत बघू लागला. तोवर घोडा फुरफुरला. चाहूल ऐकायला आली आणि नजरा बाहेर वळल्या.

धोतराचे सोगे हातात धरून उद्धवनाना आणि लखू कुळकर्णी दबकत दबकत जवळ आले. नजरानजर झाली. तसे राम राम करून आत आले. आणि एकाएकी त्यांचे पाय अडखळले.

''कोण गा तुम्ही?'' असा प्रश्न ऐकायला आला आणि डोक्याला दाराची चौकट लागावी तसे ते उभेच राहिले. आत पाऊल न टाकता तिथंच थांबले. न विचारताच आपली नावं सांगू लागले,

''मी लखू कुळकर्णी.''

''मी उद्धवनाना.''

''मी गजाभाऊंचा चिरंजीव''

''मी श्रीकृष्णपंतांचा मुलगा.''

आणि मध्येच चावडी गरजली,

''का आईबाची नावं सांगाय लागलायसा? - कुणी इचारलंय?''

तोंडंच मिटली! उत्तर सुचेना झालं. हातात धरलेले धोतराचे सोगे गळून खाली पडले. बोटं चुळबूळ करू लागली. नजरा कावऱ्याबावऱ्या झाल्या. लखू कुळकर्णी एक पाऊल मागे सरून उद्धवनानाच्या मागे गेला आणि उद्धवनाना मान खाली घालून तिरके उभे राहिले. काय बोलावं आणि काय सवरावं हे कळेनासं झालं. एकाएकी वरनं आवाज आला.

''कुळकर्णी''

''ओ''

''ओ''

''आबांचं भाऊबंद न्हवं का तुम्ही?''

हा अवचित प्रश्न ऐकून धाड धाड भिंत कोसळल्यागत झाली. दगड आणि विटा एक झाल्या! काही कळेनासं होऊन गेलं. दोघांचीही तोंडं एकदम सुकून गेली. काही बोलावं तर जीभ उचलेना झाली. तोंडातनं शब्दच बाहेर येईना झाला. ही काही तरी आफत आली असं वाटलं. दोघांचेही हातपाय गळाले आणि कानावर प्रश्न आला.

''ह्यातला लखू कोंचा आणि उद्धव कोंचा?''

छातीकडं बोट दाखवून ते सांगू लागले-

''मी लखू''

''मी उद्धवनाना''

''दोन नावं हैत व्हय ?''

हा प्रश्न ऐकून उद्धवनाना कावरेबावरे झाले. आपण एक नाव सांगितलं का दोन

नावं सांगितली, हे त्यांचं त्यांना समजेना झालं. आणि शब्दांवर जोर देत ते पुन्हा म्हणाले,

‘‘मी... मी उद्धवनाना’’

‘‘व्हय तुमी तुमीच! ते ऐकलंगाऽ पर उद्धव आणि नाना अशी दोन नावं कशापायी घेतल्यात? नुसता ‘उद्धव’ चालत न्हाई?’’

पाचावर धारण बसली! बोलणं कळेना झालं आणि मुकाट्यानं मान खाली घालून उद्धवनाना उभे राहिले. हळुच अंगाला बोट लावून लखूनं खुणवलं आणि आपला काढता पाय घेतलेला बरा असं मनात म्हणून ते मागे वळले. आणि वरचा पाय वर, खालचा पाय खाली अशा स्थितीत ते पुन्हा थबकले.

‘‘उद्धवनाना!’’

‘‘ओ’’

‘‘आबा मरून चंगळ झाली न्हाईगा? व्हय, किती आरं रान बळकावलं त्यांचं? मोजणीचा दगूड सरकत चाललाय व्हयगा?’’

उद्धवनानांचं मन चरकलं आणि अंग थरथरलं. पाय लाडलाड हालू लागले आणि हीच गत लखूचीही होऊन गेली. तोंड न उघडता नरड्यातल्या नरड्यात घुटके गिळत ते उभे राहिले आणि दोघांचीही सुटका झाली.

‘‘जावा, घरात जाऊन बसा जावा.’’

लखलखीत घासलेल्या घंगाळागत तराळाचा चेहरा उजळला. तोंडावर समाधानाचा आनंद पसरला. तो ओठ चावून मनात म्हणाला- अर तुमच्या बायलामी! लई सोकावला हुतासारं!..

‘‘तराळ!’’

‘‘जी.’’

‘‘ते सोदे आणि कोन भाईरच्या अंगाला हुबं ऱ्हायल्यात?’’

धोंडिबानं बाहेर नजर टाकली. दत्तू नाईक, हरीबा जाधव अशी सनदी मंडळी अंग चोरून उभी होती. धोंडिबा थोडकं हसून म्हणाला,

‘‘कोन परकं न्हाईत. चावडीतलं सनदीच गोळा झाल्यात.’’

‘‘सुगावा लागल्यागत आता आल्यात व्हय? बोलीव त्यास्नी आत.’’

येवढं बोलायचा अवकाश! घोळक्यानं बाहेर उभे राहिलेले सनदी लगोलग आत आले. मुजरा करून बाजूला झाले. न बसता खडे उभे राहिले.

एकवार त्यांच्याकडं निरखून बघून धोंडिबाकडं चौकशीला सुरुवात झाली. ‘‘हे हरामखोर कोण कोण हैत म्हणायचं?’’

सगळ्यांच्या अंगावर काटा उभा राहिला आणि धोंडिबा बोट दाखवून नावं सांगू लागला,

''ह्यो दत्तू नाईक, त्यो हरीबा जाधव, त्यो गोपाळा...''

''वाड्यावर राखणीला होता... तोच का ह्यो?''

''जी.''

सगळ्यांची अशी ओळख-देख झाली. हिकडची तिकडची चौकशी केली आणि राऊनानांना बोलवायला निरोप धाडला.

हे कोण आलंय, काय चाललंय- कशाचाच दूम अजून लागला नव्हता. ही भानगडच काही समजत नव्हती आणि खळ्यात तिवडा रोवल्यागत सारे सनदी खडे होते. बाहेरच्या अंगाला फुरफुरणाऱ्या घोड्यांकडं नजर लावून गप राहिले होते. आत बघायची काही कोणाला छाती होत नव्हती. नजरेला नजर कोणी देत नव्हते.

भगवा फेटा बांधलेले राऊनाना दबकत दबकत आत आले तसा तक्क्याला टेकून बसलेला तो घोडेस्वार आपली गर्दन झुकवून म्हणाला,

''रामराम.''

''रामराम.''

''बसा. या अशिक जवळ.''

राऊनाना समोर मांडी घालून बसले आणि बोलणं सुरू झालं,

''राऊनाना, मी दादा चव्हाण. रिसाल्यात होतो. आता हितं पाटीलकीवर येणार हाय.''

मान हालवून राऊनाना म्हणाले,

''बरं झालं. कोण येतंय का न्हाई त्येचीच काळजी पडली होती. तुम्ही आला. गावचा एक प्रश्न मिटला.''

''काय म्हणतंय गाव?''

''काय म्हणायचं?''

''म्या लई ऐकलंय तवा विचारतो!''

''ऐकलयसा न्हवं?''

''व्हय ऐकलंय. ते मी बघून घेईन, पर तुमचा पाठिंबा मिळाय पायजे. तुमच्या सल्ल्यानंच सगळं करायचं.''

राऊनाना न बोलता गप राहिले. त्यांचा चेहरा विचारी झाला. डोक्याचा फेटा काढून त्यांनी मान पुढं झुकवली आणि बोटानं जागा दाखवत त्यांनी विचारलं,

''दादा बघितलासा ह्या प्रसाद?''

दादा चव्हाणांच्या सारं ध्यानात आलं. नजर उचलून ते म्हणाले, ''हाय म्हाईत मला.''

''पाच टाकं पडलं होतं. येळ बरी म्हणून जगलो वाचलो.''

''ऐकलंय ते मी सारं.''

''अशी आम्ही टक्कुरी फोडून घेतली तरी बाई तिकडं गप्पगुमान बसून ऱ्हायल्या आता ते गाव भलं आणि तुम्ही भलं! तुमचं तुम्ही बघून घ्या.''

''काय काळजी करू नगा राऊनाना तुम्ही. तुम्ही फकस्त सल्ला द्या म्हणजे झालं.''

''सल्ला?''

''व्हय.''

''आणि निस्तरणार कोण?''

छातीला हात लावून दादा चव्हाण म्हणाले,

''मी हाय न्हवं खंबीर! का काळजी करता?''

राऊनाना तोंडाकडं बघत राहिले. एक दिलासा मिळाल्यागत झाला. गडी खंबीर दिसत होता. त्याच्या डोळ्याला डोळा लावून बघायची छाती होत नव्हती. भाद्दर अंगानं मजबूत होता. छाती ढालीगत दिसत होती. शरीर चांगलं कमावलेलं होतं. राऊनाना टक लावून बघत राहिले आणि दगडी बुरजागत खंबीर दिसणारा तो बहाद्दर पुन्हा हाताची मूठ छातीवर ठेवून म्हणाला, ''इंदूरला इंन्फंट्रीत होतो. वाघागत आम्ही चौघे भाऊ हाय! ह्यो सगळ्यांत धाकटा- परसराम. बघून घ्या त्याला. एका लागंवर दोन दोन तीन तीन गडी लोळीवतोय.''

राऊनानानी त्या धाकट्या भावाकडं बघितलं. त्यांची छाती भरून आली. धीर आला. कानाला खडा लावलेले राऊनाना एकदम म्हणाले,

''मग काय हरकत न्हाई. या तुम्ही. आम्ही हाय तुमच्या पाठीशी.''

दिलजमाई झाली आणि दोघे एकमेकाच्या तोंडाकडं प्रसन्न चेहऱ्यानं बघत राहिले. हातातली बंदूक वर करून दादा म्हणाले, ''चूल फुकायची फुकणी न्हाई ही! झाडावरचं कवडं मारल्यागत मारीन एकेकाला!''

''असाच भाद्दर पायजे हाय गावाला!''

''त्याच इर्षेनं आलोय!''

दादा चव्हाणांनी तोंड पुढं केलं आणि राऊनानांच्या कानात हलक्या आवाजात सांगितलं,

''म्हारासरकारांनीबी बोलावून सांगितलंय मला! बाईंनी महाराजांची भेट घेउन सारं ठरीवलंय. चीप पोलिस मामा हैत माझं! काय पायजे ते करायला फूल परवानगी दिलीया.''

राऊनानांचा आनंद मनात मावेनासा झाला. मिशी कुरडत ते म्हणाले,

''तरी म्हटलं बाई अशा गप्प बसायच्या न्हाईत.''

''गप कशा बसतील? त्यास्नी राग न्हाई?''

''ते झालं खरं.''

''बरं मग आता आम्ही हालतो.''

''लगेच?''

''व्हय.''

''जेवल्याबिगार कोण सोडतंय तुम्हाला?''

''जेवणाचा घोळ नको. आज फकस्त गाव बघायला आलोय. तुमची भेट घ्याची होती ती बी झाली.''

''ते काय न्हाई. जेऊन जायाचं.''

''त्यो काय घोळ आता नगो. बिऱ्हाड उचलायचं हाय, चार दिवसात आम्ही येणार.''

''बरं हितं ऱ्हायाची काय एवस्था?''

''वाडा तेवढा लख्ख झाडून घ्या.''

''तिथं ऱ्हाणार?''

''व्हय. काय भुताटकी करती ते बघतो?''

''कुठली आलीया भुताटकी हो! सोंग काढलंय भडव्यांनी!''

''तेच मला दावायचं हाय.''

''मग काय हरकत न्हाई. उद्या वाडा झाडून घ्यायला सांगतो.''

''मग आम्ही बेस्तरवारला येतो.''

राऊनाना तोंडाकडं आप्रुवाईनं बघत राहिले आणि दादांनी विचारलं,

''कोण कोण भडवे मातल्यात?''

''हैत एक धापांच टाळकी. तुम्ही आला म्हणजे आपुनच त्यांच्या नाड्या आवळत्यात!''

''कातडी सोलतो की एकेकाची!''

चेहरा गंभीर करून राऊनाना बोलले,

''एकदोन दरोडेखोरांची त्यास्नी फूस हाय.''

''त्योच पिऱ्या धनगर आणि नागू पैलवान न्हवं!''

''व्हय तेच की सोकावल्यात.''

''आणि केरूनाना कोण?''

''पाटलांचा भाऊबंदच की.''

''त्याचा काय पानमळा हाय व्हय?''

''हां, पानमळा हाय.''

''आणि काय मांगगार्डी पोसल्यात व्हय चार?''

''तुम्हांला सारं दक्कलच दिसतंय?''

''अहो सगळी अंडीपिल्ली म्हाईत करून घेतल्यातच हो! ज्या गावाला जायाचं त्याची वाट सारी म्हाईत नगो? कुठं खाचखळगं हैत, काय हाय, सारं म्हाईती करून घेतलंय मी- पर एक इचारतो.''

असं म्हणून दादा उठले आणि राऊनानाला म्हणाले,- ''चला जाऊ, जरा वाडा बघून येऊ.''

''व्हयं तेवढाच गावात एक फेरफटका होईल.''

खांद्याला बंदूक लावलेले दादा चव्हाण पायऱ्या उतरून खाली आले आणि उभ्या राहिलेल्या सनद्याकडं बघून म्हणाले,

''हातात काठी घेऊन एकजण व्हा फुडं. चल वाड्याकडं.''

एक घुटका गिळल्यागत करून गोपाळा म्हणाला,

''किल्ली घरात हाय. घेऊन येऊ जाऊ?''

''घरात कशाला ठेवलीयास? अंडी घालायला?''

राऊनानाच म्हणाले, ''तू जा घरला. किल्ली घेऊन तसाच आडवा ये जा.''

शाळेतलं पोरगं पळत सुटावं तसा गोपाळा पळत सुटला, आणि दत्तू नाईक काठी घेऊन आदबीनं पुढं झाला.

वाडा बघून झाला आणि गावातनं एक फेरफटका मारून मंडळी पुन्हा चावडीवर आली. सबागती दादांचं लक्ष चावडीवर बसलेल्या पारवाळांकडं गेलं. पाचसहा पारवाळं वर मजेनं बसली होता. त्या पटांगणांतच दादा उभे राहिले आणि खांद्याच्या बंदुकीला हात घालत म्हणाले,

''बरं सापडलसा! थांबा भाद्दरानो.'' असं म्हणून त्यांनी बंदूक हातात घेतली. एकवार वळवून भोवतीवर नजर टाकली. दहापंधरा माणसं घोळक्यानी लांबवर उभी होती. गोळा झालेली पोरंही आजूबाजूला पांगली होती. एकवार त्यांच्याकडं बघून दादांनी बंदुकीचा दस्ता आपल्या खांद्याला लावला आणि एक डोळा मिटून चाप ओढला.

भर दुपारच्या कहारात एकाएकी आवाज घुमला आणि एका पेट्टात चारपाच पारवाळं लोळागोळा होऊन घसरत खाली आली. गाव दणाणून गेलं. त्या आवाजानं भेदरलेली पोरं आपल्या चड्ड्या सावरत पळून गेली. लांबवर घोळक्यांनी उभी राहिलेली माणसंही दिसेनाशी झाली. सनदी गडबडीनं पुढं झाले. मक्क्याच्या कणसांचा जुडा हाता घ्यावा, तशा पारवाळांच्या तंगड्या हातात धरून एकजण सामोरा आला. त्या नजराण्याचा स्वीकार करायला परशुराम पुढं गेला.

बारीक नजरेनं न्याहाळल्यागत करून राऊनाना बोलले, ''पाळीव दिसत्यात.''

चटकन् गोपाळा म्हणाला, ''कोळ्याची कबुतरं.''

दादा चव्हाण हसून म्हणाले, ''कोण म्हाद्या कोळी नव्हं का? आणि पेटारा

भरून ठेव म्हणावं त्येला! मला ह्या कबुतरांची लई आवड हाय.''

सारे सनदी भोवतीनं गप उभे राहिले. आणि दादा घोड्यांकडं बघून म्हणाले, ''चल परसुराम.''

दादांनी बंदूक खांद्याला लावली आणि जवळ आलेल्या राऊनानांच्या भुजेला भूज लावून भेट घेतली.

''येतो आम्ही.''

दादांनी रिकिबीत पाय घातला आणि एका ओळीत उभ्या राहिलेल्या सनद्यांनी भुईला हात लावून मुजरा केला. त्यासरशी दोन्ही घोडे मागे वळले. टापटाप आवाज करीत उशी घेऊ लागले आणि रस्त्यावरचे खडे मागे फेकले जाऊ लागले... घोडे गेले आणि त्या टापांचा आवाज तेवढा मागे रेंगाळत राहिला.

❐

४

...डोक्याला मफलर बांधून कान झाकलेले उद्धवनाना हातात कंदील घेऊन दबकत दबकत लखू कुलकर्ण्यांच्या वाड्यात शिरले आणि विजलेली बिडी तोंडात धरून बसलेला लखू भानावर आला. तोंडातली बिडी काढून म्हणाला,

''ये उद्धवनाना.''

उद्धवनाना ओटा चढून वर गेले. पुढ्यात कंदील ठेवून न बोलता गपच बसले. लखूनं विझलेली बिडी पुन्हा तोंडात धरली आणि काडी ओढून तो म्हणाला,

''का आलास?''

खाली घातलेली मान वर न करताच ते बोलले,

''लखू, काय करावं?''

''काय?''

''काय चैनच पडंना झालीया.''

''हू ऽ ऽ'' करून लखूनं श्वास सोडला आणि एकवार फास फास फास धूर काढून तो म्हणाला,

''का भ्यायचं?''

''तर काय करायचं?''

बंडलातली दुसरी बिडी पेटवत तो म्हणाला,

''अगा असा कोण लागून गेलाय तो! आणि एवढं भ्याला काय गुन्हा केलाय आपण?''

आबांचा खून झाल्यावर मोजणीचा दगड उपसून उद्धवनानांनी गुपचूप दोन आरे रान बळकावले होते. त्याची त्यांना आठवण झाली आणि डोळ्यांपुढं चांदण्या दिसू लागल्या. ते थोडावेळ गप बसले आणि एकाएकी माशानं पाण्यातनं डोकं वर काढावं तसे बोलले, ''लखू हा हैवान पाटीलकीवर येणार म्हणं!''

''कोण म्हणताय?''

''काय असं लोक बोलाय लागल्यात.''

''मग का घाबरलायस तू?''

ते तोंडाकडं बघत राहिले आणि लखूनं पुन्हा विचारलं, ''खरं म्हणतोस?''

''खरंच की.''

''अरे पण अजून माझ्या नेमणुकीची गोष्ट नाही आणि हा बदली पाटीलच कसा येतोय?''

उसासा सोडून उद्धवनाना म्हणाले,

''कसा येतोय कुणास ठाऊक!''

''मग तवर माझी नेमणूक होईलच की.''

आणखी एक बिडी पेटवून लखू आपल्या नेमणुकीच्या विचारात गर्क होऊन गेला आणि त्याच्या तोंडाकडं बघत बसलेले उद्धवनाना कंटाळून गेले. त्याच्या जवळ आधार मिळेल ह्या आशेनं ते आले होते, पण लखू आपल्याच नादात बिडी ओढत बसला. मग उद्धवनानांनी मफलरचा वेढा नीट कानावर घेतला आणि भुईचा कंदील हातात घेऊन ते उठून उभे राहिले. लखूनं विचारलं, ''का निघाला?''

''जातो. पडतो जातो.''

''मग पाटीलकीचं खरं म्हणतोस?''

कुणाला काय, तर कुणाला काय- असं वाटून न बोलताच ते चालू लागले. कुठं जावं, काय करावं, हे कळेना झालं. मानेवर तलवार सारखी लटकत होती! घराकडं जाऊन गप पडणार तरी कसं? काय करावं? कुणाकडं जावं? राऊनानांकडं जावं तर तो नीट बोलणार नाही.

हातात कंदील घेऊन विचार करीत ते चालू लागले. एकाएकी मनात आलं- केरुनानाचेच पाय धरले तर?

ह्या विचारानं जरा धीर आला. हा कोण, कुठला, परका माणूस! आणि इथं येऊन कुणाला तंबी देतोय? हे गाव कसलं! ही माणसं कसली! हा गडी पाटीलकीवर येऊन काय करणार? गावानं काय काकणं भरल्यात? गाव खपवून घेईल? केरूनाना, दाजीबा गायकवाड काय गप बसतील? नागू पैलवानाला मलिदा चारू! थो ऽ ऽ त्याच्या! का भ्यायचं एवढं?

ते लगा लगा चालू लागले. विचाराच्या तंद्रीत झपाट्यानं पाय उचलू लागले आणि हातातला कंदील हेलकावे खाऊ लागला. झोले बसून तेल हिंदकाळलं आणि फक्ककन वात विझली. एकाएकी अंधार गुडूप झाला. मागेपुढे काही दिसेना झालं. एका लयीत, गतीनं चाललेले उद्धवनाना जागच्या जागी उभे राहिले आणि अंधार बघून येडबडून गेले.

...हातातली काठी आपटत म्हादा कोळी तरातरा चावडीत आला आणि पायातला चेंडू उडवल्यागत पायताणं फेकून वर गेला. सारे सनदी एकेका खांबाला पाठ लावून गप बसून होते. तरातरा पायऱ्या चढून म्हादा वर आला तशा साऱ्यांच्या नजरा त्याच्यावर रोखल्या गेल्या. तावातावानं त्यानं विचारलं,

''कोण आलंत गा आज?''

कुणीच उत्तर दिलं नाही तसा तो पुन्हा उसळून म्हणाला, ''अरे सांगाकी कोण आलतं?''

एक खाकरा काढून धोंडिबा म्हणाला,

''लई तावानं इचाराय लागलाईस?''

''अगा मग सोडतो काय?''

''अं ऽऽ?''

''व्हय! व्हय!''

''मग आलता तुझा बा!''

''माझ बा आलता?''

''बाच की तुझा!''

''का? मोड आल्यागत बोलाय लागलाईस?''

''मी न्हाई तूच तसा बोलतोयस!''

''मला मोड आल्यात?''

''आलं असतील.'' आपलं दोन्ही हात पसरून धोंडीबा असं बोलला आणि म्हादा कोळी एकाएकी भडकला. 'खो' म्हटल्यावर उठून पळाय लागावं तसा तो अंगावर धाऊन गेला. बेसावध बसलेला धोंडिबा म्हातारा हातपाय पसरून जमिनीवर आडवा झाला. चटाटा सनदी उठून धावून गेले. हुतुतू खेळताना गड्याला धरावं तसं साऱ्यांनी मिळून त्याला अच्यात् उचलून धरलं. आणि चार गड्याचं अवसान अंगात आणल्यागत तो सारखा उसळी मारून बोलू लागला. नाही नाही ते तोंडातनं शिव्या देऊ लागला. अंग चेचल्यागत झालेला धोंडिबा कसाबसा बेतानं उठून बसला आणि तोही आआरडून विचारत राहिला ''म्हाताऱ्याच्या अंगावर धाऊन येतोस?''

तोंड वर काढून तोही सांगू लागला, ''जीव घेईन जीव! कुणाचा बा काढतोस?''

साऱ्यानी मिळून कशीबशी समजूत घातली. आपल्या मनाला एक धडा मिळाला असं समजून म्हातारा न बोलता शान्त बसला आणि छाती फुगवून म्हादा कोळ्यानं पुन्हा विचारलं,

''व्हयरं,

कोण आलता एवढा टिक्कुजी?''

दत्तू नाईक बोलला, ''नवं पाटील आलं होतं.''

शान्त एका बाजूला बसलेला म्हातारा कढ आल्यागत एकाएकी बोलला,

''मग तुझा बा न्हाईतर कोण आला होता रं?''

आगीत तेल पडावं तसं झालं! पुन्हा एकाएकी भडका उडाला. साऱ्यांनी मिळून म्हादाला आवरून धरता धरता पुरेवाट झाली. जो तो म्हाताऱ्यावर खस मारून म्हणू

लागला, ''गप की बाबा! तू तरी गप बस!''

कानाला खडा लावल्यागत धोंडीबा गप बसला. म्हादा उसळून विचारू लागला,

''पाटील असला तर आपल्या घरचा... किस झाडके पत्ते!''

''अर गप. असं बोलू नगो.''

''आला तो आला आणि माझी चार कबुतरं मारून गेला. माझं पोरगं रडत रानात आलं मर्दा!''

त्याच तावात दत्तू नाईक बोलला, ''आणि तू रडत हित्त आलायस व्हय?''

''रडत येतोय! हातात काय चुडा भरल्याला न्हाई.''

''अर मग आणि चार दिसानी काय दावायचं ते दाव की!''

''मग सोडतो काय!... अर ह्या पाटलाच्या!''

...येताळानं एकतारी हातात घेतली आणि डोळे झाकून तो तार छेडू लागला. हलक्या आवाजत गुणगुणू लागला. ''अं ह हं ह ह ऽ ऽ एका ऽ ऽ ऽ नदीच्या काठी, एका ऽ ऽ नदीच्या ऽ ऽ ऽ काठी ऽऽ का ऽ ऽ ठी काठी ऽ ऽ''

...भाया सुतार पितळी समोर घेऊन जेवायला बसला होता आणि पदर तोंडाला लावून त्याची बायको तोंडातल्या तोंडात सांगत होती, ''काय बघा ऽ ऽ उनं परतली सुद्धा नव्हती ऽ ऽ आन् टाप टाप टाप घोडं आलं! अग ऽ ऽ बया ऽ ऽ अशा मिश्या वर केल्याला, गार गार गार डोळं फिरवून बघत होतं... पाठीला बंधूक लावल्याली...''

हातातला घास तसाच अंतराळी धरून भाया ओरडला, ''अग जरा मोठ्यानं सांग की.''

तो ओरडला तरी ती कुजबुजल्यागत सांगू लागली; तसा भाया एक शिवी देऊन म्हणाला,

''आयला काय सांगायचे ते नीट सुदरून सांगनाबी मग कोन आलं हुतं? काय भानगड?''

''कोन आलतं कुणाला दक्कल!''

''अग इचारुन घ्याचं न्हाई?''

''ते काय आपल्याकडं आलंत ?''

''तर मग?''

''अहो असं जाताना दिसलं हो.''

''थो ऽऽ त्याच्या!'' असं म्हणून तो म्हणाला,

''मंग सांगाय लागलीयास काय त्यात? गप्प बस.''

पुन्हा तोंडाला पदर लावून ती म्हणाली,

''गप्प काय बसू?....काय चावडीवर गेलं हुतं म्हणं.''

''अग जाईनात!''

''जाईनात न्हवं ऽऽ लोक काय बाय लई बोलाय लागल्यात!''

''का म्हणतीस?''

पदरानं दाडवाण झाकून ती पुन्हा म्हणाली,

''लोक कायबाय लई बोलाय लागल्यात!''

तो खॅस मारून म्हणाला, ''अगं मोठ्यानं सांग की!''

तिनं वाकून बाहेर बघितलं आणि पडवीला खेळत असलेल्या आपल्या तीन पोरांवर राग काढत ती म्हणाली, ''जळ्ळी ही पोरं! दंगा कराय लागल्यात आणि तुम्हाला कसं ऐकाय ईल! अर तुम्हाला गाढलं मातीत! जरा थंड बसा की रं, माणसाला जरा बोलू तरी द्या.''

भाया तिच्यावर राग काढत म्हणाला,

''आणि तू थंडी वाजून आल्यागत असं दाडवाण का धरून बसलीयास?''

तोंडाला धरलेला पदर पुन्हा घट्ट आवळून ती सांगू लागली, ''कोण अम्मलदार आलंत म्हणं.''

''आणि मग?''

''असं कसं डोसक्यात भरना तुमच्या?''

''अग मग काय झालं सांग की.''

''अं ऽ ऽ गप जेवा आता फुडं बघून!''

''शानी हैस लई! मधी बोलू नगो तर मग.''

न बोलता ती गप बसली आणि पुढं बघून भाया घास मोडू लागला. तो बिनघोरी जेवू लागला आणि तिचा जीव चुटपुटू लागला.

बाहेरनं हळी आली, - ''काय करायला लागलायस भाया?''

''कोण हाय? या जेवाया.''

''मी मांजऱ्या हाय. जेव जेव.''

''या भाकरी खावा. या की.''

''हाय, बसतो मी हिंत. चालू द्या.''

त्यानं बाहेर पडवीलाच बूड टेकलं. भायाचं जेवणही आटोपलं आणि तो बाहेर आला. मांजऱ्या म्हणाला,

''काय झालं जेवाण?''

''हा, खाल्ली भाकरी.''

''कशी गिळ्ळीरं?''

भाया त्याच्या तोंडाकडं बघत राहिला. त्याचं हे विचारणं त्याला चमत्कारिक

वाटलं. बोलण्यातला अर्थ न समजून तो म्हणाला,

''कशी गिळली म्हंजे?''

''काय कळलं न्हाई?''

''काय?''

''हात गाडविच्या!''

कावराबावरा होऊन भाया म्हणाला, ''काय गा, काय सांगा की!''

''चांगला ईस एकराचा डाग बळकावला हुतास न्हाई का? आता बगा घरादारावरनं नांगून फिरतोय तुमच्या!''

हातापायातनं वार गेल्यागत झालं आणि भाया गोळा होऊन बसून राहिला. मघाशी बायको बोलत होती त्याचा अर्थ त्याला आता लागू लागला. त्याच्याकडं टक लावून बघत बसलेला मांजऱ्या म्हणाला, ''आमचा कुळव कुठं हाय बाबा?''

''हाय रानात. खोपीत ठेवलाय.''

''बाबा, त्यो उद्याच्याला तेवढा आमच्या घरात आणून पोचता कर.''

''अजून एक दोन दिवस लागायचा हुता.''

''ते आणि कुणाचा तरी मागून आण म्हणं.''

''आता आणि कुणाकडं भीक मागू?''

फाडकन मांजऱ्या बोलून गेला,

''कुणाकडं भीक माग न्हाईतर दरोडा घाल; पण आमचा कुळव तेवढा पोचता कर बाबा.''

''का गा?''

''आणि का गा? तुला कुळव देऊन चुकलो!''

''चुकलो?''

''न्हाई तर काय? माझी पोरं मला मगाधरनं भंडावून सोडत्यात.''

''अगा पर काय झालं?''

''काय इचारतोस आणि खुळ्या! वाळ्याबरोबर वल्ल जळायचीबी पाळी ईल. आम्ही कुळव तुला का दिला म्हणूनशान वरनं सरकारी दट्ट्या आला म्हणजे काय सांगू बाबा? म्हातारपणी घालतोस तुरुंगात मला?''

''बरं उद्या सकाळी पोचवितो.''

''हां पोचीव बाबा. पोटाला भाकरी खायाचं सुदरना झालंय.'' असं म्हणून म्हातारा उठला आणि भाया आर्जवानं म्हणाला,

''का उठलास? बसा की.''

''नगो जातो, अगुदर पोरास्नी तर सांगतो. जातो.''

''तंबाकू तर वडा.''

त्यानं पुन्हा बूड टेकलं. भायानं चिलीम भरली. छापी गुंडाळली आणि आपण न तोंड लावता ती आधी म्हाताऱ्याच्या हातात दिली. मग भायानं हळूच विचारलं, ''काय काय भानगड म्हणता?''

एक दम मारून म्हातारा सांगू लागला. चरचरीत तेलमिठाची फोडणी देऊन सांगितलेली ती हकिकत ऐकून त्याच्या अंगावर काटा उभा राहिला. त्याचा जीवच हबकला. आता काय होईल आणि काय नाही, हेच त्याला समजेना झालं. भिरमिटल्यागत तो बसून राहिला आणि अवचित त्याची बायको बोलली,

''आपल्याला अक्कल न्हाई तर आधी ह्या फंदात पडायचं न्हाई.''

''तर इनाकारणी भोग आला का न्हाई आता?''

हात पसरून भाया म्हणाला,

''आयला दुसऱ्यांच्या नादानं फसलो गा!''

बायकोनं चपराक हाणली,

''न्हाई त्याच्या नादाला लागावं का?''

''आयला खेळ-खंडोबाच झाला म्हणायचा ह्यो!''

झेलकऱ्यागत बायकोनं सूर ओढला,

''खेळखंडोबा? जल्माचा खेळ झाला!''

''तसंच झालं की ग.'' असं म्हणून भाया एका तारेत सांगू लागला, ''बायली जिमीन गावली म्हणूनशान औंदा बेतं सुदिक कुणाकडं मागाय गेलो न्हाई न्हवं?''

बायको म्हणाली, ''अहो डोळं फिरलं तुमचं! का मागशीला बैतं?''

''व्हय बाई. भावल्या उरफाट्या झाल्या माझ्या!''

''अजून होतील!''

उसनल्यागत भाया म्हणाला, ''अर त्याच्या आयला! हे काय होऊन बसलं गा ऽ ऽ चार दिवस झट्या घेऊन रानात परवा खोप घातली.''

''व्हय वासं इकत आणलं.'' बायकोनं सूर ओढला. बायको अशी बोलत राहिली आणि आत्मक्लेश झाल्यागत भाया स्वत:लाच बोल लावून घेऊ लागला. एका घटकेत त्याची हजेरी खुळ्यात निघाली! असंच बोलणं झालं आणि मांजऱ्याचा म्हातारा उठून निघून गेला. एकाएकी त्याला भकास वाटू लागलं. घरच पोहोचेना झाला. आधारच नाहीसा झाल्यागत झाला. बसल्या बसल्या तो म्हणाला,

''व्हय?''

''आणि काय म्हणतासा?''

''केरूनानाकडं तरी जाऊन येऊ?''

''त्यो मसण्या आणि काय सांगनार हाय तुमाला?''

''बाबा आत्ता कसं म्हणूनशान् त्याला इचाराय तर नगो?''

''अजून दुसऱ्याच्या वंजळीनं पाणी पिनार म्हणा तुम्ही!''

''मग काय करू म्हणतीस?''

नीट विचार केल्यागत करून त्याच्या बायकोनं सांगितलं, ''हे बघा आता असं करा.''

''तुमचा दादा जरा गाडी देतोय का बघा.''

''का? पोराबाळास्नी गाडीत बालून तुला म्हायारला पोचवून येऊ म्हणतीस?'' रोखून बघत तिनं म्हटलं, ''काय अक्कल तरी तुमची!''

''अग तर मग काय करू तर? मला काय सुचंना झालय. सांग तरी सवनं हेच्या आयला...''

''काय घाबरू नका आता.''

''घाबरू नको तर काय करू?''

''अहो मग तवाच का ऐकंल न्हाईसा माझं? ह्या फंदात पडू नका म्हणूनशान तुम्हाला सांगत न्हवते मी?''

''अग मग एक कानपाडात मारून का न्हाई सांगितलंस?''

''बरं आता गप बसा. असं करा, गाडी मिळती का बघा!''

''एकाला दोन गाड्या गावतीला ग ऽ ऽ खरं करायचं काय हे सांग.''

ती म्हणाली, ''काय करायचं! गाडी घेऊन जाऊ चला रानात.''

''आणि?''

''आणि काय! एका रातीत खोप उतरून आणू चला.''

''तू येतीस?''

''तर तुम्ही काय दिवं लावनार तिथं!''

''खोप उतरायची म्हणतीस?''

''व्हय. काय मागमूसच ठेवायचा न्हाई तिथं.''

''असं म्हणतीस?''

''आता आणि इचार करत बसू नगा.''

''मग चल आधी खोप उतरू आणि मग गाडी मागायला परत येऊ.''

''शांन हैसा! एकाला आणि एक माणूस असु द्या. उठवा दादाला तुमच्या. त्यो येतोय का बघा.''

भाया उठला. डोक्याला पटका न बांधता आणि पायात पायताण न घालता तसाच पलीकडच्या बोळात शिरला.

...हातात कंदील घेऊन आणि काठी घेऊन बाळा लोहार गायकवाड्याच्या घरासमोर आला. त्यानं बाहेरनच कानोसा घेतला. पोत्याच्या थप्पीला पाठी लावून

चार माणसं बसलेली दिसली आणि त्याचा जीव भांड्यात पडला. दबकत दबकत तो कसाबसा शिरला आणि लाबनंच दाजीबानं विचारलं,

''बाळ्या का आलास रं आणि?''

न बोलता बाळा जवळ गेला आणि भुईला मांडी घालून सप्पय बसला. दाजीबा त्याच्या तोंडाकडं बघत राहिला आणि त्यानं मान खाली घातली तसं त्यानं विचारलं, ''का आलास माघारी?''

''काय घरात चैनच पडंना झालीया हो!''

''चैन पडंना झालीया?''

धोतराच्या सोग्यानं कपाळावरचा घाम पुसत तो म्हणाला, ''म्हटलं तिथं पडायचं ते हितं तर येऊन बसावं.''

''बसाय आलायस व्हय?''

''मग काय करू तर?''

''आणि घामानं डबडबलाईस का असा?''

बाळा काही बोलला नाही. मान खाली घालून घाम पुसत तसाच बसून राहिला. थोडकं हसून दाजीबा म्हणाला, ''तू बसायला अलायस खरं. मी आता रानात वस्तीवर जाणार की.''

''वस्तीवर जानार?''

''तर कोंबडी डालल्यागत घरात कशाला बसू?''

तो मान वर करून तोंडाकडं बघत राहिला तसं दाजिबानं विचारलं, ''मग काय करतोस?''

''काय करू?''

बसलेले सगळेच लोक त्याच्या तोंडाकडं बघत राहिले आणि हळू आवाजात बाळा बोलला,

''येता येता ताणूकडं गेलतो.''

''कशाला गेला होतास?''

''गेलतो झालं.''

''आणि मग काय झालं?''

''काय न्हाई. पिन्याची चौकशी केली.''

''मग?''

''काय चार दिवस त्याचाबी काय दूम न्हाई म्हणं.''

खेकसल्यागत करून दाजीबा म्हणाला,

''तिकडं कशाला गेलतास उलतायला?''

''सज गेलतो.'' असं म्हणून त्यानं जीभ ओठावरनं फिरवली. थोडावेळ दाजीबा

त्याच्याकडं टक लावून बघत राहिले आणि धीर दिल्यागत करून म्हणाला, ''अरं काय भिऊ नगा र. बदली पाटील आला होता. त्येला का एवढं भ्याचं? एक आठ पंधरा दिस न्हाईल आन् जाईल पळून.''

दुसऱ्या एकानं री ओढली, ''व्हय कुठला आलाय टिकायला?''

''ते झालं खरं'' असं म्हणून बाळा सांगू लागला,

''चार लोकानी डोस्कं उटीवलय हो! काय तरी भरवून द्या लागल्यात!''

''काय भरवून द्या लागल्यात?''

''आता काय म्हणं आमचं मराण आलंय!''

''व्हय का?'' असं म्हणून दाजीबानं विचारलं,

''कोंच्या जोशानं पंचांगणात बघून सांगितलं र हे?''

बाळा हादरल्यागत गप बसला. बाकीची माणसंही त्याच्या तोंडाकडं बघत गप राहिली आणि दाजीबा खवळल्यागत बोलला, ''अर ह्यच्या बायलीमी! ह्या लोकांनी काय खूळ उठीवलय? हे का हुलीवर घालाय लागल्यात?''

त्याच आवाजात एकजण म्हणाला,

''लोकास्नी काय गा?''

''काय घाबरू नको बाळ्या. कोण येनार हाय ते येऊ द्या. आमी हाय न्हवं निस्तारणार.''

''ते झालं खरं!''

''मग कशाचा घोर पडलाय?''

''रान नांगरल्यालं कुळवल्यालं सारं फुकट जाईल की हो आता!''

खॅस मारून दाजीबा म्हणाला,

''आयला हे लई भित्र्या मनाचं दिसतंय! असं सतरादा तेच काय इचारतोस? मघाशी आलास तवा सांगितलं हुतं न्हवं तुला?''

''सांगितलं हूतं खरं.''

''आणि खरं आणि खोटं काय?''

कपाळाला एक आडवा हात लावून तो म्हणाला,

''लोकच बोलत्यात तसं त्यला काय करायचं! मुंग्यांनी उचलून धरल्यागत झालय बघा!''

''आणि तेच का तुझं बाळ्या!''

''मग रानाचं कसं काय व्हायचं म्हणता?''

''अरं म्हंता काय? रान सोडायचं न्हाई.''

''सोडायचं न्हाई?''

''अर देवाचा देव जरी आला हितं तरी आपुन रानातनं निघायचं न्हाई.''

“ते झालं खरं... पर”

“पर काय?”

“धर पोचंना झालाय की!”

दाजीबा थोडकं हसून म्हणाला, “बाळक्या, असं कर.”

“काय करू?”

“अर एक काम कर.”

“सांगा.”

“जरा माळ्यावरची तंबाकू आन जा र.”

“बाळ्या! एवढा अडाणी कसा रं! अरं जा वर म्हंजे दिसती. तिथं बघ जरा कोनाड्यात.”

बाळा उठला आणि आत गेला, तसा दाजीबा म्हणाला, “अंधारात जरा जपून जिना चढ रं.”

“हां जपून चढतो.” असं म्हणून तो सावकाश जिना चढून बेतानं वर गेला. थेट माडीवर गेला आणि काही तरी गडगडल्यागत धाड धाड धाड खाली आला. पळतच बाहेर आला. दम लागून त्याची छाती वरखाली होऊ लागली. उघडलेलं तोंड त्याला झाकायला येईना झालं. दाजीबानं हसून विचारलं, “अरं बाळ्या बाळ्या, काय झालं रं?”

थोडा वेळ गेला आणि बाळा म्हणाला,

“काय हो, कोण तरी वर दिसल्यागत भास झाला!”

“भास झाला!”

“व्हय की!”

“कसला भास झाला? काय दिसलं?”

“एक उघडाबंब माणूस दिसला बघा! असा समोर हुबा ऱ्हायला! म्या गपकन् डोळंच झाकून घेतलं!”

“हूं.” असं म्हणून तो हसू लागला आणि बाळू म्हणाला,

“हसतासा काय? खरंच की.”

आणखी एकवार हसून दाजीबा म्हणाला,

“मग खोटं कोण म्हणतंय?”

बाळा येडबडल्यागत तोंडाकडं बघत राहिला आणि दाजीबा त्याच्या कानाला लागून म्हणाला,

“पिऱ्या हाय वर! तुला वाईस धीर यावा म्हणून वर धाडलं रं मी! तर तू भिऊन गाबागाब झालास?”

“खरं म्हणतासा?”

''कुठं बोलू नगो... आता भ्याचं काय कारान हाय का!''

''माझं बाबा हातपायच गळलं?''

''आता मग तुला काय म्हनायचं! जा तंबाकू घेऊन ये जा.''

चुळबूळ करून बाळा म्हणाला, ''मी न्हाई बाबा.''

''मी न्हाई बाबा! जा मग काकनं घालून घरात बस जा तर.''

''तसं न्हवं.''

''तसं कसं?''

असंच आणखी थोडा वेळ बोलणं झालं आणि मग घोंगड्याची घोळ अंगावर घेऊन दाजीबा उठला. कोपऱ्यात ठेवलेला भाला हातात घेत म्हणाला, ''तुज्या नादी लागण्यात काय अरथ न्हाई.''

बाकिचीही माणसं उठली आणि तसा बाळाही उठला आणि दाजीबाकडं बघून म्हणाला, ''वस्तीवर निघाला व्हय?''

''व्हय, वस्तीवर निघालोय.'' असं म्हणून तो बाहेर पडला. ती माणसंही उठून गेली आणि चालता चालता मागं वळून दाजीबानं विचारलं,

''बाळ्या कुठं रं!''

बाळा गप उभा राहिला आणि दाजीबानं पुन्हा विचारलं, ''कुठवर घालवत येतोस रं? जा की घरला.''

''येतो की वस्तीवर.''

''वस्तीवर येतोस? घरला जात न्हाईस?''

''न्हाई जात घरला.''

''का रं?''

''का न्हाई''असं म्हणून त्यानं मान खाली घातली आणि पुढं बघून चालता चालता दाजीबा स्वत:शीच पुटपुटला, ''बायली, ह्यो काय वनवा मागं लागला म्हणायचा!''

दाजीबा चालू लागला आणि त्याची पाठ धरून बाळाही पाय उचलू लागला...

गावचे हेडमास्तर चूपचाप बसून होते. भिंतीला पाठ टेकवून उगीच विचार करीत होते आणि पाचसात लोक पोथी ऐकायला आल्यागत त्यांच्यापुढं मांडी घालून बसले होते. आतल्या अंगाला चौकटीजवळ बसलेल्या मास्तरीणबाई पेंगळून गेल्या होत्या. मांडीवर पोर घेऊन त्यांचे पाय अवघडून गेले होते. बसल्या बसल्या चौकटीतनं वाकून त्या बाहेर बघत होत्या. वर मान करून जांभई देत होत्या. मंडळी उठायचं काही लक्षणं दिसत नव्हतं. त्या ताटकाळून गेल्या आणि हात लांब करून त्यांनी एक घोंगडं पसरलं. त्यावर एक जुनंपानं लुगडं टाकलं आणि बेतानं पुढं सरकून मांडीवर

झोपलेलं पोर खाली ठेवलं. मांडीवरचा भार हलका करून त्याही तिथंच कलंडल्या; पण पेंग आलेल्या मास्तरीणबाईंचा डोळा काही लागेना झाला. कान बाहेर देऊन त्या गप पडून राहिल्या.

भिंतीला टेकून बसलेले मास्तरही एक जांभई देऊन म्हणाले, ''बरं आता का बसायचं? जावा पडा जावा.''

''ते झालं खरं. पडायचं हायच की. पर हे काय काय म्हणायचं?''

''आता काय म्हणायचं आणि काय! नवी विटी नवं राज्य. येतील ते दिवस बघत राह्यचं.''

एकजण म्हणाला, ''काय आता गावात मजा ऱ्हायली न्हाई बघा.''

''खुळ्या कशाची मज्जा आणि काय! बळी तो कान पिळी अशातली गत झालीया.''

दुसऱ्या एकानं पुष्टी दिली,

''व्हय मुंगी चिरडल्यागत गरीब चिरडायचंच की ह्यात.''

आणखी एकानं भाष्य केलं, ''कशाला गरीब चिरडतोय! गरीब लई माजोरी झालाय! बघा त्यो बाळ्या ल्हवार. तोंडावरची माशी उठत होती का त्याच्या? कसा घुसलाय पाटलाच्या रानात?''

''घुसू द्या, घुसू द्या गा! आता घडल अद्दल त्यास्नी बी!''

पुन्हा एक जांभई देऊन मास्तर म्हणाले,

''ही नसती चांभार चौकशी आपल्याला काय करायची? आपण कुणाच्या ना आद्यात ना मद्यात. उद्याला काय घडल काय सांगता येतंय?''

''तेबी खरंच म्हणा.''

''काय महोदव कुर्णे, खरं का खोटं?''

गळ्यात माळ घातलेला महादेव कुर्णे मान हालवून म्हणाला, ''तेबी खरंच की.''

''मग जावा... का बसलाय?''

डोक्याचा पटका सावरत महादेव कुर्णे उठला आणि बाकीच्या मंडळीकडं बघून म्हणाला,

''चला जाऊ भजनाला. उगच बोलत बसण्यापरास टाळ कुटू चला.''

मंडळी अशी निघून गेली आणि मघाशी कलंडलेल्या मास्तरीणबाई उठून बसल्या. एका हाताचा कोपर गुढग्यावर टेकत म्हणाल्या,

''झाकलं का दार?''

''झाकलं की.''

''काय कुणाजवळ बोलत जाऊ नगा.''

''ऊठ. हातरुण टाक. मी कशाला काय बोलू?''

अंथरुण करता करता त्या म्हणाल्या,

''कुणाला असा थाराच द्यायचा न्हाई. माणसाचा भरवसा ऱ्हायला न्हाई.''

''मी कशाला थारा देऊ?''

''कशाला मग बसला होता बोलत?''

अंथरुणावर पाठ टेकवता टेकवता मास्तर म्हणाले,

''आता लोक बसायला येतात त्याला मी तरी काय करू?''

मानेखाली उशी घेऊन मास्तर विचार करीत पडले आणि मास्तरीणबाई म्हणाल्या,

''उद्यापासनं असं करा.''

''कसं?''

''जेवण झलं की आपलं गुमान शाळेत जाऊन बसत चला. कुणाची कलागत नगो आपल्याला.''

''त्यात कसली आलीया कलागत म्हणा.''

''असं म्हणू नका. वेळ काय सांगून येत नस्ती. लोक असं बसायला येतील आणि उद्या काय तरी एकाचं दोन करून सांगतील. न्हाइते होऊन बसंल.''

''काय होतंय?''

''काय होतंय?'' असं विचारून त्या गुराकावून बोलल्या, ''अहो असं का करता? कोणीतरी कायतरी लावालावी करतील आणि मास्तरानीच शिकीवलं म्हणून तुमच्यावर कुभांड येईल.''

''उद्यापासून मी आपला शाळतच जात जाईन.''

अंगावर पांघरुण ओढून मास्तर गप पडून राहिले आणि दिवा विझवून मास्तरीणबाईही झोपल्या. पडल्या पडल्या मास्तर विचार करीत राहिले. आपण दिवसभर कुणाजवळ काय काय बोललो ह्याची मनानं उजळणी करू लागले. कोण कोण भेटलं... कोण कोण आलं-काय काय झालं...?...

ते ह्या अंगावर झाले आणि मास्तरीणबाई म्हणाल्या,

''झोप न्हाई लागली?''

''हूं.''

''आता आणि कसला विचार करता?''

कूस बदलून मास्तर त्या अंगावरचे ह्या अंगावर झाले आणि अंधारात तोंडाकडं बघत म्हणाले,

''लखू कुळकर्णी एक अकारण आपल्या घरात येतो.''

''त्याचं काय झालं?''

''काय नाही खरं...?''

मास्तर एवढं बोलून गप राहिले आणि धसका बसल्यागत मास्तरीणबाई उठून बसल्या. अंथरुणातच गप बसून राहिल्या.

''का उठलीस?''

हळू आवाजात त्यांनी विचारलं,

''व्हय, दोन तीनदा काय लिऊन दिलं त्याला तुम्ही?''

''तो एक अर्ज होता. त्याची काय एवढी भीती नाही.''

''अहो पर आपुन का लिऊन द्याचा?''

''झोप आता.''

पांघरूण अंगावर घेऊन मास्तरीणबाई पडून राहिल्या आणि बजावल्यागत बोलल्या,

''आता एवढं करा. निदानला काय लिऊन दिलंय म्हणून तरी कुणाजवळ सांगू नका.''

''तर दवंडी देतच गावातनं फिराय लागलोय का नाही!''

''तसं नव्हं. सांगितलं आपलं!''

असं म्हणून त्या गप पडून राहिल्या. आणि, का आपण अर्ज लिहून दिला ही एक नवी चिंता मास्तरांच्या मनात सुरू झाली. त्यांची झोपच उडाली.

भरपेठतनं घोडे उधळत गेले आणि मागे राहिलेलं गाव बोलत राहिलं. ढग गळून गेल्यावर तापलेल्या मातीचा वास दरवळत राहावा, तसा टापांचा आवाज तरळत राहिला. कुणाची ध्याई थंड झाली, तर कुणाच्या खोपटावर वीज कोसळली.

❒

५

मंगळवारची रात्र जाऊन बुधवार उजाडला आणि बेस्तरवारी येणारे पाटील एक दिवस आधीच गावात हजर झाले. कारवानांचा तांडा यावा तसे आले. सामानसुमान भरलेल्या चार गाड्या, दोन घोडी, दोन म्हशी, चार भाऊ, चार भावांच्या चार बायका, चार बायकांची दहा पोरं असा हा सारा गोतावळा दिवस उजाडायला वाड्यावर आला. भराभर सारे सनदी गोळा झाले. गावातली चार माणसंही जमा झाली. जत्रा भरल्यागत वाडा भरून गेला. पेटलेलं घर विझवायला गर्दी व्हावी तशी गर्दी झाली आणि बघता बघता सारं सामान जास्तानाला लागलं. नवे पाटील आल्याची वर्दी साऱ्या गावात पसरली.

दुपारची एक भक्कम झोप घेतल्यावर घोड्यावर मांड ठोकून दादा चावडीवर गेले. टाप टाप आवाज करीत घोडं चावडीच्या पटांगणात येऊन उभं राहिलं. लगाम धरायला येताळा महार पुढं आला. बाकीचे सनदी आदबीनं उठून उभे राहिले, घोड्यावरनं खाली न उतरता दादा म्हणाले,

"चल हो फुडं. गावातनं एक रपेट मारून येऊ."

येताळा पुढं होऊन दुडक्या चालीवर पळू लागला आणि टकाक् टकाक् करीत घोडा मागनं निघाला. रस्त्याची माणसं बाजूला होऊन बघू लागली. सदऱ्याला बसलेल्या बायाबापड्या लगबगीनं उठून आत जाऊ लागल्या. गाव न्याहाळत दादा पुढं निघाले. आणि एके ठिकाणी घोडा जरा रोखल्यागत करून ते म्हणाले, "येताळा ऽऽ"

"जी."

"कोण ढालगज बाई र ती?"

"जी, ताणू हाय-लोनाऱ्याची."

लोणाऱ्याची ताणू मिश्री लावत आपल्या अंगणात बसली होती. पदर टाकून तशीच घोड्याकडं बघत राहिली होती. एकवार तिच्याकडं बघून दादा येताळाला म्हणाले,- "जा, जाऊन सांग तिला. डोस्क्यावर पदुर घे म्हणावं. आणि बजाव तिला- पुन्हा असं अंगणात दिसली तर खबरदार म्हणावं!"

येताळा जाऊन सांगून आला आणि गडबडीनं पदर डोक्यावर घेऊन ताणू आत

पळाली आणि घोडा पुढं चालू लागला.

शिवलिंग तेल्याच्या घरापुढं घोडा आला आणि दादा म्हणाले, ''येताळा.''

''जी.''

''जरा थांब.''

येताळा थांबला. दादा घोड्यावरनं तेल्याच्या घराकडं रोखून बघू लागले. शिवलिंग तेली घाणा काढण्यात मग्न होता. बैलाऐवजी एक मरतुकडी म्हैस घाणा ओढत होती आणि शिवलिंगा तिच्या मागनं फिरत होता. दात खाऊन चाबूक हाणत होता.

तेल्याच्या घरापुढं घोडा उभा राहिला तशी चार पोरं गोळा झाली. चाहूल लागली आणि घाणा थांबवून तेलीही बघत उभा राहिला. तो आपला चाबूक खांद्यावर टाकून सबागती दारात गेला आणि दादा दण्णकन् घोड्यावरनं उडी टाकून खाली उतरले. थेट त्याच्या दारात गेले तसा शिवलिंगा दबकला. पावसात घर बसावं तसा तो गुडघ्यात वाकला आणि त्याच्या खांद्यावरचा चाबूक आपल्या हातात घेत दादा म्हणाले,

''कोण जातीचा रं तू?''

''मी तेल हाय- लिंगाडी.''

''लिंगाडी हैस व्हय? कायर ऽ ऽ?''

''व्हय.''

''का मांग हैस जातीचा!''

शिवलिंगा हादरला. त्याची बोबडी वळली. आपला एक डोळा चाबकाकडं लावून तो गप उभा राहिला. दादांनी एक पाऊल मागे घेतलं आणि फाडकन चाबकाचा आवाज करून ते म्हणाले,

''ती म्हस सोड आधी.''

झुडपात ससा शिरावा तसा तेली आत पळाला आणि गडबडीनं त्यानं म्हस सोडली. तोवर दादा आत गेले. त्यांच्या भीतीनं तोंड पसरून शिवलिंगा एका कोपऱ्यात जाऊन उभा राहिला. घाणा काढून घ्यायला आलेली दोन माणसं शेजारीच उभी होती. त्यांच्याकडं बघून दादा म्हणाले,

''धरून आणा त्या तेल्याला.''

तेल्याबरोबर त्या माणसांचीही पाचावर धारण बसली. भिऊन गाबागाब झालेला तेली आपणहून जवळ आला. हात जोडून उभा राहिला. दादा गरजले,

''जुपा ह्याला घाण्याला.''

जुंपा म्हटल्यावर लोक तोंडाकडं बघू लागले तसे दादाच पुढे झाले आणि तेल्याला घाण्याला जोडून म्हणाले,

''बगत काय ऱ्हायलायसा? बसा एकजण ह्या मागच्या दगडावर.''

लोकांच्याकडं बघत दादांनी डोळे वटारले आणि एक गडी पुढं होऊन मटकन दगडावर बसला. त्यासरशी हातातला चाबूक उगारून दादा बोलले,

''तेल्या वड आता बघू घाना, अरं वड की ऽ ऽ''

भ्यालेला तेली नेट लावून बघू लागला आणि काडकन पाठीवर चाबूक वाजला. ''आई आई'' म्हणून शिवलिंगा ओरडला. दादा म्हणाले,

''वडतोय घाणा का हाणू चाबूक?''

''चुकलं माझं, चुकलं.''

''आधी घाणा वड.''

''कसा वडू जी?''

''मग लेका त्या म्हशीला कसं होतं असंल?''

पुन्हा फाडकन् पायावर वादी वाजली आणि तोंडावर हात घेऊन तेली ओरडला, ''अग आई आई ऽऽ मरतो आता ऽऽ''

''मांगा, मरायला काय झालं तुला? अन्न खातोस का न्हाई? वड आधी घाणा.''

आता ह्यातनं सुटका नाही असं वाटून त्यानं सारं बळ एकवटलं. चंप्यावर भार देऊन उभा राहिला आणि दात खाऊन खच्चून ओढ लावली. त्याच्या टाचा अंतराळी झाल्या. घाणा करकरला आणि दादांनी विचारलं, ''कशी लागती वड?''

खाली केलेली मान वर करून घामानं डबडबलेला तेली धाप टाकून म्हणाला, ''बेंबी तुटती माझी आता!''

''बेंबी तुटती? आणि मग लेका त्या मूक प्राण्याला काय बेंबी न्हाई व्हय रं?''

डोळे पांढरे केल्यागत करून तो बोलला,

''चुकलं माझं, शेण खाल्लं म्या! पाया पडतो तुमच्या... सोडा मला.''

''पुन्ना म्हशीला जोडशील?''

''न्हाई मालक, पुन्ना कवा जोडायचा न्हाई.''

हातातला चाबूक टाकून दादा म्हणाले,

''मग जराशानं चावडीवर ये. काम हाय जरा.''

दादा बाहेर गेले आणि घोड्यावर बसून पुढं निघाले. शांत वेळी भिंतीला टांगलेलं घड्याळ वाजावं तसा टाक् टाक् आवाज होत राहिला. घोडा लांब गेला तरी तोंडातनं एक चकार शब्द न काढता लोक चित्रागत गप उभे राहिले.

असा गावाला एक वळसा घालून दादा मारूतीच्या देवळापुढं आले आणि सबागती बाळू लोहार समोरनं आला. त्याच्या पटक्यातनं टाळू कपाळावर आली होती आणि शेंबला खाली टाचेवर लोळत होता. तोंडाकडं बघत बघत त्यानं घोडा ओलांडला. दादांना झीट आली. मागच्या दोन पायावर घोडा उभा करून त्यांनी मागे वळून बघितलं. अवचित दोघांची नजरानजर झाली. त्यासरशी घोडा आडवा घालून

दादांनी हळी दिली,

‘‘ये ऽ ऽ शेंबलेवाल्या इदार आव!’’

कपाळावरची टाळू मागे पटक्यात कोंबत बाळू जवळ आला आणि डोळ्याला डोळा न भिडवता घोड्याकडं बघत तो उभा राहिला. दादांनी हातांतल्या फोकानं त्याच्या पाठीवर रुळणारा शेंबला वर उचलून विचारलं,- ‘‘कोण टग्या रं तू? नाव काय तुझं?’’

एक कोसभर पळून आल्यागत त्याची छाती भरून आली होती. तोंडानं दम सोडत तो म्हणाला,

‘‘मी ल्हवाराचा बाळू हाय.’’

‘‘बाळ्या ल्हवार काय? बैलागत ही शेपटी कशाला ठेवलियास? उद्यापासनं असा शेंबला सोडून गावातनं हिंडायचं न्हाई... काय ?’’

‘‘न्हाई’’

‘‘आणि हातात काय हाय रं ते?’’

‘‘भाला हाय. सज घेतलाय आपला.’’

‘‘ध्यादिवळ्या हातात भाला घेऊन हिंडतोस? आणि वर सज घेतलाय म्हणतोस?’’

बाळूची हबेलंडी उडाली. वाचा गेल्यागत तो गप खाली बघत उभा राहिला आणि दादांनी खाली वाकून खसकन् भाला ओढून हातात घेतला. अंगात कापरा भरलेला बाळू वर बघू लागला आणि ऊस मोडल्यागत काडकन् भाला मधनं मोडून दादांनी त्याचे दोन तुकडे केले. थरकाप उडालेला बाळू तोंड पसरून बघत राहिला. ते तुकडे त्याच्या अंगावर फेकून दादा म्हणाले, ‘‘चुलीत घालायला घेऊन जा ह्या काटक्या.’’

बाळूची गाळण उडाली अंग सावरून तो उभा राहिला आणि घोड्याकडं बघत धापा टाकू लागला. दादा येताळाकडं बघून म्हणाले, ‘‘घे त्याचा फेटा काढून हातातल्या काठीवर आडकीव आणि वर धरून चल.’’

बाळूनं आपणहून फेटा येताळाकडं दिला. तो काठीला अडकवून येताळा चालू लागला आणि दादा गरजले,

‘‘अर लाजतोस का असा? झेंडा धरल्यागत धर वर. है शारं गब्रू! हं ऽ ऽ चल आता.’’

टकाक् टकाक् घोडा चालू लागला. चावडी आली. घोड्यावरनं खाली उतरत दादा म्हणाले,

‘‘येताळा.’’

‘‘जी.’’

''गुढी उभारायची एक काठी घेऊन ये जा.''

''जी.'' असं म्हणून पाठ न दाखवता तो मागं सरला. दत्तू नाइकानं पुढे येऊन घोडं बाजूला नेलं. पायऱ्या ओलांडून दादा वर गेले. तक्क्याला पाठ लावून म्हणाले, ''कुठं हाय त्यो म्हाद्या कोळी?''

''जी.'' म्हणून कोळी आदबीनं पुढं गेला आणि त्याच्याकडं रोखून बघत दादा गरजले,

''बेशरम्टा! ढांग टाकून फुडं येतोस! लांब ऱ्हाऊन बोल.''

पुढं टाकलेला पाय मागं घेऊन कोळी लांब सरून उभा राहिला. दादांनी विचारलं, ''म्हादवराव, कोळ्याची अवलाद न्हाई का तुमची?''

तोंडचं पाणी पळालेला कोळी मान खाली घालून गुमान उभा राहिला, आणि दादा कडाडले,

''लेका कोळ्याच्या आवलादिच्या, जी म्हण जी!''

''जी.''

''पाठीवर काय लोंबतंय तुझ्या?''

मान मागं वळवून कोळी बघू लागला. काही दिसेना तसा येडबडून गेला. थंडीनं काकडल्यागत गप उभा राहिला.

दादांनी तराळाकडं बघून म्हटलं,

''धोंडिबा.''

''जी.''

''त्याच्या पाठीवरचा शेंबला जरा उचलून दाव त्येला.''

कोळी गडबडीनं पाठीवरचा शेंबला वर खोचू लागला तसे दादा म्हणाले, ''कोळ्या, पटका काढ बघू रं जरा... काढ म्हणतो न्हवं!''

तो करारी आवाज ऐकून कोळी घाबरला आणि गुमान पटका काढून उभा राहिला. तोवर एक भली लांब गुढी उभारायची काठी घेऊन येताळा चावडीत आला. त्याला बघून दादा म्हणाले,

''येताळा.''

''जी.''

''आणलीस काठी?''

''जी. आणली की.''

''चांगली लांब हाय न्हवं?''

''व्हयं. ही काय सरकार.''

''अस्स! मग आता असं कर.''

''जी.''

''ह्या कोळ्याचाबी फेटा घे काढून आणि ते दोन्ही फेटं आडकीव त्या काठीला आणि कर गुढी हुबी वर!''

कोळी बघत उभा राहिला आणि दादा दटावून म्हणाले, ''लेका बगतोयस काय माझ्याकडं? आधी डुईचा फेटा काढून येताळाच्या स्वाधीन कर!''

तरीही कोळी तोंडाकडं बघू लागला तसे दादा बोलले, ''तू आपल्या हातानं देतोस का त्याला काढून घ्याला सांगू? काय करतोस बोल.''

आणि दादानी हाक मारली, ''येताळा ऽऽ''

कोळ्यानं फेटा काढून येताळाकडं दिला. येताळा ती गुढी उभारायच्या तयारीला लागला आणि दादांनी नाइकाला हाक मारून सांगितलं,

''दत्तू, लगोलग एका न्हाव्याला बोलवायला जा. धोपटी घेऊन याला सांग. जा लौकर ये जा.''

दत्तू नाईक न्हाव्याला बोलवायला बाहेर पडला. येताळा आपल्या तयारीला लागला आणि बाहेर तेली येऊन उभा राहिला; तसा गोपाळा म्हणाला,

''सरकार, शिवलिंग तेली आलाय.''

''त्याला फुडं ये म्हणावं असं. बोलीव आत.''

घाबरत घाबरत तेली आत आला. अंक आकडून उभा राहिला आणि दोन्ही हात जोडून म्हणाला,

''गरिबावर दया करा. हातावरचं पोट हाय माझं... चार पोरं गळ्यात हैत माझ्या...''

''तेल्या.''

''जी''

''लेका बैलाला घाण्याला जोडायचं असतं का म्हशीला रं?''

''सरकार एक बैल होता त्यो कालच्या पावसाळ्यात मेला.''

''त्यो मेला का तू मारलास रं?''

''त्याला मारून काय मिळविनार जी! म्हातारा झाला होता. त्यानं खत घातलं.''

''म्हणून म्हशीला जोडतोस व्हय?''

''ग्वड्डच हाय. धार देत न्हाई. दावणीला बांधून खायाला घालायचं ते आपलं काम करून घेतोय झालं.''

''याल्यावर दुभतं खात न्हाईस तिचं?''

''न्हाई कसं? खातो की.''

''किती येताची म्हस हाय रं?''

''आठ येतं झाली की.''

''आता नव्यांदा आणि गाब असल?''

''व्हयं. फळून चार म्हैनं झालं की.''

दादा हसले आणि म्हणाले,

''जा आता. सकाळी वाड्यावर ये. पन्नास रुपये घेऊन जा आणि चांगला बैल घे एक इकत. काय?''

तेली तोंडाकडं बघत राहिला अणि दादा पुन्हा म्हणाले, ''ये सकाळी. पुन्हा म्हशीला जुपू नको.''

दोन्ही गालाला बोटं लावून तो बोलला,

''जी, न्हाई.''

''जा तर मग.''

मग न फिरता तो तिथंच घुटमळल्यागत करून म्हणाला,

''सरकार...''

''काय रं?''

''कशानं फेडू तुमचं हे उपकार?''

''ते बघू मागनं.''

हात जोडून शिवलिंगा मागं सरला आणि दादा पुन्हा एकदा म्हणाले,

''सकाळी ये बरं का.''

''जी.''

...काखेत धोपटी अडकवलेला न्हावी दत्तू नाइकाच्या मागोमाग चावडीत आला आणि मुजरा करून बाजूला उभा राहिला. न्हाव्याला का बोलावलं होतं ह्याचा उलगडा झाला- दादा म्हणाले, ''कोळ्या, जा भाईर पटांगणांत जाऊन बस जा. न्हावी आलाय त्याच्याकडनं टाळू काढून घे जा.''

काचकूच करून चालणार नव्हतं तरी आपलं जरा चाचपून बघावं म्हणून कोळी मुजरा करून म्हणाला,

''उद्या सकाळी घेतो करून गोठा.''

''ज्यास्त बोलू नको. आगुदर भाईर जाऊन पांटगणात बस. आणि हे बघ उगच टारफूर करायचं न्हाई.... बऱ्या बोलानं जातोस का न्हाई, सांग.''

चुळबुळल्यागत करून तो तिथंच थांबला. तसे दादा आवाज चढवून म्हणाले, ''का हुबा ऱ्हायलास? दोन गच्यांड्या देऊन बसवायला सांगू काय? जा मधोमध पटांगणांत मांडी घालून बस जा.''

न थांबता म्हादा कोळी गुमान पायऱ्या उतरून खाली गेला. हिकडं तिकडं न बघता मान खाली घालून पटांगणात गेला आणि मांडी घालून खाली बसला. दादांनी न्हाव्याला हाक मारून सांगितलं,

''त्याची पाक सारी टाळू खर्डायची. कशी खरडशील?''

''भादरतो की डोस्कं सगळं.''

''तुळतुळीत गोटा करायचा.''

''हां.''

''हां न्हवं! किती वेळ लागल?''

''आता लगीच करतो की! त्यला येळ कशाला लागतोय?''

''तसं न्हाई. नीट ऐक. चटपट आवरायचं न्हाई. वस्ताऱ्यानं मोजून एकेक केस काढायचा! दिवस बुडुस्तवर काम चालू ऱ्हायला पायजे. येणा-जाणाऱ्यांच्या नजरेत भरलं पायजे. आलं का ध्यानात!''

मान हालवून न्हावी 'हो' म्हणाला, आणि दादांनी बजावलं, ''दिवस मावळायच्या आत जर काम उरकलंस तर तुझ्या हातातला वस्तरा त्याच्या हातात घ्याला सांगीन. जा. चांगलं कातडं सोल त्याचं!''

म्हाद्या आणि न्हावी दोघेही. पटांगणात बसून राहिले. उन्हं कलली. पसरलेल्या सावल्या पाय पोटात घेऊन दुमडू लागल्या; तरी वस्तारा टाळक्यावर फिरतच राहिला....

आपण होऊन राऊनाना चावडीवर आले आणि दादांच्या कानाशी लागून म्हणाले,

''आता उठून वाड्यावर जावं.''

''का?''

राऊनाना सांगू लागले, ''दिवस बुडायला आलाय. थोरल्या पाटलांची ही मुजऱ्याची वेळ होती. दिवस मावळायला ते वाड्यात जाऊन बसले म्हणजे सारं सनदी मुजऱ्याला येत असत. तीच जुनी रीत आता फुडं चालावी.''

दादा उठले. चावडीतनं वाड्यावर गेले. त्यांच्या पाठोपाठ सारे सनदीही गोळा होऊन आले. चौकात एक रांग करून उभे राहिले. हातात शिंग घेऊन गुरवही एका कडेला उभा राहिला. सारेच वाट बघत उभे राहिले. आणि भगवा फेटा बांधलेले दादा बाहेर येऊन खुर्चीवर बसले. गुरवानं शिंग तोंडाला लावलं. दादांनी मान उचलून समोर बघितलं आणि एका रांगेत उभ्या राहिलेल्या सनद्यांनी भुईला हात लावून तीनदा मुजरा केला. तू ऽ ऽ तू ऽ ऽ तू ऽ ऽ शिंग वाजत राहिलं...

...आपल्या घरात कान लावून बसलेले राऊनाना मनी हरकले. आनंदानं त्यांचा ऊर भरून आला. ते स्वत:शीच म्हणाले,

''किती दिसांनी आज शिंग ऐकायला आलं!''

❐

६

सकाळी उठल्यावर दादा सहज फिरत फिरत दर्शनी दगडी चौकटीतनं बाहेर आले आणि जिकडं तिकडं त्यांना सारं लखलखीत दिसू लागलं. भल्या सकाळीच कोणीतरी येऊन झाडून गेलं होतं. कुठं केर नाही कचरा नाही, सारं लख्ख दिसत होतं. सारवट गाडीखाली पालापाचोळ्याचा ढीग साचला होता, लिंबोळ्यांचा खच पडला होता; पण ती जागाही स्वच्छ दिसत होती. पालापाचोळा सारा नाहीसा झाला होता. एक लिंबोळीही दृष्टी पडत नव्हती. दादांचे धाकटे भाऊ तिथंच उन्हाला उभे होते. त्यांच्याकडे बघून दादांनी विचारलं,

''झाडलोट करायला कोण आलतं काय?''

धाकटा भाऊ परशुराम पुढं येऊन म्हणाला,

''येरवाळीच कोणीतरी एक बाई येऊन सारं झाडून गेली.''

''उद्या आली म्हंजे तिला रोज एक भाकरी घेऊन जायाला सांगा.''

असं म्हणून ते पुढं गेले. सारवट गाडीजवळ जाऊन उभे राहिले. बाकीचे भाऊही जवळ आले. त्या गाडीकडं बघत दादा म्हणाले, ''कशी गाडी हाय बघितली? सोन्यासारख्या गाडीच्या कुणीतरी कांचा फोडल्यात! काचा फोडून काय मिळवलं असलं!''

दादा असेह हळहळत असता मध्येच परशुरामानं विचारलं, ''दादा बैल जोडून बघू या का?''

''त्यात मग बघायचं काय? काचा बसवून घेऊ. नवा रंग देऊ आणि मग बैल जोडा म्हणं.''

''रंग काय आज उद्या द्यायला ईल.''

''मग त्यो द्या आणि कोल्हापूरला जाऊन काचा बसवून घेऊन या म्हणं.''

पुढं येऊन लोभाजीनं विचारलं, ''दादा, तुम्ही गोठ्यात एक यंत्र हाय ते बगीतलंय काय?''

''कसलं यंत्र ?''

''चला की बघा चला.''

गोठ्यात आल्यावर त्या यंत्राकडं बघून दादा म्हणाले, ''आर मर्दानू हे कडबा

कापायचं यंत्र हाय. आणा एक पेंडी हिकडं.''

कडब्याची एक पेंढी त्या यंत्राच्या तोंडात घालून कचाकच कडबा तोडून दादा म्हणाले,

''असा कडबा कापायचा बघा.''

''ही बरी हायकी टगळ!''

त्या यंत्राकडं बघत दादा म्हणाले,

''पाटील किती हौशी असल न्हाई!''

ते असेच थोडावेळ बघत उभे राहिले आणि मग मागं वळत म्हणाले,

''उद्यापासनं ह्यनच कडबा कापत चला.''

गोठ्यातनं एक चक्कर मारून दादा दरवाज्यातनं आत आले आणि देवडीजवळच उद्धवनाना चोरागत अंग आखडून उभे राहिलेले दिसले. दादांची चाहूल लागताच दोन्ही हात जोडून ते म्हणाले,

''आमंत्रण द्याला आलोय.''

''कसलं?''

''रानात गुऱ्हाळ सुरू आहे. आपण सारी मंडळी गुऱ्हाळाला यावं अशी इच्छा आहे.''

त्यांची इच्छा विचारात न घेता दादांनी आधी प्रश्न केला, ''त्यो मोजणीचा दगुड आगुदर होता त्या जाग्याला जाऊद्या आणि मग बघू रसाचं''

पुन्हा एकदा हात जोडून उद्धवनाना म्हणाले,

''लोक काय तरी आपलं बोलतात त्यावर विश्वास ठेऊ नका.''

''लोक काय तरी बोलत्यात?''

''होय, हे गावच तसं आहे!''

''असं व्हय?''

''लक्ष्मीबाईंची काय तक्रार आली तर तुम्ही सांगाल तो दंड भरून देऊ.''

''आता या असं.'' म्हणून दादा चौकातनं ढेलजेवर गेले आणि देवडीवरच्या सनद्याला म्हणाले, ''नाईक, त्याला भाईर सोडू नको.''

दरवाज्याची वाट बंद झाली तसे उद्धवनाना हादरून गेले. धडपडत्या छातीनं ते उभे राहिले आणि दादांनी विचारलं, ''आता सांगा उद्धवनाना, दगुड जागचा हाललाय का न्हाई?...बोला.''

घाम फुटून उद्धवनानांच्या हातपायाला कापरा भरला. धोतराच्या सोग्यानं तोंडावरचा घाम पुसत ते म्हणाले, ''मी चूक कबूल करतो. पण...''

''पण काय?'' असं दरडावून विचारत दादा म्हणाले, ''मोजणीचा दगुड जागचा हाललाय का न्हाई? लक्ष्मीबाईंनी बाईला पत्रानं कळीवलय ते खोटं हाय व्हयं?''

''चूक झालीय खरी.''

''मग मगाधरनं खोटं का बोलाय लागलाय?''

डोळे मोठे करून दादा बघत राहिले आणि उद्धवनानाला कसं सांगावं हे कोडं पडलं. पण आता सांगण्यावाचून गत्यंतर नव्हतं. ते कचवचत म्हणाले,

''पाटील, काल रात्रीच दगड जुन्या जाग्याला होता तसा ठेवलाय. हो तर लक्ष्मीबाईंना बोलावून आणा आणि विचारा. त्यांना दाखवून केलंय.''

''खरं म्हणता?''

''देवा शप्पथ! कानावर पुन्हा तक्रार आली तर विचारा.''

''मग काय न्हाई. जावा घरला.''

तरी उद्धवनाना तिथंच घुटमळत उभे राहिले आणि पुन्हा हात जोडून म्हणाले,

''करू ने ते केलंय- खाऊ ने ते खाल्लंय- आता माफी असावी.''

''बरं हाय, जावा आता.''

''एकदा पापी वासना झाली. आता पुन्हा व्हायची नाही.''

''ठीक हाय; जावा.''

''रसाला येता? गाडी पाठीवतो.''

दादांनी विचारलं, ''अजून किती दिवस जाईल घाणा?''

''जाईल एक आठवडाभर.''

''मग आजच काय गडबड? फुडं बघू.''

''तोवर रसाची घागर आणि उसाची मोळी आज धाडून देतो.''

''बरं जावा.''

उद्धवनानांनी पाठ फिरवली आणि पुन्हा वळून ते म्हणाले, ''मनात काही ठेऊ नका. सुभानरावांचा आणि आमचा घरोबा होता. तो तसाच पुढं चालावा हीच इच्छा.'' असं म्हणून उद्धवनाना बाहेर पडले आणि खांद्यावर तांब्याची कळशी घेऊन गुरव उघड्या अंगानंच आत आला आणि देवडीवरचा नाईक जवळ येऊन म्हणाला,

''देवपूजेला गुरव आलाय.''

''कुणी सांगितलंय त्यला याला?''

गुरवच पुढं होऊन म्हणाला, ''वाड्यातली पूजा माझ्याकडंच असती म्हणून आलोय.''

''मग जावा पूजा करून.''

गुरव देवघरात जाऊन पूजेला लागला...

...राऊनाना आत आले. दादा त्यांना घेऊन बैठकीच्या खोलीत बसले. राऊनानांनी विचारलं, ''म्हारीण येऊन अंगण झाडून गेली?''

''व्हय, एक बाई येऊन झाडून गेलीया.''

''मग ती जाई म्हारीणच.''

''भल्या सकाळीच येऊन गली.''

''बर, देवपूजेला गुरव आला होता?''

''आत्ताच आलाय. आत हाय पूजा कराया लागलाय.''

''अस्सं. त्याला आपल्यासंग एकवेळचं जेवायला ठेवून घ्यायची रीत हाय.''

दादानी खिडकीतनं बाहेर बघितलं आणि देवडीवरच्या सनद्याला हाक मारून सांगितलं,

''पूजा झाल्यावर गुरवांला जेवायला थांबाय सांग.''

''जी.''

''जा सांगून ये जा आत.''

दत्तू नाईक निरोप द्यायला आत गेला आणि दादानी विचारलं, ''आणि काय वाड्यातले रीतिरिवाज असले तर सांगून ठेवा.''

आठवल्यागत करून राऊनाना सांगू लागले,

''परड्यात आडाच्या अंगाला ताईबाई हाय. तिला आमुशाला नारळ फोडायचा. वर्षातनं एकदा बकरं द्यायचं असतं. मुलाणी येऊन आठवण करलच त्याची.''

''बाकी आणि काय?''

पुन्हा आठवल्यागत करून राऊनाना म्हणाले,

''धुळोबाची जत्रा आली म्हणजे सासण काठी उभी करायची असती. आपल्या काठीचा मान हाय. डोंगरावर आपली काठी गेल्याशिवाय देवाला दुसऱ्या कुणाचा निवद घ्यायची परवानगी न्हाई. पर ते अजून लांब हाय. जवाच्या तवा साऱ्या गोष्टी होतीलच.''

येवड्यात म्हादा कोळी ढेलजेत येऊन उभा राहिला आणि आदबीनं मुजरा करून जवळ आला.

दादांनी विचारलं, ''चावडी सोडून का आलास?''

''बायकुला घेऊन आलोय.''

''बायकुला घेऊन आलायस?''

''जी. ती परड्याच्या अंगात आत गेलीया.''

दादा त्याच्या तोंडाकडं बघत राहिले आणि राऊनाना त्यांना म्हणाले,

''आडाचं पाणी भरायला ती आली असल.''

''पाणी भरायला?''

''व्हय, त्यो रिवाजच हाय.''

''असं व्हय.''

राऊनाना पुन्हा सांगू लागले, ''दुपारी परटीण येईल. तिला रोज एक आपली भाकरी द्यायची आणि दिवाळीला ववाळायला आली म्हणजे एक लुगडं नेसवायचं.''

कोळी तिथंच उभा राहिला; तसे दादा म्हणाले,

''बायकूला पाणी भरायला सांग आणि जा चावडीवर.''

मुजरा करून तो मागे वळला आणि राऊनाना कानाशी लागून म्हणाले,

''लई साडेसाटलीचा हाय! आता मऊ आलाय. गायकवाड काय म्हणतोय इचाराकी त्यला.''

दादांनी हळी दिली, ''म्हाद्या.''

''जी.''

''हिकडं ये.''

पुन्हा म्हादा येऊन जवळ उभा राहिला आणि दादांनी विचारलं, ''तुझं आणि त्या गायकवाड्याचे लई गळतंय व्हय रं?''

तो तोंडाकडं बघत तसाच उभा राहिला आणि आपल्या ओठावरची एक मिशी हातात धरून दादा म्हणाले,

''लई मातला होतास ! पाटलांच्या रानात घुसला होतास न्हाईका?''

बोलता बोलता दादा उभे राहिले आणि कोळ्याचा थरकाप उडाला. भेदरल्यागत तो तोंडाकडं बघत राहिला आणि दादांनी खुंटीचा आसूड हातात घेऊन विचारलं, ''आता काय बेत चाललाय रं तुमचा?''

हातपाय गळालेला कोळी मटकन खाली बसला आणि त्यांच्या हातातल्या आसुडाकडं नजर लावून म्हणाला, ''सरकार, लागूने त्याच्या नादाला लागलो. आता पुन्ना अशी चुकी करनार न्हाई.''

राऊनाना म्हणाले, ''पिऱ्या कुठं हाय विचारा त्यला. ह्या भडव्याला सारं म्हाईत हाय बघा.''

त्यासरशी दादांनी आसूड उगारला. पाठीवर झमकन् आवाज झाला. पोटावर डब पडून कोळी हातानं पाय शिवत म्हणाला, ''मारू नका, मारू नका जी ऽ ऽ''

दादांनी हात पुन्हा वर केला आणि कोळी फाळफाळ धोतरात मुतला. बाक्कन एक लाथ घालून दादा म्हणाले, ''आधी उठून बस भडव्या.''

तो कसाबसा उठून बसला आणि हात वर पसरून म्हणाला, ''सांगतो, सांगतो.''

''सांग लौकर.''

''त्यो राच्चा हितं हुता.''

''कुठं होता?''

''गावातच हुता. दाजीबाच्या घरातच.''

''होता म्हंजे?''

''पाटला निगून गेलाय.''

''कुठं गेलाय?''

''डोंगरात फरारी झालाय.''

बैठकीवर बसलेले राऊनानाही उठले आणि जवळ येत म्हणाले,

''दादा, ह्यो असा सांगायचा न्हाई.''

काकुळती येऊन म्हादा म्हणाला,

''खरं सांगतो जी! देवाशप्पत!''

''काय सांगतोय ह्यो! त्याचा ठावठिकाणा ह्याला पुरा म्हायती हाय.''

दादांनी हे ऐकलं आणि जवळच उभ्या राहिलेल्या आपल्या तिघा भावांकडं बघून ते म्हणाले,

''उचला ह्येला आणि वर माडीवर घेऊन चला.''

दैत्यासारखे ते तिघेही भाऊ एकदम झडप घालून अंगावर गेले आणि ओलं धोतर हातात धरून कोळी म्हणाला, ''मला कुठं न्हेता?''

दादा दात खाऊन ओरडले, ''बगतासा काय? आधी उचला भडव्याला.''

त्यासरशी त्यांनी त्याला अच्यात वर उचलला आणि अंतराळी धरून विचारलं, ''कुठं, वर न्ह्याचा व्हय?''

''व्हय, चला वर माडीवर.''

त्याला पळवतच त्यांनी माडीवर नेलं आणि वर धरूनच विचारलं, ''दादा ह्येला कुठं ठेवायचा?''

''कुठं ठेवायचा काय! आपटा खाली.''

आपटा म्हटल्यावर दणणकन् त्याला खाली आदळून ते रिकामे झाले आणि हातात आसूड घेऊन दादा म्हणाले, ''म्हाद्या, फुकट दाणाला जाशील! खून माफ हाय मला. लौकर सांग.''

हबका बसून गांगरलेला म्हादा पाय शिवून म्हणाला, ''पाटील, गू खातो तुमचा पर मला मारू नका.''

झम्मकन् आसूड वाजला. त्यासरशी दोन्ही हात तोंडावर घेऊन म्हादा ठो ठो बोंबलला आणि पकापक चार लाथा घालून दादा म्हणाले, ''तू बोंबललास तर काय म्या भ्याचा न्हाई.''

व्हां करून म्हादा लहान पोरागत रडायला लागला आणि दादा म्हणाले, ''परसराम, चुलीवर तवा तापलाय का बघा. ह्या भडव्याला तापलेल्या तव्यावर बशीवतो.''

राऊनाना बोलला, ''अर का मार खातोस? सांगून मोकळा हो.''

दादांनी विचारलं, ''अर काय सांगतोस का न्हाई?''

''सांग लौकर.''

एक दम घेऊन म्हादा बोलू लागला.

''काय तरी चान्नी उगवायलाच डोंगरात निघून गेलाय त्यो.''

मान हालवून राऊनाना म्हणाले, ''दादा लई हरामखोर हाय ह्यो! असा सांगायचा न्हाई. रगताच्या शपता घेतल्या म्हणं ह्यानी!''

''रगताच्या शपता!'' असं म्हणून दादा दात खाऊन पुढं गेले आणि झाम् झाम् आवाज होत राहिला. दादा बडवत राहिले आणि मध्येच दातखिळी बसून म्हादा गपगार पडला. मग हातातला आसूड टाकून दादा राऊनानांना म्हणाले,

''मी जातो खाली. एक कांदा फोडून त्याच्या नाकला लावा आणि शुद्धीवर आला म्हणजे विचारा. बघा काय सांगतोय काय?''

दादा खाली गेले. थोड्या वेळानं कोळी शुद्धीवर आला. राऊनाना जवळ बघून तो तोंड पसरत म्हणाला,

''राऊनाना...''

''अरं का मार खातोस? सांगून टाक की.''

कोळी तोंडाकडं बघत राहिला आणि राऊनाना त्याला समजावून सांगू लागले, ''मर्दा म्हादा, सरकारनी मुद्दाम धाडलंय त्यास्नी! चीप पोलीस मामा हैत त्यांचं. खून माफ हाय त्यास्नी. माडीवरनं खाली चौकात टाकून ठार मारायला कमी करायचं न्हाईत! फुकट दानाना जाशील. सांगून मोकळा हो.''

कोळ्यानंच पाय शिवून सांगितलं,

''तुमीच आता तारनार आणि मारनार!''

''मग ठावठिकाणा सांगून हो मोकळा.''

''एक करा.''

''काय?''

''माझं नाव कुठं फोडू नका.''

''न्हाई फोडत.''

''बघा न्हाईतर माझा खून होईल.''

''त्याला भितोस व्हय? अरं खुळ्या, आता कायमची पोलीसपार्टी गावात येऊन बसनार हाय. काय घाबरू नकोस. सांग बघू.''

''माझं नाव फोडायचं नाई. फोडत न्हाई म्हणूनशान वचन द्या.''

''तुला वचन देतो, सांग.''

तो थोडा वेळ गप राहिला. दरदरून त्याला घाम सुटला. कपाळ घामानं डबडबून गेलं. आणि नजर वर करून तो म्हणाला,

''खुरप्यानं माझं डोळं काढतील. हालहाल करून मारतील.''

''पाटील खंबीर हैत न्हवं तुला सांभाळणार! तू का काळजी करतोस?''

''माझ्या जिवाची काळजी घेनार असला तर सांगतो.''

राऊनाना उठले आणि जिन्याकडं जाऊन हळी मारत म्हणाले,

''दादा जरा वर या.''

''राऊनाना, थांबा थांबा.''

''का थांबा? समक्ष रुजवातच होऊ द्या.''

दादा वर आले आणि राऊनाना म्हणाले,

''दादा ह्यो सांगायला तयार हाय खरं. त्याच्या जिवाची काळजी घ्यायचं काम तुम्हाकडं लागलं.''

''तुला भ्या वाटतंय व्हय त्यांचं? तसं असलं तर ह्या वाड्यात येऊन ऱ्हा. त्याची नगो काळजी करू.''

राऊनाना बोलले, ''मग आता सांग बघू.''

''आता या घटकेला त्यो आळत्याच्या खिंडीत हाय. चार लोक हैत त्याच्या संग.''

मान हालवून दादा म्हणाले, ''ह्यो काय खरं सांगत न्हाई.''

''ऐका तर माझं.''

''सांग.''

''आज तमदलग्याच्या खोताचं व्हराड जानार हाय. तीन गाड्या हैत त्या लुटायचा घाट घातलाय आणि ऐतवारी त्यो ताणूकडं येणार हाय. तसं सांगून त्यो गेलाय.''

''बघ. खरं म्हणतोस?''

''जी, खरं खोटं याचा पडताळा बघा.''

''दिवसभर हितच पडून ऱ्हा तू. चला राऊनाना.''

तो तिथंच वर पडून राहिला आणि ते दोघे उठून खाली आले. राऊनाना म्हणाले, ''एक पिऱ्या सापडला म्हणजे गाव हदरतय बघा.''

''कसं करू या?''

''पेट्याला निरोप धाडावा. मंडलिक फौजदारास्नी कळवावं.''

''का आधी ताणीचं घर बघावं?''

''नको. सावध होतील. त्यास्नी असं जागं करून उपेगी न्हाई.''

''मग त्याच्यावर इश्वास ठेवून पेट्याला कळवूया.''

''तेच बरं होईल.''

पक्की खात्री करून घेण्यासाठी दादा पुन्हा माडीवर आले. म्हाद्या कणत एका

कुशीवर पडला होता आणि त्याला डिवचून जागा करीत दादांनी विचारलं,

''म्हाद्या, बातमी खरं न्हवं ही?''

''जी. खरी हाय.''

''मग तसं पेट्याला कळवू?''

''कळवा.''

राऊनानांनी विचारलं, ''म्हाद्या, आणि काय काय ठरलंय रं त्यांचं?''

तो तोंडाकडं बघत राहिला आणि राऊनानांनी विचारलं,

''पाटलांचा खून करनार हैत व्हय?''

''असा इडा उचललाय.''

''कुणी, पिऱ्यानं?''

''व्हय, येत्या अमुशापतुर खून होनार हाय.''

दादा गरजले, ''लेका अंगात आलंय काय तुझ्या? खून होणार हाय म्हणजे?''

म्हाद्या सांगू लागला, ''न्हवं, खून करायचा इडा उचललाय.''

''इडा उचललाय?''

''व्हय, तसा घाट घातलाय.''

हे ऐकून दादांना चेव आला. ते म्हणाले,

''खून करणार हैत? अर मीबी तीन भाऊ संगं आणल्यात ! किती खून करणार हैत?''

''कुनाची पाटीलकी टिकू द्यायची न्हाई असा पनच केलाय त्येनी.''

राऊनाना हसून म्हणाले, ''म्हणून तूबी त्या भ्रांतीत होतास व्हय? भुलला होतास जणू?''

बोलायचं थांबून दादा राऊनानांना म्हणाले,

''चला जरा खाली.''

ते दोघेही उठून खाली आले. बैठकीच्या खोलीत गेल्यावर दादा म्हणाले, ''आता कसं करायचं?''

थोडा विचार करून राऊनानांनी सांगितलं,

''पेट्याला कळवावं. एक लखोटा लिहून येताळाजवळ द्या. तो जाऊन येऊ द्या.''

''असं करू म्हणता.'' असं म्हणून ते विचार करीत राहिले आणि अवचित विचारलं,

''राऊनाना, अजून अमुशा किती दिवस ऱ्हायली?''

''ऱ्हायली की आठा दिवस... का?''

''का न्हाई खरं.'' असं म्हणून दादांनी विचारलं,

''राऊनाना कुंडली कोण बघतंय का गावात?''

''कुंडली व्हय? हाय एक जोशी.''

''मग त्याला जरा बोलवून घेता?''

राऊनानांनी लगेच नाइकाला हाक मारून सांगितलं, ''जा, जरा सोनुपंत जोशाला बोलावून आण जा. फुडं घालूनच घेऊन ये.''

...सोनोपंत आले. आलकट पालकट मांडी घालून समोर बसले. एक सुर्ती रुपाया समोर ठेवून दादांनी पत्रिका त्यांच्या हातात दिली. राऊनाना म्हणाले, ''सोनोपंत जरा पाटलांचा योग बघा कुंडलीतला.''

कुंडलीवर नजर खिळवून सोनोपंत विचार करीत राहिले. निरनिराळ्या घरांची दृष्टी अजमावत म्हणाले,

''पाटील, कुंडली चांगली आहे.''

पाटील म्हणाले, ''तसं न्हवं, जरा सध्याचा काळ कसा हाय एवढा बघा.''

सोनोपंतांनी पुन्हा कुंडली न्याहाळली आणि खुलासा करून घेण्यासाठी त्यांनी विचारलं,

''बरं वाईट दोन्ही सांगायचं?''

''काय असलं ते सांगा.''

राऊनानाही बोलले, ''चांगलं असलं, चांगलं सांगा; वाईट असलं, वाईट सांगा. म्हणजे त्याप्रमाणं वागायला बरं.''

''व्हय. मग काळजी तर घ्यायला ईल.''

सोनोपंतांना धीर आला आणि कुंडलीकडं बघतच ते म्हणाले, ''सध्या एक अरिष्ट योग संभवतो. जिवाला धोका उत्पन्न होईल. काही तरी दगाफटका इजा होण्याचा संभव आहे. लग्नी मंगळ असल्याने स्वभाव साहसी, धाडसी, उग्र तेजस्वीपणा, आयुष्यात कुठे पडणे किंवा लागणे हे योग असतात. या वेळी जरा जपून राहावे. वृषभ लग्न असल्यामुळे वृत्ती सुखासक्त, प्रेमळ, सुंदर वस्तूंची आवड, स्वभाव निश्चयी; मात्र स्वभाव रागीट व बेपर्वा वृत्तीचा राहील. कारण तनुस्थानी मंगळ वृषभ राशीस आहे. त्या कारणाने दुसऱ्याचे न ऐकता स्वत:च ठरवलेल्या गोष्टी व विचार याप्रमाणे वागण्याचा कल राहील. भाग्येश व दशमेश शनीच असल्यामुळे मंगळाच्या दृष्टीने काही प्रसंगी वादविवाद, कलह, नुकसान, भाग्यात अडचणी येण्याचा संभव आहे. बाकी कुंडली चांगली आहे. काही वाईट नाही.''

दादांनी पुन्हा विचारलं, ''मग सध्याचा काळ कसा हाय?''

''ते सांगितलंच. सध्या एक अरिष्ट योग संभवतो. जरा जिवाला जपून असायचं.''

''कुठवर असा योग हाय?''

''ही अमावस्या गेली की परिणाम सौम्य होईल. तोवर जरा काळजी घ्या.''

दादांनी राऊनानाकडं आणि राऊनानांनी दादांकडं एकाच वेळी बघितलं आणि दादा मागे सरत म्हणाले,

''ठीक हाय. जावा.''

सोनोपंत गेले आणि डोळ्यापुढं अमावस्या उभी राहिली... अंधार दाटला आणि पिऱ्या धनगर दिसू लागला...

आणि मग हिम्मत करून दादांनी कोरा कागद हातात घेतला. घडी घालून मार्जीनं पाडलं आणि दौतीत टाक बुडवून ते लिहायला बसले.

राऊनानांनी विचारलं, ''काय करता?''

''वर रिपोर्ट करतो.''

''करा. कळवा अशान असं म्हणूनशान.''

''कळीवतो आणि सांचं काय होतंय हे बघून येताळाला उद्या सकाळीच याला सांगतो.''

''त्याला आज वस्ती करायला सांगता व्हय?''

''व्हय. म्हंजे काय होतंय काय नाही हे लगेच कळल तरी आपल्याला. खऱ्या खोट्याचा पडताळा ईल. तवर म्हाद्याला सोडत न्हाई.''

राऊनानांनी मान हालवली आणि दादा पुढं बघून लिहू लागले....

...तो दिवस गेला. कशीबशी रात्र उलटली आणि भल्या सकाळीच येताळा पेट्यासनं वाड्यावर आला. तो चौकात दिसल्या दिसल्या दादांनी हनुवटी वर उचलून डोळ्यांनीच विचारलं, ''काय रं, काय झालं?''

तो जवळ येऊन सुतकी चेहऱ्यानं म्हणाला,

''न्हाई सरकार, घावला न्हाई.''

''न्हाई गावला?''

''न्हाई.''

एक उसासा टाकून दादांनी विचारलं,

''पोलीस मागावर तरी गेलतं का?''

''गेलतं की. फौजदारसाहेबांनी लई खुबी केलती सरकार!''

''काय केलतरं?''

''तट्ट्याची सवारी घालून पोलीस गाडीत बशीवलंत आणि त्या व्हराड्याच्या गाड्यामागनच ही गाडीबी सोडलीती.''

''आणि र?''

''गाड्या बघून ते वरनं खाली उतरलं म्हनं; पर काय त्यास्नी संशोव आला कुणाला दक्कल! गाड्या न आडीवता ते एकदम खाली घळीतच पसार झालं.''

''अरारा! मग घावलं न्हाईत म्हणायचं तर?''

''न्हाई घावलं. फौजदारसाहेब मतुर ही वर्दी दिल्याबद्दल लई खूस झालंत.''

''व्हय जी.''

''व्हय का?'

''बरं जा परड्याच्या अंगाला. जरा न्ह्यारी करून जा.''

...दिवस उगवून वर आला आणि राऊनाना गडबडीनं वाड्यात आले. घाबऱ्या घाबऱ्या सांगू लागले,

''दादा.''

''काय हो?''

''गावात एक भुमका उटलीया!''

''काय?''

''वाड्यात कोळ्याचा खून पडलाय असं गाव बोलाय लागलंय त्याच्या बायकूनं आकांड मांडलाय!''

''असं म्हणता?''

''व्हय, पिऱ्या आता गावात ठरायचा न्हाई. सारं गावभर झालय. पिऱ्याचा ठावठिकाणा कळावा म्हणूनच त्याला मारलंय असंच गावात उठलंय. त्याला सोडलेलं बरं.''

''मग आता त्याला वाड्यात ठेवून घेऊन तरी काय उपेग?''

''तेच म्हणतो मीबी. इनाकारणी गावात चर्चा नको.''

दादा चुकचुकून म्हणाले, ''थो ऽ ऽ त्येच्या आयला! त्यो आता मग कुठला सापडतोय हो?''

''व्हय, ती आता सावध झाली हो!''

दादांनी हाक मारली, ''परसराम.''

परशुराम जवळ येऊन उभा राहिला आणि दादा म्हणाले, ''त्या कोळ्याला सोडून द्या. जा म्हणावं. उघडी पाठ दाखवत गावातनं हिंड.''

''सोडायचं त्याला?''

''व्हय, द्या सोडून?''

जिना उतरून म्हादा कोळी खाली आला आणि मुजरा करून उभा राहिला. दादांनी विचारलं,

''काय सांगत गावातनं हिंडशील?''

''काय न्हाई.''

''कुणी इचारलं तर काय सांगशील?''

''काय न्हाई.''

डोळे वटारून दादा बोलले,

''सांग पाटलांनी मारलं म्हणूनशान.''

''न्हाईजी. चुकून सांगायचा न्हाई.''

''अरं लेका! सांगायचा न्हाईस?''

''बघा सांगतो का?''

''तसं करू नगो. ज्येला त्येला पाटलांनी मारलं म्हणून सांग. सांगशील?''

येडबडलेला म्हादा तोंडाकडं बघत उभा राहिला आणि दादा बोलले, ''काय म्हणतो मी? मारलं म्हणून सांगायचं आणि का मारलं म्हणून इचारलं तर सांग बैमानी केल्याबद्दल ही अद्दल घडली म्हणून! जा आता. चार दिवस घरात पडून चांगला विसावा घे आणि मग कामावर हजर हो. कर तोंड काळं!''

कोळी निघून गेल्यावर दादांनी राऊनानांना पिऱ्याची हकीगत सांगितली आणि मग स्वत:शीच बोलावं तसं म्हणाले, ''राऊनाना आज शनवार.''

''व्हय. उद्या ऐतवार.''

''उद्याचा एक दिवस मधी ऱ्हायल.''

''काय उपेग होईल असं मला दिसत न्हाई.''

''बघू काय हुतय.''

''काय बघायचं? लोक जागं झालं हो!''

''जागं झालं म्हणता?''

''काय तरी वास लागला असंलच की.''

आणि दादा एकदम म्हणाले, ''मग बरंच झालं.''

''बरं कसं?''

''व्हय बरंच म्हणायचं. अमुश तर टळल.''

आणि लोभाजी आतनं सांगत आला,

''दादा जरा परड्या चला.''

''काय रं भानगड?''

''चला जरा, बघा तरी चला.''

''पर काय सांगशील का न्हाई काय ते?''

''काय तरी जरा निराळा प्रकार हाय. बघा चला बघू. उठा.''

सगळेच उठून बाहेरच्या अंगानं परड्यात गेले आणि आडाच्या बाजूला बोट करून लाभोजी म्हणाला, ''ते बघा काय दिसतंय?''

सगळ्यांच्या नजरा त्या बोटाच्या दिशेनं आडाकडं गेल्या आणि अंगावर काटा उभा राहिला. पाउल उचलून पुढं न जाता सारे तिथनंच बघत राहिले. एका इस्तारीवर गव्हाच्या दामट्या आणि वरण-भात दिसत होता. त्यावर गुलाल पसरला होता, आणि शेजारीच सुया टोचलेला एक लिंबू पडला होता.

दादांनी नजर वळवून राऊनानाकडं बघितलं आणि धीर देत राऊनाना बोलले, ''असुद्या. त्याला कुणी शिवू नका. कोण जवळ जाऊ नका. बाबालाल मुजावराला बोलावून आणू. त्याचं त्यो बगल मग काय करायचं ते.''

सगळे परत वाड्यात आले. बाबालालला बोलवायला नाईक निघून गेला आणि घोर लागल्यागत दादा म्हणाले,

''पण मी म्हणतो आत माणूस गेला कसा?''

''गेला असंल डोळा चुकवून.''

दादांनी परशुरामाला विचारलं, ''बाबा, परड्याचं दार कवा उघडलं होतं?''

''तांबडं फुटायला आम्ही उठलो तवाच.''

शंका घेऊन त्यांनी विचारलं, ''का रात्री उघडंच होतं दार?''

''छे! न्हाई.''

''अरं मग माणूस आत गेला कवा आणि कसा? तुम्ही एवढी माणसं असताना हे झालं कसं?''

सहज मनात आलं ते परशुरामानं बोलून दाखविलं, ''दादा, कुसवावरनं टाकलं असल हो.''

त्यासरशी डोळे वटारून दादा बोलले,

''दोन थोबाडीत मारून घ्या आधी.''

गपगुमान मान खाली घालून परशुराम उभा राहिला आणि दादा पुन्हा म्हणाले;

''टाकून दिल्यालं हाय व्हय? इस्कटल्यागत दिसतंय का? काय अक्कल तुमची!''

''असुद्या, सोडा'' असं म्हणून राऊनाना दादांना शांत करू लागले आणि संतापानं भडकलेले दादा न थांबता विचारू लागले,

''असं बेसावध ऱ्हाऊन कसं चालेल हो? हे गाव कसलं, मानसं कसली आणि असं बेसुद्दी वागून चालल? काय खुळचेटपणा ह्यो! व्हय, काय आता रासारी पारा करत मी जागा ऱ्हाऊ? रात्री परड्याचं दार बंद असता परका माणूस आत शिरंल कसा?''

❐

७

दिवस उगवायला गोपाळा वाड्यावर आला आणि मुजरा करून म्हणाला,

''साऱ्या कर्द्यास्नी सांगून आलो.''

''लगेच चावडीवर याला सांगितलसं?''

''जी. येऊन बसलीसुदिक असतील.''

''मी आलो म्हणून सांग जा.''

बंडू केंबळे, बापू वाघिरे, रामू खोत, सतबा मांदिशे, हरबा पंध्ये, थोट्या झेले हे सगळे पाटलांचे जुने कर्दे चावडीत येऊन बसले होते. काळजीनं त्यांचे चेहरे पडले होते. कुणी पायाला तिढा घालून विचार करीत होतं तर कोणी दातखिळी बसल्यागत तोंड मिटवून बसलं होतं. सारेच पाटलांची वाट बघत बसून होते. सगळ्यांच्या नजरा बाहेर लागल्या होत्या.

दिवस उगवून कासारा वर आला होता आणि गपकन् घोडा येऊन चावडीपुढं उभा राहिला. घोळक्यानं बसलेली मंडळी उठून चटशिरी उभी राहिली. घोड्याचा लगाम धरायला हरीबा जाधव पुढं आला आणि मुजरा घेत पाटील चावडीत गेले. त्यांनी तक्क्याला पाठ लावली. कर्दे एकमेकाच्या तोंडाकडं बघत तसेच उभे राहिले. चुळबूळ सुरू झाली. आणि नजर वळवून दादांनी विचारलं,

''कोण कोण आलाय म्हणायचं?''

कुणी तरी पुढं होऊन बोलणं भाग होतं. पण कुणी बोलावं हे समजेना झालं. हनुवटी उचलून माणसं एकमेकाकडं बघू लागली आणि म्हातारा थोट्या बसल्या जागी चुळबूळ करून म्हणाला,

''आम्ही आलोयच की सारं.''

''बोलीवल्यावर आला व्हय? येवढ्या मानाचं हैसा का?''

थोट्या झेल्यानं मान खाली घातली. आणि माना मुरगळल्यागत बाकीची मंडळी भुईला नजर लावून गप बसून राहिली. काय बोलावं हा एक घोर पडला. दादांनी पुन्हा विचारलं,

''सारी आलायसा?''

''जी.''

''काय बेत हाय तुमचा मग?''

थोट्यानं मान वळवून मागं बघितलं. आणि दादांनी विचारलं,

''मागं काय बगतोस गा? नाव काय तुझं?''

''मी थोट्या झेली.''

''कोंची जिमीन होती तुझ्याकडं?''

''कल्लोबाचा माळ जी.''

''आणि त्यो कोण बसलाय ढांगूळमामा तिकडं?''

गुढघ्यावर टेकलेली हनुवटी वर उचलून बंडू केंबळे तोंडाकडं बघाय लागला. आणि आवाज चढवून दादा म्हणाले, ''गळ्यात गुडगं घालून का बसलाईस रं? काय नाव तुझं?''

वर केलेले गुढगे खाली करून बंडा म्हणाला,

''मी बंडू केंबळे.''

''बंडू केंबळे व्हय? अलकट पालकट घालून बसायला का जेवायला आलाईस का? बोल घडाघडा. कोंचं रान होतं तुझ्याकडं?''

घुटका गिळल्यागत करून तो म्हणाला,

''डोणीचा मळा हुता.''

''हुता म्हंजे? कुठं गेलाय काय त्यो आता?''

दादांनी अशी सगळ्यांची ओळख करून घेतली. आणि प्रश्न केला, ''सगळं अंगानी धडधाकट दिसताय की रं. आणि हातपाय गाळून घरात बसताय व्हय?''

कुणी तोंडाकडं बघू लागलं. कुणी भुईला नजर लावून बसलं. कुणी बसल्या जागी चुळबूळ करून लागलं. आणि मनाचा घडा करून बापू वाघीऱ्या म्हणाला,

''सरकार, मग काय करायचं तर?''

''हातात काकणं घालून घरात बसायचं! वाघिऱ्याचा बापू न्हवं का तू?''

आतल्या आत जीभ चावून बापू बोलला,

''व्हय, वाघिऱ्याचा बापू.''

दादा गुरकावून म्हणाले, ''काय करायचं म्हणून काय इच्चारतोस? रानातनं भाईर का पडला रं तुम्ही? कर्दे हैसा का सोंग?''

''जोरा कराय लागल्यावर मग काय करायचं जी!''

''जोरा कराय लागलं?... आडवं जायला का ताकत न्हवती तुमच्यात?''

''आडवायचं तवा आडीवलं की!''

''नाव केलंसा!''

नजरेला नजर देऊन बापू वाघिऱ्या म्हणाला,

''आमच्या पुरतं आम्ही केलं.''

‘‘काय केलं तुम्ही?’’

‘‘आणि काय करायचं? टाळकी फुटली न्हवं आमची! राऊनानास्नी इचारा की.’’

‘‘राऊनानाला काय इच्चारा? आत्ता काय बेत हाय तुमचा?’’

न बोलता वाघिऱ्या तोंडाकडं बघत राहिला. आणि दादांनी सवाल केला, ‘‘मग आता मळ्यात जायाचं का न्हाई तुमास्नी?’’

पाटलांनी सगळ्यांच्या तोंडावरून नजर फिरवली आणि कुणीच काही तोंड उघडून बोलेना झालं; तसा त्यांनाही घोर पडला. खुलासा करीत ते म्हणाले,

‘‘अरं मी तुमा सगळ्यास्नी इचारतो. कोण कोण रानात जायाला तयार हाय बोला बघू.’’

तरीही कुणी बोलेना. कर्दे गप बसूनच राहिले. दादांनी पुन्हा विचारलं, ‘‘अरं बोलायला काय तोंड न्हाईत तुम्हाला? रानं नको हैत व्हय.’’

‘‘नको हैत कशी?’’ एवढंच बोलून वाघिऱ्या घुटमळला आणि एकदोघेजणं तोंडातल्या तोंडात बोलले- ‘‘रानं पायजे हैतच की. नको कशी?’’

‘‘मग आज जावा तर आपापल्या रानात.’’

माना खाली घालून बसलेले कर्दे, पुन्हा बसल्या जागी चुळबुळले, आणि एकमेकांच्या तोंडाकडं बघून नजरेनंच खुणवू लागले. दुसऱ्यालाच बोलायला सुचवू लागले. होता होता थोट्या झेली म्हणाला, ‘‘आमी रानात जायला काय न्हाई म्हणत न्हाई. पर काय दगाफटका झाला तर काय करायचं?’’

दादांनी विचारलं, ‘‘जिवाला भिता व्हय आपल्या? व्हय वाघिऱ्या? काय करतोय तू?’’

सगळ्या कर्द्यांचा विचार घेतल्यागत तो म्हणाला,

‘‘येळच आलीया न्हवं तसली! मग जिवाला भ्याला नको?’’

‘‘कुणी आडीवलं तर सांगायला या म्हणं.’’ धीर देत दादा म्हणाले, आणि कच खाल्लेली कर्देमंडळी उगच तोंडाकडं बघत राहिली. धड होय म्हणेनात आणि नाहीही म्हणेनात. काय करावं या काळजीनंच साऱ्यांचीच तोंड पडली होती. होता होता कोपऱ्यात बसलेल्या बंडू केंबळ्यांच्या नरड्याची घाटी हलली. तोंड उघडून तो म्हणाला, ‘‘कसं रानात जावं?’’

‘‘काय झालं? का घोर पडलाय तुला?’’

‘‘गायकवाडानं उसाची लागणसुदीक करून टाकलीया न्हवं!’’

साऱ्या कर्द्यांनी त्याच्या या बोलण्याला मान डोलावली आणि दादांनी विचारलं,

‘‘लावण केलीया तर तुझं काय दुखतंय? अरं आयती लावण करून दिलीया न्हवं?’’

बंडा केंबळे विव्हळत बोलला, ''ते झालं खरं.''

''खरं आणि खोटं काय?''

''ते येऊ देत्यात का न्हाई कुणाला दक्कल!''

भाडकन् दादा म्हणाले, ''सोनुपंताफुडं एक दुंडा पैसा ठेव आणि त्याला इच्चार भविश्य.''

पाटील असे भडकले. आणि तोंडाला कुलूप लावून सगळीच गप बसून राहिली. कुणीच तोंड उघडून बोलेना झालं, का मान वर करून बघेना झालं.

पाटलांनी निर्वाणीचं विचारलं,

''अरं तुमाल जिमनी पायजे हैत का न्हाई हे वट्टात सांगा बघू.''

तरी कर्दे मंडळी चूपचाप बसून राहिली. धड जमिनी नकोत असंही सांगेना झाले आणि पाहिजे असंही बोलेना झाले. सगळे गप बसून राहिले. आणि दादा म्हणाले, ''आला तसं घरला जावा. काय तुमच्याविना हितं कुणाचा खोळंबा झाल्याला न्हाई. मस्त एकाला तीन भाऊ हैत मला! तुमाला नको असल्या तर आमी जिमिनी घरात ठेवू.''

पाटील असं रागानं बोलले, आणि वर मान करून बापू वाघिऱ्या तोंडाकडं बघत राहिला. पाटलांनी विचारलं, ''तोंडाकडं काय बघतोस माझ्या?''

''न्हवं, जिमनी नकोत कशा?''

''अरं पायजेत तर मग जावा की रानात आज.''

कोपऱ्यातला केंबळे पुन्हा गुढघ्यात मान घालून म्हणाला, ''कुंभार मळ्यातबी पवारांनी ऊस लावलाय. विचारा की वाघिऱ्याला.''

''ते गाणं सांगत बसू नका. तुमाला जायचं असलं तर होय म्हणा न्हाईतर गप घरात जाऊन बसा जावा बघू.''

चुळबुळल्यागत करून थोट्या झेल्या म्हणाला,

''घरात बसून पोटाला काय खायचं? ह्यो वाघिऱ्या एक घरात हिणायचं काम करतोय. आम्ही काय करावं!''

''तुम्ही भीक मागत हिंडायचं काम करा!''

गुढघ्यावर हनुवटी टेकवून बंडू केंबळे म्हणाला,

''आता तीच गत आलीया की.''

सगळ्यांच्या पुढं असा पेच पडला होता. रानात जावं तर एक पंचाईत होती, न जावं तर एक पंचाईत होती. हिकडं आड आणि तिकडं विहीर अशीच स्थिती झाली होती. घरात बसून पोटाला काय खावं, हा घोर होता आणि रानात जावं तर जिवाची भीती वाटत होती. कुणाच्या रानात उसाची लावण केली होती. कुणी जमिनी नांगरल्या होत्या. कुळवल्या होत्या. कुणी नव्या खोपी घातल्या होत्या. वस्ती

केली होती. ते लोक पुन्हा रानात येऊ देतील का, ही भीती मनातनं जात नव्हती. आणि पाटलांनी तर दट्ट्या लावला होता. आजच रानात जावा म्हणून ते सांगत होते. जिवाला कडासण पडल्यागत झालं होतं. एकदा जमीन नको म्हटली तर त्यात पुन्हा पाय ठेवायला मिळेल का नाही, हा एक घोर होताच. साऱ्यांच्याच मनात चलबिचल सुरू होती. आणि म्हातारा थोट्या धीर करून सगळ्यांच्या वतीनं बोलला, ''घरात बसून काय खानार जी? बघतो. जातो की रानात आम्ही.''

कर्दे त्याच्या तोंडाकडं टकामका बघू लागले. आणि एकमेकाकडं बघून कुजबुजू लागले. तसा थोट्याच त्यांना म्हणाला, ''अरं जाऊ की रानात. घरात बसून काय करायचं?''

थोट्याचं म्हणणं काही खोटं नव्हतं. पण एवढा धीर बाकीच्यांना होत नव्हता. कोपऱ्यातला केंबळे अंग वळवून बसला. आणि थोट्याकडं बघत म्हणाला, ''म्हाताऱ्या तुझं सोपं हाय गा. उभी केलेली खोप सुतारानं मोडून न्हेलीया. तू आपल्या रानात जाशील. आम्ही काय करावं?''

त्याला साथ देत बापू वाघिऱ्या बोलला, ''व्हय. उभ्या पिकात आम्हाला येऊ देतील? आमचा खून पाडू द्यात?''

सगळीच आपापली गाऱ्हाणी सांगू लागली तसा थोट्या म्हणाला, ''अगा पाटील न्हवतं तवाची गोष्ट निराळी. बाळा ल्हवार हाय का गावात?''

बंडू केंबळे बोलला,

''थोट्या, बाळा ल्हवाराचं काय सांगतोस? त्यो भाता घेऊन कुठंबी जाईल गा. तशी बाकीची जानार हैत?''

ही गोष्ट काही खोटी नव्हती. एका दुसऱ्यानं धीर सोडला होता. रानं सोडून ते पसार झाले होते. पण सगळेच असे गप घरात बसतील असं नव्हतं. केरूनाना पवार, दाजीबा गायकवाड हे लोक त्यांच्या मागं उभे होते. त्यांची भीती कर्द्यांच्या मनातनं काही जात नव्हती. काही दगाफटका झाला तर काय करावं, ही काळजी होतीच. नवे पाटील गावात आले होते. थोडाबहुत आधार गावाला होता, पण मन अजून भुजतच होतं.

दादांनी सगळ्यांचा विचार ऐकून घेतला. त्यांनीही आपल्या मनात थोडका विचार केला आणि फार ताणून धरण्यात अर्थ नाही असं वाटून ते म्हणाले,

''बरं जावा आता घरला. आणि चार दिवसांनी या; तवर विचार करायला सवड देतो. न्हाईतर रानं दुसऱ्यास्नी लावून टाकतो.''

इथंच बोलणं संपलं. थोडा वेळ एकमेकांच्या तोंडाकडं बघत कर्दे बसून राहिले आणि म्हातारा थोट्या उठला तसे सगळेच उठून एका पाठोपाठ एक निघून गेले.

कर्दे गेले आणि तक्क्याला पाठ लावून दादा विचार करीत बसले आणि एकेक

गोष्ट आठवू लागली. मनात आलं- आज उठल्या उठल्या दिवसाचं तोंड बघायच्या आत महारानं दर्शन दिलं! येताळाचं तोंड बघितलं आणि मग तो सुया टाचलेला लिंबू दृष्टी पडला. ती कर्णी आठवली आणि एकदम चमकून गेलं. तक्क्याला मान टेकवून ते विचार करू लागले. डोळ्यापुढं आंधळी पाकोळी गरागरा फिरताना दिसू लागली. पोकळी अशी फिरू लागली. आणि तिच्याबरोबर त्यांची नजरही भिरभिरू लागली.... एकाएकी त्यांचं मनच उदास होऊन गेलं. एवढं कर्घांना परोपरीनं सांगितलं, तरी ते आले तसे निघून गेले... आपण एवढा धीर देत असता त्यांना हिम्मत होऊ नये?...

उदास होऊन बसलेल्या दादांची नजर पायऱ्या उतरून खाली गेली. ऊन चणचणत होतं आणि पाय पोटाशी घेऊन बसलेला धोंडीबा तराळ तशा त्या उन्हात गप बसून होता. त्याच्याकडं नजर लावून ते बघत राहिले. मनात आलं- हे खुळं असं का बसलं असंल? बघावं तेव्हा म्हातारा आपला उन्हात का तळतळतोय? ते त्याच्याकडं बघत राहिले आणि एकाएकी गोपाळा बोलला,

''सरकार, केरूनाना या लागल्यात.''

दादांची नजर बाहेर पटांगणाकडं गेली आणि तक्क्याला टेकवलेली मान उचलून ते बघत राहिले. धसका बसल्यागत छातीत धडधड होऊ लागली.

काळ्याठिक्कर चेहऱ्याचा तो ताडमाड उंच गडी हातात भाला घेऊन थेट चावडीकडं येत होता. धनुष्याला बाण लावल्यागत त्याची नजर रोखलेली दिसत होती.

बसल्याजागी दादा चुळबुळले. सावरून बसले. त्या नजरेला नजर देत बघत राहिले. एकाएकी मान वळवून त्यांनी सारी चावडी न्याहाळली- महारवाड्यात गेलेला येताळा अजून चावडीवर परतला नव्हता. म्हाद्या कोळी घरातच पडून होता. दत्तू नाईक वाड्यावर होता. धोंडिबा डोळे मिटून बाहेर उनाला बसला होता. गोपाळा आणि हरीबा जाधव हे दोनच सनदी त्यांना चावडीवर दिसले आणि खालच्या फरशीवर ठाँय करून भाल्याच्या काठीचा आवाज झाला. नगाऱ्यावर टिपरी पडावी तसा तो घुमला. त्या आवाजासरशी दादांनी मान वळवली.

केरूनाना चावडीच्या पायरीजवळ येऊन उभा होता. भाल्याची काठी हातात उभी धरून बघत होता. त्याच्या त्या नजरेला नजर लावून दादाही बघत राहिले आणि अवचित मुजरा करून केरूनाना म्हणाला, ''राम राम!''

हात आपसुक वर होऊन दादाही बोलले,

''राम राम.''

रामराम झाल्यावर पायऱ्या चढून केरूनाना वर आला. हातातला भाला पायाजवळ आडवा ठेवून त्यानं बूड टेकलं आणि तोंडाकडं न बघता बाहेर बघतच तो बोलला, ''मी पवाराचा केरूनाना. मुद्दाम भेटाय आलोय.''

''बोला.''

''कर्दे आलं होतं?''

त्याचा हा बोल ऐकून दादा जरा चपापले. त्यांच्या मनात आलं... हा गडी काय नादावर आला असावा?...

त्यांची नजर त्या भाल्यावर फाळाकडं गेली आणि त्या पोलादी फाळाच्या टोकाकडं बघत ते जरा गुर्मीतच म्हणाले, ''हां ऽ ऽ कर्दे आलं होतं. मुद्दाम बोलावून आणलं होतं. तुमचं काय म्हन्नं?''

केरूनानानं मान वळवून दादांच्याकडं बघितलं आणि एक डोळा झाकल्यागत करून तो म्हणाला,

''पाटील, आमचं काय म्हन्नं न्हाई. आम्ही मळा सोडलाय हे सांगाय आलोय.''

मोकार ऊसागत ही मऊ भाषा ऐकून दादांना जरा नवल वाटलं! साऱ्या गावाला धाक घालणारा हा गडी असं नरमाईनं बोलेल, अशी त्यांना कल्पना नव्हती. काहीतरी निराळं बोलायचं सोडून केरूनानानं असं पड खाऊन बोलावं? त्याच्या तोंडातनं अशी मऊ भाषा यावी?... दादांना ह्याचा धक्का बसला. मती गुंग झाल्यागत ते त्यांच्याकडं बघत राहिले आणि आपला झाकलेला एक डोळा उघडून केरुनाना थोडकं हसला. त्याच्या नरड्याच्या शिरा खालीवर झाल्यागत दिसल्या. त्याचं ते हसणं न समजून दादा त्याच्या नरड्याच्या शिरा बघत राहिले आणि हसून झाल्यावर केरूनाना तोंडाकडं बघून म्हणाले,

''तुम्ही म्हाराटे तसं आमचं बिजान बी अस्सल म्हराट्याचं हाय! बामणानं मधी बिब्बा घातला म्हणून आमचा तंटा होता. त्यो आता मिटला म्हणूनशान समजा.''

त्याला शब्दात पकडून दादांनी विचारलं,

''मग रानात तुमची काय आडकाठी न्हाई तर?''

ताठ मानेनं डोळ्याला डोळा भिडवून केरूनाना बोलला, ''पाटील, भाकरी म्हणूनशान खेटराच्या गटळ्यावर हात मारणारा हेडी न्हाई मी! कळलं का? ह्यात काय समजायचं ते समजा.''

तसं त्याचं बोलणं सरळ होतं. जे सांगायचं ते त्यानं वट्टात सांगून टाकलं होतं. अवमान न करता बोलून दाखवलं होतं. दादाही म्हणाले,

''मग आमचं काय म्हन्नं न्हाई- आपली एकदम दिलजमाई!''

ह्यावर केरूनाना जरा वेळ तोंडाकडं बघत राहिला आणि हसल्यागत करून म्हणाला,

''एक गोष्ट सांगू?''

''सांगा की.''

आपला एक डोळा झाकून केरूनाना सांगू लागला,

''आपन तोंडानं बोलूने पर... सांगतो- दाजीबा गायकवाड काय एका बाचा न्हवं हं!'' एवढंच बोलून तो थांबला आणि दादांच्या चेहऱ्यावर नजर रोखून म्हणाला, ''त्याच्या बानं आमच्या आज्ज्याला इक्क घालून मारलाय. त्याच्या आमच्यामधनं इस्तू जात न्हाई!''

केरूनानानं बोलण्याचं हे सुकाणू भलतीकडं नेऊन भिडिवलं आणि त्याचा रोख न समजून दादा विचार करीत राहिले. हा गडी आलाय काय आणि बोलतोय काय, हेच समजेना झालं. दादा आपल्या विचारात गुंग झाले आणि केरूनाना म्हणाला,

''हे सांगायचं तरी कारण काय? तर त्याचा पोरगा दत्तक घेतील म्हणून आम्ही चवताळलो हुतो. वारसा चांगला असावा एवढीच विच्छा होती!''

दादा मान हालवून म्हणाले, ''काय हरकत न्हाई. पण बाईंनी भावाचा पोरगा दत्तक घेतलाय. देसायाचा न्हाई.''

पुन्हा एक डोळा झाकून केरूनाना उगच तोंडाकडं बघत राहिला आणि कपाळाला आठ्या घालून म्हणाला, ''असु द्या, जे व्हायचं ते होऊन गेलं पर ती आवलाद तर काय मला म्हाईत न्हाई? जाउंद्या. त्या बोलण्यात काय हाय म्हणा!'' असं म्हणून त्यानं एक भक्कम श्वास घेऊन सोडला आणि आडवा टाकलेला भाला हातात घेऊन म्हणाला, ''उठतो आता.''

''उठता?''

''मग बसून काय करू? बरं असू... आपली भेट झाली बरं झालं. आता आलोय तर सांगून जातो- उद्या जेवायला या घरला.''

हातात भाला धरून केरूनाना उभा राहिला आणि दादा मान उचलून वर बघत म्हणाले, ''जेवायला?''

''व्हय आपली भाजी भाकरी खायची... पोराला लावून देतो वाड्यावर.''

दादा पुन्हा कचवचत बोलले, ''जेवाला कशाला?''

थोडकं हसून केरूनाना म्हणाला,

''भ्या वाटत असलं तर न्हाऊ द्या. आमचा काय जोर न्हाई.''

त्याचा हा सवाल ऐकून दादा बोलले, ''त्यात भ्याचं काय काम हाय केरूनाना?''

''मग झालं तर. पोरला लावून देतो बोलवायला.''

आणि पायऱ्या उतरून केरूनाना निघून गेला. दादांच्या गळ्यात एक एक कडासणं घालून तो बाहेर पडला! तो गेला आणि त्यांना काही सुचेनासं झालं. दादा येडबडून गेले. ते उगीच विचार करीत राहिले- एकाएकी हा केरूनाना आला काय, बोलला काय, आणि गेला काय! बरं गेला तो गेला, जिवाला अकारण कोड्यात टाकून गेला. दादांचं मन उदास झालं. ते सुन्न मनानं बसून राहिले आणि उगीच एकेक विचार मनात येऊ लागला- ज्याच्यावर धाक घालायचा, ल्याला आपल्या खेटराजवळ उभं

राहू द्यायचं नाही, त्याच्या घरला जेवायला जायचं? त्यांना वाटलं आपल्या हातानं आगळिक झाली. स्पष्ट येत नाही असं सांगायला पाहिजे होतं... का अनमान केला? येवढी कसली भूल टाकली त्यानं?- दादांना चुटपुट लागून राहिली. आजचा दिवसच अपेशी वाटू लागला. मनच उदास होऊन गेलं. तक्क्याला मान टेकवून ते उगच बघत राहिले आणि डोळ्यांपुढे आंधळी पाकोळी फिरताना दिसू लागली. चावडीत घिरट्या घालणाऱ्या त्या पाकोळीभोवती दादांची नजर फिरू लागली. एक प्रकारचा कुबट वास नाकात शिरू लागला. तो वास हुंगून दादा म्हणालो, ''गोपाळा, हरीबा, अरं ही चावडी हाय का पडकं देऊळ रं?''

खांबाला टेकून बसलेले गोपाळा आणि हरीबा तोंडाकडं बघू लागलं आणि एक खॅस मारून दादा म्हणाले, ''अरं काय तुमची एवस्था? काय सद्दी आणि काय चावडी! वर पारवाळं बसल्यात आणि आत पाकोळ्या फिरत्यात!''

इतकं बोलल्यावर हरीबा आणि गोपाळा दोघेही उठले आणि चावडीत फिरणाऱ्या पाकोळीच्या मागे धावू लागले. काठीच्या एका टोल्यानं पाकोळी पाडून गोपाळानं दादांच्याकडं बघितलं. दादा थोडकं हसून म्हणाले, ''पाडलीस पाकोळी! नाव केलंस!''

पडलेल्या तोंडानं गोपाळा ती पाकोळी उचलून बाहेर गेला आणि हरीबावर खॅस मारून दादा म्हणाले, ''नाकाला भोकं न्हाईत तुमच्या? सुगंध दरवळल्यागत कसला वास उठलाय बघा चावडीत? आज चावडी सारवून घ्या. आणि पुन्ना पाकोळी फिरताना दिसली तर याद राखा!''

त्या तावातच दादा उठले आणि घोड्यावर बसून थेट वाड्यावर आले. लगाम धरायला नाईक पुढं आला नाही तसे ते आपल्या भावाला म्हणाले,

''परसराम, नाईक कुठं उलतलाय?''

दादा खवळलेले दिसले आणि दगडी कमान कट्ट्यावर बसलेला परशुराम उभा राहात म्हणाला,

''नाईक, आत्ताच जेवायला गेला.''

नाईक रोजच्या वेळेला जेवायला गेला होता. दादाच आज लौकर वाड्यावर आले होते; पण ते डोळे वटारून परशुरामाकडं बघत म्हणाले,

''जेवायला गेलाय? अजून आला न्हाई?''

तो चढा आवाज ऐकून परशुरामनं त्यांचा चेहरा न्याहळला. डोळ्यातल्या इंगळ्या लालभडक दिसत होत्या. कपाळावरची शीर फुगून टंब झाली होती. छातीत श्वास न मावून ती सारखी वरखाली होत होती. काय बिनसलं होतं ते परशुरामला कळेना झालं. नाईक न दिसून एवढा घोटाळा का व्हावा? आणि एवढा मनाला संताप तरी का करून घ्यावा?

दादा घोड्यावरनं खाली उतरले आणि लगाम धरायला परशुरामच पुढं गेला. तसे ते खवळून बोलले, ''काय करतोस?''

तो चढा आवाज ऐकून परशुराम जागच्या जागी थबकला आणि घोड्याकडं बघत हळू आवाजात पुटपुटला,- ''घोड्याला बांधायचं न्हाई?''

दादा अंगावर खेकसले, ''गावकामगार पाटलांचं भाऊ हैसा का संद्दी शिपाई हैसा?''

खाल मानेनं परशुराम बाजूला झाला आणि दगडी चौकटीतनं आत जात दादा म्हणाले,

''आत या. कुठं जायचं तिकडं घोडा जाईल! जाऊ द्या! संद्दी जाऊन घेऊन येतील त्याला.''

दादा आत गेले आणि आपल्या मागोमाग येणाऱ्या परशुरामाकडं गर्रर्कन् मागे वळून बोलले,

''आपापल्या मानानं ऱ्हावा जरा... मला खाली बघायला लावू नका.''

गारगार डोळे फिरवत दादा बघत राहिले आणि परशुराम न बोलता मुकाट्यानं आत गेला. वाड्यात शिरून गडप झाला. दादाही चौकातनं पायऱ्या चढून वर गेले. हुश्य करून त्यांनी तक्क्याला पाठ लावली. आल्या आल्या चौकात आवाज गरजला होता. सारी चिल्लीपिल्ली आपापल्या आयांच्या कुशीत दडून बसली होती. लोभाजी आणि मानाजी एकमेकांच्या तोंडाकडं बघत ढेलजेत गप बसून होते. बराच वेळ झाला तरी दादा तक्क्या सोडून उठले नाहीत. डोक्याचा फेटाही काढला नाही. ते तसेच बसून राहिले. सारा वाडाच तोंड मिटून गप बसला. आणि एकाएकी मानाजीचा मुलगा रावजी एका लाकडी बैलाची दोरी हातात धरून उघड्या अंगानच दारातनं आत आला आणि ''हंबा वडऽऽ'' म्हणून चौकात बैल फिरवू लागला. तक्क्याला पाठ लावून बसलेले दादा बैठकीच्या खोलीतनंच ओरडले,

''अरं कोण आरडतय रं ते? कोण असं जीव सोडाय लागलंय?''

ढेलजेत बसलेला मानाजी गडबडीनं ढेंगा टाकून चौकात गेला आणि पोराला घेऊन मुकाट्यानं आत जाऊ लागला तसे दादा पुन्हा गरजले,

''कोण आई बा हैत का न्हाई त्या पोराला? उघड्या अंगानं पोर फिरतंय बेवारशी हाय व्हय ते? का अंगावर धडुतं मिळनात त्याला?''

वाडा असा गरजला आणि पुन्हा शांत झाला. पोरं पदराखाली दडून बसली. आतलं माणूस बाहेर येईना झालं. जिथल्या तिथं सगळं रोखल्यागत होऊन गेलं. आणि तक्क्याला पाठ लावून बसलेले दादा ढेलजेत आले. दगडी चौकटीतनं त्यांची नजर बाहेर गेली-

घोडा कुठं दिसत नव्हता. डोळे बाहेर लागले आणि नाईक येण्याची वाट बघत

दादा उभे राहिले.

अस्वस्थ होऊन दादा येरझाऱ्या घालू लागले. सारा वाडा भणभणू लागला. एकाएकी उदास वाटू लागलं. मनाची उलघाल होऊ लागली आणि येरझाऱ्या घालता घालता ते उभे राहिले. त्यांची नजर चौकातनं वर गेली. बाहेरच्या अंगाला एक उंच कवठाचं झाड दिसत होतं. शेंडा आभाळात घुसला होता. त्या शेंड्याकडं नजर लावून दादा बघत राहिले आणि त्यांनी आवाज दिला, ''लोभाजी.''

''बंदूक आणा जरा आतली.''

त्यांचं हे साधं बोलणंही साऱ्या वाड्याला ऐकू गेलं आणि वाडा भिऊन गाबागाब झाला. लोभाजीनं बंदूक आणून हातात दिली आणि बायाबापड्या, पोरंबाळं आतल्या दारातनं नजर लावून बघत राहिली. येवढ्यात नाईक येऊन दारात उभा राहिला. दगडी चौकटीतनं तो आत आला आणि दादांच्या हातातली ती बंदूक बघून त्याचा जीव चपापला. छातीत धडकी भरली. वरचा श्वास वर आणि खालचा श्वास खाली अशा स्थितीत तो दारात बघतच उभा राहिला आणि धाडकन् आवाज झाला!

वाडा हादरला. काळीज लक्कन् हाललं आणि खुदकन् हसून दादा बोलले,- ''नाईक, भाईर जा आणि काय कवठं पडल्यात काय बघून घेऊन ये जा.''

चार कवठं गोळा करून नाईक आता आला आणि दादांनी हळी दिली, ''मानाजी.''

आत गडप झालेला मानाजी प्रगट होऊन पुढं आला. त्या कवठाकडं बोट करून दादा म्हणाले,

''पोरास्नी खायाला द्या.''

कवठं घेऊन मानाजी आत गेला आणि समोर उभ्या असलेल्या नाईकाकडं बघत दादांनी विचारलं,

''नाईक जेवून आलास?''

''जी.''

''भाकरी खाऊन वर पाणी ढोसलास?''

''जी.''

''पोट भरून ढेकर दिलास?''

'जी' म्हणायच्या ऐवजी दादांच्या तोंडाकडं बघून नाईक हसला आणि दादाही गालात हसून म्हणाले, ''नाईक, आम्ही चावडीतनं वाड्यावर आल्यावर आमच्या घोड्याचा लगाम धरायला कुणी आमच्या भावानी फुडं याचं?''

नाईक चपापला. इरमल्यागत होऊन म्हणाला,

''जेवाय गेलतो.''

''खरं हाय. चुकी तुमची न्हाई- आमची हाय! तुम्ही तुमच्या टायमाला घरला

गेला; आम्ही आमच्या टायमाला कुठं आलो?''

असं म्हणून ते हसले आणि बाहरे बघत म्हणाले,

''जावा आता. घोडा कुठं उकीरडा फुकाय लागलाय बघून घेऊन या जावा.''

नाईकानं पाठ फिरवली; तोवर मानाजी आतनं बाहेर येत म्हणाला,

''दादा, घोडा कुठं गेला न्हाई. आत येऊन तबेल्यात उभा ऱ्हायलाय.''

''अस्सं!'' असं म्हणून दादा मानाजीकडं बघत म्हणाले, ''ते जनावर शानं हाय मानाजी! दावं लावलाय का त्याला?''

मानाजीनं आपला ओठ बाहेर काढून मान हालवली तसे दादा चौकात थबकून उभ्या राहिलेल्या नाईकाकडं बघत म्हणाले, ''जा बाबा, घोडा बांधून ये जा.''

नाईक जागचा हलला आणि लोभाजी हळू आवाजात म्हणाला,

''दादा, गुरव मगाधरनं ताटकळत बसलाय. जेऊन घेतासा न्हवं?''

डोक्याचा फेटा काढत ते सांगू लागले,

''आम्हाला येळ होतोय वकुत होतोय, अरं असं ताटकळत का ठेवायचं दुसऱ्याला? कुणी तर एक जण संगं बसून त्याला मोकळं करत चला. जावा वाडायला सांगा जावा आत.''

...जेवण झालं. विसावा घ्यायला दादा वर माडीवर गेले. मानेखाली उशी घेऊन उगीच पडून राहिले. डोळे झाकले तरी झोप येईना झाली. जड झालेलं अंग तसंच कचकचत राहिलं. एकाएकी मनात आलं- आज शनवार उद्या रविवार! कोळ्यानं दिलेली बातमी खरी असेल का? या आठवणीनं ते उठून बसले... आपण कोळ्याची पाठ फोडली- त्याची कातडी सोलली सारं गाव आता हडबडून गेलं असंल. पिऱ्याला ह्या गोष्टीचा सुगावा लागल्याशिवाय राहील?...आणि एकाएकी एक विचार चमकून गेला- कोळ्याला वाड्यात मारल्याची बातमी कळून तर केरूनाना भेट घ्यायला आला नसल?

केरूनानाचा काळा ठिक्कर चेहरा डोळ्यापुढं उभा राहिला. एक डोळा झाकून खुबीनं केलेलं त्याचं बोलणं आठवू लागलं आणि उठून बसलेले दादा पुन्हा पडून राहिले. उद्याच्या जेवणाची त्यांना आठवण झाली... कोणत्या हेतूनं त्यानं जेवायला बोलावलं असल?... त्यांच्या छातीत धस्स झालं! त्यांना वाटलं आधी राऊनानांचा सल्ला घ्यावा आणि मगच जेवायला जावं...

दादा उठले आणि जिना उतरून खाली आले. देवडीवर डुलकी घेत बसलेल्या नाईकाला म्हणाले, ''नाईक, जरा राऊनाना घरात हैत का बघून ये. असलं तर मी बोलीवलय म्हणून सांग.''

नाईक निघून गेला आणि परशुरामाला हाक मारून ते म्हणाले, ''परसराम, हो

तर जरा दिवसा झोप घेत चला पण आजपासनं रात्री आळीपाळीनं पारा करा. काल रात्रीच परड्याचा तो प्रकार झालाय...''

''व्हय, सावध ऱ्हायाला पायजे.''

''पायजेऽऽ. वेळ काय सांगून येत नसती. हे गाव असं हाय! एखाद्या वेळेस चाल करून यायला हे लोक कमी करायचं ऱ्हाईत! म्हणून आपुन आपलं सावध असावं.''

लग्न झालं तरी तालमीत खेळणारा परशुराम आपली छाती फुगवून म्हणाला, ''दादा येवढं कोण चाल करून येणार हाय? आम्ही वाघ काय गप बसू?''

''ते झालं खरं. पर बेसावध ऱ्हाता कामा नये.'' असं बोलून दादांनी पाठ फिरवली आणि ते एकटेच बैठकीच्या खोलीत जाऊन बसले. तक्क्याला पाठ लावून विचार करीत राहिले. पुन्हा एकदा मनात आलं- आज शनवार, उद्या रविवार! आणि ते समोरच्या भिंतीकडं बघत राहिले. पोपडा निघालेल्या एका जागेवर नजर खिळवून बसले.

राऊनाना आत आले आणि दादा आपली भिंतीवरची नजर तशीच ठेवून म्हणाले,

''राऊनाना, एक विचारायचं होतं.''

''काय?''

''आज केरूनाना चावडीत आला होता.''

''बोलावून घेतलं होतं?''

''न्हाई, आपुनच आला होता.''

तोंडाकडं बघत राऊनानांनी पुन्हा विचारलं,

''आपुनच आला होता?''

''हा ऽऽ.''

''काय म्हणत होता?''

''रान सोडलं हे सांगायला आला.''

दात ओठ खाऊन राऊनाना म्हणाले, ''दादा, त्याच्या बोलण्यावर विश्वास ठेवू नका.''

मान वळवून दादा हळहळल्यागत बोलले,

''राऊनाना, हातनं एक आगळीक झालीया. जीव सारखा चुटपुट कराय लागलाय!''

''काय झालं?''

''गुळमुळीत बोलणं केलं त्याच्या संग. का कच खाल्ली जिवानं कळत न्हाई; पर मी गुळमुळीत बोललो आणि उद्या जेवायचं आवतनं देऊन त्यो निघून गेला.''

असं बोलून ते राऊनानाच्या तोंडाकडं बघत राहिले आणि राऊनाना गुडघ्यात

मान घालून विचार करीत राहिले. खाल मानेनंच म्हातारा पुटपुटला,

''जेवायला कशाला येतो म्हणून सांगितलं हो?''

''तेच इच्चारायला तुमाला बोलीवलं. काय करावं?''

वर मान करून राऊनानानं तोंडाकडं बघितलं आणि करारी आवाजात सांगितलं, ''दादा जेवायला जायचं न्हाई. जेवायला जाऊन घोटाळा होईल.''

त्यांना विचार पडला. उद्या त्याचं पोरगं बोलवायला आलं तर काय सांगावं? पुन्हा त्यांची नजर भिंतीकडं वळली आणि त्यांचा चेहरा काळवंडून गेला. राऊनानांनी विचारलं,

''का एवढा इच्चार करता?''

मान वळवून दादांनी विचारलं,

''मग उद्या काय सांगू त्याला? जेवायला गेलो न्हाई तर मी भ्यालो असं म्हणणार न्हाईत?''

''आणि जेवायला बोलावून इक्क घातलं तर? असला शूरपणा काय कामाचा?''

''ते बी काय खोटं न्हाई?''

''आणि दुसरं असं- ''असं म्हणून राऊनाना हळू आवाजात सांगू लागले, ''अशानं जरब बसायची न्हाई. घसट करून आडसाटा घेतील तुमचा आणि मग सापागत कवा उलटतील याचा पत्या लागायचा न्हाई. उद्या पिऱ्याचं काय होतं बघू या. जरा नाड्या आकडू द्यात. वरीस सा महिने जाऊद्यात. उठल्यालं वारं जरा बसू द्या. आणि मग जेवायला जावा म्हणं! तवर हे जेवणाचं खेटाक काय काढू नका.''

राऊनानांच्या बोलण्यानं त्यांना जास्तच घोर लागून राहिला. आता मोडता घालायचा कसा? तेव्हाच नाही म्हणायची बुद्धी आपल्याला का दिली नाही? अशी चिंता त्यांच्या मनाला लागून राहिली आणि सुन्न मनानं ते बसून राहिले. ते असे विचारात गढून गेलेले बघून राऊनाना म्हणाले,

''कसला इचार करता? सनद्याला पाठवून द्या आणि कळवा जेवायचं जमायचं न्हाई म्हणून.''

''तसं करू?''

''हां. तसं कळवायचं! का जमायचं न्हाई म्हणून इच्चारायला तो यायचा न्हाई. समजायचं ते समजून तो घरात बसल. त्याची काळजी आपुन का करायची? अहो लई निच्च हाय त्यो!''

''मग तसं कळवावं म्हणता?''

''अजून म्हणता म्हणून काय इच्चारता?'' असं म्हणून राऊनानांनी बाहेर बघितलं आणि स्वत:च नाईकाला हाक मारून सांगितलं,

''जा रं जरा, केरूनानाकडं जाऊन सांग जा. उद्याला जेवायचं जमायचं न्हाई

म्हणून सांगितलंय म्हणावं पाटलानी.''

राऊनानांनी सनद्याकरवी असा निरोप धाडला आणि निरुपाय होऊन दादा त्यांच्याकडं बघत राहिले. झालं ते बरं झालं का वाईट, हे त्यांचं त्यांनाच कळेनासं झालं. मनाला टोचणी लागल्यागत ते बसून राहिले आणि त्यांचा चेहरा मोहरा बघून राऊनाना म्हणाले,

''काय दादा, काळजी करता असल्या गोष्टीची?''

मान हालवून दादा म्हणाले, ''आधीच येत न्हाई असं म्हणालो असतो तर असा घोटाळा झाला नसता.''

त्यांच्या बोलण्यातली चुकी सुधारून राऊनाना म्हणाले,

''घोटाळा झाला न्हाई; होत होता! बरं जाऊ द्या आता डोक्यातनं इचार काढून टाका.''

''ते झालं खरं.''

''बरं सांगा केरूनाना आणि काय म्हणत होता?''

''काय न्हाई. रान सोडलंय हे सांगाय आला होता.''

डोळे किलकिले करून राऊनाना म्हणाले,

''आणि त्याच्या बोलण्यावर तुम्ही भाळला होता व्हय? अहो लई बेनं हाय त्ये! बोलून गाभणं करील एखाद्याला!''

राऊनानाच्या या बोलण्याला साथ देऊन दादा म्हणाले,

''बघा की मी सुद्धा कसा भुलून गेलो!''

स्वत:शी बोलल्यागत राऊनाना म्हणाले,

''रान सोडलंय हे सांगत होता व्हय? अरं या केरूनानाच्या! अरं पाताळयंत्र्या!'' असं म्हणून राऊनानांनी मान वर केली आणि दादांच्याकडं बघत ते म्हणाले,

''दादा, रान सोडलंय तर कर्द्यास्नी दम देत का हिंडाय लागलाय त्यो?''

''कर्द्यास्नी दम देतोय?''

''अजून विचारता काय? कर्दे आल होतं न्हवं चावडीवर? काय म्हणत होतं ते?''

दादांनी सांगितलं,

''काय म्हंत्यात? रानात जावा म्हटलं तर धीर कुठं होतोय त्यास्नी? सारीच भांचोद हाडाची मऊ दिसत्यात.''

''हाडाची मऊ न्हाईत हो. मस्त निबार हैत. पर या भडव्यानं धाक घातलाय न्हवं त्यास्नी! फरारी लोकास्नी संगनमत करून ठेवलय. चार मांग गार्डी पोसल्यात. कर्दे तर काय करतील?''

दादांनी स्वत:शी थोडा विचार केला आणि ते म्हणाले, ''अशी गोम हाय व्हय

त्यात? तरी म्हटलं कर्दे रानात जायला का तयार न्हाईत? एवढा मी धीर देत होतो तर हातपाय का गाळून बसल्यात?''

''अहो, रान सोडलंय हे सोंग हाय त्याचं. त्यांचा तिडा काय आम्हाला कळत न्हाई? दादा, लोकास्नी काय सांगत हिंडाय लागल्यात म्हाईत हाय?''

''काय?''

''अहो, कोण राजा पाटीलकी करतोय बघू की म्हणत्यात! पंधरातीन आठवड्यांत तुम्हाला पळवून लावायचा घाट घातलाय त्यांनी. खुनाची भाषा वापरत्यात आणि कर्दे भीनात तर काय करतील?''

''असं म्हणता?''

''असं काय काय कानावर याय लागलय. आपुन बी ऐकून घ्यायचं. मी माणसं पेरून ठेवल्यातच की. ह्यास्नी वाटतंय आपला अंदाज लागायचा न्हाई.''

राऊनानांच्या या बोलण्यानं दादांना चेव आला. हातपाय गाळून बसलेले दादा ताठ बसले आणि राऊनानाकडं बघत म्हणाले,

''असा डाव हाय व्हय यांचा? मग गप बसून उपेग न्हाई. उद्या पिऱ्या सापडायला पायजे हो!'' त्यांच्या अंगात स्फुरण चढलं आणि बसलेले दादा उठून उभे राहिले. चवताळल्यागत तिकडनं हिकडं आणि हिकडनं तिकडं येरझाऱ्या घालू लागले. मधेच उभे राहात म्हणाले,

''राऊनाना, जेवायला जाऊन चुकी होत होती! बरी देवानं अक्कल लवकर दिली.''

एवढ्यात नाईक येऊन चौकात उभा राहिला आणि त्याला बघून दादांनी विचारलं,

''आलास सांगून?''

''जी.''

''केरूनाना होता का घरात?''

''व्हय होतं.''

''काय म्हणाला ऐकून?''

''काय न्हाई. गप राहिला.''

दादांनी मान वळवून राऊनानांना म्हटलं,

''राऊनाना, ह्यो नुस्ता निरोप कामाचा न्हाई. मी भ्यालो असं म्हणल.''

त्यांना एक सणक आली. कपाळावरची शीर तट्ट फुगून उभी राहिली आणि डोळे वटारून ते नाईकाला म्हणाले,

''जा रं. केरूनानाला मी बोलावलंय म्हणून सांग. लगोलग यायला सांगितलंय म्हणावं.''

नाईक वाड्याच्या बाहेर पडला. आणि राऊनानाकडं बघून ते म्हणाले,

''राऊनाना आता तुम्ही इथं बसू नका. तुम्ही निघून घरला जावा. येऊ द्या केरूनाना. त्याला काय सांगायचं सांगतो मी.''

राऊनाना हसले आणि दादांच्याकडं बघत ते म्हणाले,

''दादा, तुमची भाबडी समजूत हाय! मी काय म्हणतो लिवून घ्या.'' आणि आपली मुंडी हालवून राऊनाना बोलले,

''तुमी बोलिवल्यावर त्यो याचा न्हाई. पाटलांनी बोलीवलंय म्हणून उठून यायला तो काय साधी असामी हाय? बघा पडताळा मी काय म्हणतो ह्याचा.''

राऊनानाचं हे बोलणं ऐकून दादा थक्क झाले आणि स्वत:च्या भाबडेपणाची त्यांना कीव आली. त्यांचा चढलेला पारा खाली उतरून नरमाईनं बोलल्यागत ते म्हणाले,

''असं म्हणता?''

''म्हणता कशाला? मी उठून जातो. त्यो येतोय का बघा.''

जीवाला टोचणी लावून राऊनाना उठून गेले आणि केरूनानाची वाट बघत दादा बसून राहिले.

चाहूल लागली तशी त्यांची नजर दरवाज्याकडं गेली. दत्तू नाईक एकटाच पुढं येऊन म्हणाला,

''सरकार, त्यो लई माजोरीगत बोलला.''

''काय म्हणाला?''

''त्यो म्हणाला, आता जमायचं न्हाई... आणि कवातरी बघू.''

दादा त्याच्या तोंडाकडं बघत राहिले. आणि एकाएकी त्यांचा पारा चढला. दात ओठ खात ते नाईकाला म्हणाले, ''इतका माजोरी हाय का? जा, घोडा आणून हुबा कर. त्याला दावतो इंगा!''

दादांनी भराभरा कपडे अंगावर चढवले. कसाबसा फेटा डोक्यावर ठेवला आणि कपाळावरची कोर चाचपत त्यांनी बाहेर बघितलं. घोडा येऊन दारात उभा होता. ते घाईनं ढेलजेत आले आणि परशुरामाला म्हणाले, ''परसराम, आतली बंदूक आणा.''

परशुरामानं बंदूक आणून त्यांच्या हातात दिली आणि लगेच बाहेर न पडता हातात बंदूक घेउन ते तिथंच उभे राहिले. खालचा ओठ दातात धरून आणि डोळे वर कपाळात घुसवून ते म्हणाले, ''असं करा... चला तुम्हीबी संग. जावा घोडा घेऊन या जावा तुम्ही बी.''

आपला घोडा आणायला परशुराम पुढं पळाला आणि दादा बाहेर जाऊन

घोड्यावर बसले.

पाठोपाठ परशुरामही घोडा घेऊन आला. जवळ येत तो म्हणाला, ''चला.''

पण घोड्याला टाच न मारता हातातला लगाम तसाच धरून ते समोर बघत गप्पच राहिले. एकाएकी त्यांना सोनोपंताचा बोल आठवला आणि आलेलं अवसान गळून गेलं. ते मनातल्या मनात म्हणाले,- ही आमुशा तेवडी टळू द्या. तंवर झॅल जाण्यात अर्थ न्हाई... त्यांनी मान हालवली आणि पडलेल्या चेहऱ्यानं ते परशुरामाला बोलले,

''बसा घरातच. संग याचं काय कारण न्हाई.''

परशुराम बघत राहिला आणि दादांनी घोड्याला टाच मारली. केरूनानाच्या घराकडं न जाता त्यांनी आपला होरा बदलला आणि घोडा चावडीकडं वळवला...

❐

८

अवचित जाग आली तसं अंगावरचं पांघरूण काढून दादा उठून बसले. मान वळवून त्यांनी बाजूच्या झरोक्याकडं बघितलं. अजून आभाळात चांदण्या दिसत होत्या. मग ते उठले आणि दार उघडून बाहेर बघत राहिले. चंद्र मावळला होता आणि जिकडं तिकडं अंधार गुडुप झाला होता. त्या अंधारात चांदण्या तेवढ्या चमकताना दिसत होत्या. बाहेर बघत उभे राहिलेले दादा थोडा वेळ तिथंच उभे राहिले आणि मग खाली वाकून चौकाकडं बघत त्यांनी हळी दिली, ''परसराम, लोभाजी.''

हातात बंदुक घेऊन ढेलजवर जागत बसलेला परशुराम एकाएकी म्हणाला, ''काय दादा?''

''काय न्हाई, जागं हैसा?''

''व्हय जागाच हाय. का हळी मारली?''

''का न्हाई सज. उगच हाक मारुन बघितली.'' असं म्हणून दादांनी माडीचं दार झाकलं आणि निर्धास्त मनानं ते पुन्हा अंथरुणावर येऊन पडले. अंगावर पांघरूण ओढून घेतलं पण झोपच लागेना झाली. कूस बदलूनही डोळे मिटेना झाले आणि मग कोंबडा बांग देईल म्हणून वाट पाहात राहिले.

ते बराच वेळ जागे राहिले तरी कोंबड्यानं बांग दिली नाही. बायकाही अजून दळायला उठल्या नव्हत्या. जात्यांची घरघरही ऐकू येत नव्हती. पक्षीही अजून जागे झाले नव्हते. कावळे कावकाव करीत नव्हते. चिमण्या चिवचिव करीत नव्हत्या. बैलाच्या गळ्यातले चाळही अजून वाजत नव्हते. सारेच गाढ झोपेत होते. अंगाभोवती पांघरूण घेऊन उगीच पडून राहिलेले दादा झोप लागेना तसे उठले आणि तंबाखूची मिश्री तळहातावर घेऊन ते खाली गेले. जागत बसलेला परशुराम बोलला,

''का हो दादा?''

बोटानं तळहातावरची मिश्री चोळीत ते पायरीवर बसले. बाहेरच्या अंधाराकडं बघत म्हणाले,

''परसराम, तू निज आता. मी हाय जागा.''

बसून बसून ताटकळून गेलेला परशुराम आढेवेढे न घेता उठला आणि झोपायला आत गेला. मिश्री चोळत दादा एकटेच भुतागत बसून राहिले....

बाहेरच्या कवठाच्या झाडावरील पक्षी जागे होऊ लागले. त्यांची किलबिल ऐकू येऊ लागली. लांबनं जात्यांचा आवाजही कानावर येऊ लागला. पहाटेचा गार वारा लागून अंगही जड झालं तसे दादा उठले. तांब्या घेऊन चौकातच दोन चुळा भरल्या आणि उगवतीला तांबडं फुटलं तसे जिना चढून ते वर गेले. अंगावर पांघरूण घेऊन पडून राहिले. पडल्या पडल्या त्यांना गडद झोप लागली.

दिवस उगवला आणि भल्या सकाळीच राऊनाना वाड्यात आले. बैठकीच्या खोलीत गेले आणि दादा दिसले नाहीत तशी त्यांची वाट बघत ते आपले बसून राहिले. बसले बसले आणि कंटाळा आल्यावर मग उठून बाहेर आले. ढेलजेत बसलेल्या लोभाजीला म्हणाले, ''दादा कुठं दिसत न्हाईत?''

''अजून उठून खालीच आलं न्हाईत.''

''अजून हाथरुणातच हैत?''

''व्हय अजून उठलंच न्हाईत.''

असं म्हणून लोभाजीनं विचारलं, ''जाऊन उठवून येऊ जाऊं काय?''

काय सांगावं? उठवावं का वाट बघावी असा थोडा विचार करून राऊनाना म्हणाले,

''जावा, बघून तरी या जावा अजून का झोपल्यात ते.''

लोभाजी वर गेला आणि थोड्या वेळानं दादा उठून खाली आले. राऊनानांनी विचारलं,

''अजून झोपला होता?''

दादा हसले आणि तक्क्याला पाठ लावून त्यांनी विचारलं, ''कवासं आलाय?''

''मला झाला की येऊन एक घटका. का वाढूळ झोपला होता?''

''जागाच होतो. उगच पडून ऱ्हायलो होतो.''

''असं व्हय,'' असं म्हणून राऊनानांनी डोळे किलकिले केले आणि नजरेला नजर लावून त्यांनी एकदम विचारलं, ''आठवण हाय न्हवं?''

''कसली?''

''आज ऐतवार!''

''व्हय आज ऐतवार.''

राऊनाना गालातल्या गालात हसले आणि पुन्हा डोळे किलकिले करून म्हणाले,

''दादा, एक आतली बातमी काढून आलोय.''

तक्क्याला लागलेली दादांची पाठ पुढं झाली. जरा वाकल्यागत करून त्यांनी आपली गर्दन झुकवली आणि हळु आवाजात विचारलं,

''काय खबरबात!''

''आज पिऱ्या गावल तावडीत.''

''गावल म्हणतासा?''

''व्हय, राच्चं कोळ्याकडं गेलतो.''

''बरं मग?''

''ते सारखं हातापाया पडत होतं!''

''हातापाया पडत होता?''

''व्हय, ते आता मेल्यात जमा झालंय!''

''काय म्हणत होता?''

''ते काय म्हननार? आपलं नाक कुठं फोडू नका म्हणून सारखं पाय धरून विनवत होतं. दादा, पिऱ्या आज नक्की येनार हाय बघा.''

दादांच्या तोंडावर एक नवी टवटवी दिसू लागली. डोळ्याची पापणी न लवता ते राऊनानांच्या तोंडाकडं टक लावून बघत रिहले आणि राऊनानांचा चेहराही उजळाल्यागत दिसू लागला. आपल्या मिशीवर मूठ फिरवत राऊनाना म्हणाले,

''बायली आज राच्चा त्यांचा काय खलबी होनार हाय म्हणं!''

''खल होणार हाय?''

''हां. गायकवाड आणि पिऱ्या राच्चं भेटणार हाईत म्हणं आणि तिथं त्यांचा बेत शिजणार हाय म्हणं.''

मिशीला पीळ भरत दादा म्हणाले,

''असं व्हय! एका धोंड्यात मग दोन पक्षी पाडू की.''

दादा स्वत:शीच विचार करीत राहिले आणि रात्र डोळ्यापुढं उभी राहिली. कसं कसं करावं, काय काय करावं योजना मनात चालू झाली. मनातल्या मनात दादा आखणी करू लागले. पिऱ्या कसा येईल, कुठल्या अंगानं घरात शिरेल, कुठं दबा धरून बसावं, जाताना धरावं का आत शिरल्यावर घराभोवती गराडा घालावा. आणि एकाएकी त्यांचा चेहरामोहरा बदलला. चिंतागती होऊन ते विचार करू लागले आणि राऊनानांनी विचारलं,

''दादा, आता का काळजी करता? कसला इचार मनात चाललाय?''

''ते न्हवं- ''असं म्हणून दादा गप्पच बसले आणि राऊनानांनी पुन्हा विचारलं,

''काय म्हणता सांगा की.''

''राऊनाना, पिऱ्या एकटा येईल का बरोबर कोण लोकं असतील?''

राऊनाना हसून बोलले,

''दादा, रांडंच्या घरात लोक घेऊन कशाला जाईल? एकटाच येणार.''

''एकटाच ईल म्हणता? मग त्याला घरात शिरतानाच धरलं तर?''

''कसं धरणार?''

''पाळतीवर ऱ्हायाचं.''

''छॅ: छॅ: ते जमायचं न्हाई. आपलं लोकं कुठं पाळतीवर ऱ्हाणार?''

''काय हरकत हाय?''

''दादा, कुत्र्यास्नी जसा हाडकाचा वास येतो तशी ह्यांना माणसाची चाहूल लागत असती. त्यो घरात गेला म्हंजे मग धाड घालायची.''

''पण त्यो आला का न्हाई, हे कसं कळायचं?''

''त्याची केलीय आम्ही एवस्था. त्यो आला म्हंजे गडी सांगायला येईल. आपुन फकस्त तयारीत ऱ्हायाचं. बातमी आली की वाड्यातनं उठायचं. ते थेट तानीचं घर गाठायचं. मातुर एक करायचं,-''

''काय?''

''लगोलग बातमी पेट्याला जाऊ द्या. हत्यारी पोलीस जवळ पायजेत.''

''असं म्हंता? आणि आपण धरलं तर? आपल्याजवळ काय हत्यारं न्हाईत?'' इशारा दिल्यागत राऊनाना बोलले,

''ह्यो विचार मनात आणू नका. दादा, त्या जातीला काळीज नसतं. काय हुईल हे सांगायला येत न्हाई. पोलीस येऊद्यात. बोट करून दावायचं काम आपलं. त्यांचं ते बघून घेतील.''

''पर आपल्याजवळ हत्यारं असल्यावर का भ्याचं एवढं?''

डोळ्याला डोळा लावून राऊनाना म्हणाले,

''अजून तुम्हाला पाटीलकी करायची हाय. गावाला तुम्ही पायजे हाय. लई जिवावर उदार होऊ नका.''

दादा तोंडाकडं बघत राहिले आणि तगादा लावल्यागत राउनाना म्हणाले,

''उठा, एक चार ओळी कागदावर लिवा आणि माणूस जाऊद्या पेट्याला.''

त्यांनी कागद घेतला. सविस्तर रिपोर्ट तयार केला आणि नाईकाला हाक मारून ते म्हणाले,

''जा येताळाला बोलवून आण.''

येताळाची वाट बघत ते बसून राहिले. मनी सुखावलेले राऊनाना दादांच्याकडे बघून म्हणाले,

''हे बेस झालं. फौजदार येईल. पोलीस येतील. आपल्या अंगाला खार न्हाई. उठतो आता.''

राऊनानांनी गुडघ्यावर हाताचा रेटा दिला आणि दादा म्हणाले,

''का उठता? बसा की.''

''आता कशाला बसू?'' असं म्हणून राऊनाना उठले आणि डोक्याचा फेटा चाचपत उभे राहिले. दादांनी विचारलं,

''दुपारी येता?''

''आता दोपारी न्हाई आणि सकाळी न्हाई.''

''काहो?''

''मी ऱ्हातो तिकडं टेहळणीवर. जरा गावातबी दूम घेतो. कुठं घडा पाझरतोय हे बघाय पायजे. मी आलो न्हाई की सारं ठीक समजा.''

''मग आता तुम्ही पुन: आज येणार न्हाई तर-''

''हा. मी तिकडंच राहीन.''

''आणि आम्ही हितं बसून काय काम करायचं?''

''तुम्ही काय करू नका. नुसतं वाड्यात बसून ऱ्हावा. तुम्हाला इशारा द्याचं काम मी करतो. एक गडी सांगायला येईल.''

''असं म्हंता?''

राऊनाना जवळ आले आणि खाली वाकून हळू आवाजात बोलले,

''इशारा आला की पोलीस मांजऱ्याच्या बोळातनं येऊद्यात. एक सनदी द्या जोडून म्हंजे झालं.''

एवढं सांगून राऊनाना निघून गेले आणि वाडा भणभण करू लागला. तक्क्याला पाठ लावून बसलेले दादा उठले आणि उगीच ढेलजेत येऊन उभे राहिले. भल्या दांडग्या टोलेजंग वाड्यात माणसांचा वावरच नाही असं त्यांना वाटू लागलं. त्यांनी चौकाकडं बघितलं. शेपन्नास जनावरं एके जागी उभं राहील असा ऐसपैस लांबरुंद चौक त्यांच्या डोळ्याच्या टप्प्यात मावेना झाला. त्यांची नजर बाहेरच्या दगडी दरवाजाकडं गेली. एक हत्ती जाईल असा भला दांडगा दरवाजा जबडा पसरून उभा राहिल्यागत दिसू लागला. दादा एकेक पाऊल टाकत ढेलजेतनं फिरू लागले अणि शंभर आखणी वाडा ते जातील तिकडं त्यांच्या मागनं जाऊ लागला. सारा वाडा भकास वाटू लागला. फिरता फिरता ते उभे राहिले आणि खांबाला टेकून बाहेर बघू लागले. त्यांची नजर उडून कवठाच्या झाडावर जाऊन बसली आणि आभाळात घुसलेल्या शेंड्यावरनं ती धापकन् खाली आली. त्यांनी मान वळवून मागं बघितलं. परशुरामही आत होता. लोभाजी, मानाजीही कुठं दिसत नव्हते. दोन पावलं मागं सरून त्यांनी हळी दिली,

''लोभाजी.''

लोभाजी आतनं बाहेर येत म्हणाला,

''काय दादा?''

''काय न्हाई. कुठं गडप झालायसा? परसराम कुठं हाय?''

''त्यो आताच तोंड धून न्याहारीला बसलाय.''

''आणि मानाजी काय करतोय?''

''त्यो हाय गोठ्यात.''

''गोठ्यात काय करतोय?''

''काय न्हाई. सज गेला असंल.''

एवढं बोलून लोभाजीनं विचारलं,

''काय काम होतं?''

''काम काय न्हाई.'' असं म्हणून ते गप राहिले आणि बाहेर आलेला लोभाजी पुन्हा आत गेला.

वाडा भकास दिसू लागला. खांबाला टेकून उभे असलेले दादा बाजूला झाले आणि पायऱ्या उतरून खाली गेले. उगीचच चौकातनं त्यांनी एक फेरी मारली आणि दगडी चौकटीतनं बाहेर पडून ते बाहेरच्या अंगान परड्यात शिरले. आपसुक त्यांची नजर आडाकडं गेली. झरकन् त्यांच्या अंगावर काटा उभा राहिला. काल लिंबू पडलेली ती जागा ते डोळ्यानं बघत राहिले आणि मंथरल्यागत बाजूला असलेल्या गोठ्यात शिरले. जनावरांना वैरण टाकत असलेल्या मानाजीकडं बघून ते म्हणाले,

''काय करतोस मानाजी?''

''वैरण टाकतो.''

दादा आपल्या घोड्यापाशी जाऊन उभे राहिले आणि घोड्याच्या पाठीवर एक थाप मारून बराच वेळ तिथंच थांबले. वैरणकाडी करून मानाजी जवळ येऊन उभा राहिला आणि एकटक बघत राहिलेल्या दादांचा चेहरामोहरा न्याहाळून त्यानं विचारलं,

''काय दादा?''

दादा काही बोलले नाहीत. एकटक बघत ते तसेच उभे राहिले. भानावर आल्यागत काही ते दिसत नव्हते. त्यांच्या मनात काय चाललं होतं काही कळत नव्हतं. मानाजी उगच बघत राहिला आणि परड्याच्या अंगाचं दार वाजलं. लोभाजी आत आला. आणि दादांच्या जवळ येऊन म्हणाला,

''हिकडं काय कराय लागलाय?''

''काय न्हाई. सज आलो होतो.''

''कवाधरनं आत वाट बघाय लागल्यात न्हवं तुमची.''

''आत वाट बघाय लागल्यात?'' असं म्हणून चपापल्यागत त्यांनी विचारलं,

''का रं?''

आणि लोभाजी म्हणाला,

''कवाच्या काय सकाळी तापवल्याले दूध निवून सुद्धा गेले. जावा अगोदर. वहिनी वाट बघाय लागल्यात.''

ते जागचे हलले. सावकाश पावलं टाकीत ते पुन्हा वाड्यात शिरले. एकेक खण मागं टाकत आत गेले आणि स्वैपाकघरात जाऊन त्यांनी दुधाचं भांडं तोंडाला लावलं. हळू आवाजात पाटीलबाई बोलल्या,

''पोटाची सुदीक सुद्द न्हाही ते काय कराय लागलाय तिकडं?''

न बोलताच ते उठले आणि बाहेर जायला म्हणून माघारी वळले. पाठ फिरवून उभे राहिले आणि एकेक खण मागं टाकत त्यांची नजर थेट ढेलजं ओलांडून, चौक ओलांडून, दगडी दरवाज्यापर्यंत जाऊन पोहोचली. उभं राहून उगीचच ते बघत राहिले आणि पुन्हा सावकाश पावलं टाकीत ते बाहेर आले. ढेलजेत येऊन उभे राहिले. जिवाला चैनच पडेना झाली.

दिवस वर आला होता. उन्हं तिरकी झाली होती. उगवतीच्या अंगाच्या भिंतीची सावली चौकात पडली होती. ते त्या सावलीकडं बघत उभे राहिले आणि येताळा महार चौकात आला. ज्वार घालून उभा राहिला.

दादांनी दिलेला लखोटा घेऊन येताळा निघून गेला आणि त्या सबंध वाड्यात एकटा नाईक तेवढा देवडीवर बसलेला दिसू लागला. दादांना चिंता लागली- आता हा दिवस कसा जायचा?

दादा बैठकीच्या खोलीत बसून राहिले. पोपडा धरलेल्या भिंतीवर त्यांची नजर खिळून राहिली...

सकाळ जाऊन दुपार झाली. दिवस डोक्यावर आला. चौकातली सावली दिसेना झाली... आता ही दुपार कधी सरायची?

दुपारची जेवणं-खाणं झाली. डोक्यावरचा दिवस खाली कलला. ऊन तिरपं झालं. मावळतीच्या भिंतीची सावली चौकात आली. जागची हालेना झाली... आता हा दिवस कधी मावळायचा?

सावली पसरत गेली. उन्हाचा ताव कमी झाला... आता दिवस मावळून तिन्ही सांज केव्हा व्हायची?

दिवस मावळला. ऊन दिसेना झालं... आता कडुसं केव्हा पडायचं? रात्र केव्हा व्हायची?....

देवडीवरचा नाईक ढेलजेत आला आणि तक्क्याला टेकून बसलेल्या दादांना म्हणाला,

''मुजऱ्याला भाईर येता न्हवं? संदी येऊन वाट बघत हुबा ऱ्हायल्यात.''

आपल्याच विचारात गुंग होऊन गेलेले दादा भानावर येत म्हणाले,

''दिवस मावळला?''

''जी. आता कडुसं पडलं.''

डोक्यावर फेटा ठेवून दादा बाहेर आले. ढेलजेतल्या खुर्चीवर जाऊन बसले. दावनीच्या जनावरागत सनदी एका रांगेत उभे होते. गुरवानं शिंग वाजवलं आणि भुईला हात लावून सनद्यांनी तीनदा मुजरा केला. मुजरा झाला आणि पाठ न दाखवता सनदी मागच्या पायानं मागे सरू लागले. नेहमीच्या रिवाजाप्रमाणं दादांनी चौकशी केली,

“काय खरबात? काय घडामोड?”

असं कुशल विचारलं आणि कोणी तोंड उघडून बोलायच्या आतच दादा उठून बैठकीच्या खोलीत गेले. सहज त्यांचं लक्ष भिंतीवर टांगलेल्या सुभानराव पाटलांच्या तसबिरीकडं गेलं आणि त्यांची चेहरेपट्टी न्याहाळत ते बसून राहिले.

त्या करकरीत तिन्हीसांजेच्या वेळी त्या तसबिरीकडं बघता बघता त्यांना होऊ नये ती आठवण झाली आणि एकाएकी त्यांचं मन हबकलं. अंगावर काटा उभा राहिला. मनात येऊ लागलं-मुजऱ्याला बसले असता ते एकाएकी कसे कोलमडले असतील? रक्ताची एक उलटी होऊन एकाएकीच कसे गेले?... दादांनी मान वळवली आणि ढेलजेतली ती खुर्ची अपसुक नजरेसमोर आली. दादा त्या खुर्चीकडं बघत राहिले.

आणि चौकात काहीतरी टपकन् पडल्याचा आवाज झाला. चटकन मान फिरवून दादांनी हळी दिली, “परसराम.”

ढेलजेवर बसलेला परशुराम ‘ओ’ म्हणून उभा राहिला आणि दादांनी विचारलं,

“परसराम, काय पडलं बघा भाईर? कसला आवाज आला?”

उठून उभा राहिलेला परशुराम चौकाकडं बघत म्हणाला, “दादा जरा भाईर या.”

चट्दिशी उठून दादा बाहेर गेले आणि गडबडीनं म्हणाले, - “काय रं परसराम?”

खालच्या चौकाकडं बोट करून तो बोलला,

“चौकात लिंबू पडला दादा!”

“लिंबू?”

“व्हय, त्यो काय त्यो!”

दादांचं काळीज धडधडलं. झरझर काटा अंगावर उभा राहिला. पायऱ्या उतरून खाली न जाता ते तसेच थबकून उभे राहिले. त्यांचा पायच उचलेना झाला. त्यांनी परशुरामला विचारलं,

“कुठल्या अंगानं आला?”

“काय कळलं न्हाई.”

“काल बाबालाल मुजावर येऊन गेला न्हवं?”

“आला होता की.”

“काय करून गेला त्यो मग?”

“लिंबाचा पाला आणि तांदूळ फेकून गेलाय.”

दादा बाहेर बघत राहिले आणि परशुराम बोलला,

“काय घाबरू नका म्हणून सांगून गेलाय.”

दादा चौकाकडं बघत बोलले, “त्यो सांगून गेलाय हे खरंऽऽ. सांगून जायला काय जातंय? पर आता लिंबू पडलाय ह्याचं काय?”

''पुन्ना बोलवून आणूया.''

''ते झालंच की.'' असं म्हणून दादांनी आवाज दिला, ''नाईक असाच जा आणि बाबालालला लगोलाग बोलवून आण.''

त्यांना एकाएकी आठवण झाली. आणि परशुरामला ते म्हणाले,

''जा, पोराबाळास्नी भाईर सोडू नका म्हणून सांग.''

परशुराम आत गेला आणि दादा एकटेच ढेलजेत उभे राहिले. बाहेरच्या उघड्या दरवाज्याकडं बघायचा त्यांना धीर होईना झाला. त्यांनी हाळ्या दिल्या-

''लोभाजी, मानाजी, अरं कुठं गेलाय सगळी?''

सगळे येऊन ढेलजेत हजर झाले आणि खुर्चीत बसून दादा बाहेरच्या दरवाज्याकडं टक लावून बघत राहिले.

दरवाज्यात काठीचा आवाज आला आणि त्यांच्या छातीत धस्स झालं. काठी टेकत येताळा आत आला आणि ज्वार घालून म्हणाला,

''वर्दी देऊन आलो.'' आणि पैरणीच्या खिशातला एक लखोटा काढून त्यानं पाटलांच्या हाती दिला. त्यांनी लखोटा फोडून वाचला आणि पुढं होऊन येताळानं विचारलं,

''जाऊ जेवायला घरला?''

वर बघत ते म्हणाले,

''नको जरा देवडीवर बस. आणि हितच जेव आज.''

येताळा देवडीवर जाऊन बसला आणि जवळ येऊन उभे राहिलेले लोभाजी आणि मानाजी उसनल्यागत म्हणाले,

''आज आणि लिंबू पडला?''

न बोलता दादा गपच उभे राहिले. आकाशात तरंगणाऱ्या घारीगत त्या लिंबाभोवती त्यांची नजर फिरत राहिली.

तिन्हीसांज झाली आणि दादा जिना चढून वर गेले. त्यांनी कपाट उघडलं आणि रमची बाटली तोंडाला लावली. नरडं भाजेल तसा एकेक घोट घेत ते दारातनं बाहेर बघू लागले..

माडीवरच्या उघड्या दारातनं लांबवर दिसणारी ती डोंगराची रांग बुजत चालली. ते कल्लोबाचं बन, ती आळत्याची खिंड, धुळोबाच्या डोंगराचा तो उंच सुळका, झाडीत गडप झालेलं ते रामलिंगाचं क्षेत्र, ते डोंगरमाथे, ते सुळके, डोंगराचे ते कडदोरे, त्या दऱ्या, ती खोरी, पायथ्याशी पसरलेली ती रानं, परकराला चुण्या पाडल्यागत दिसणाऱ्या त्या घळी, ते ओढे, ओढ्याकाठची दुतर्फा दिसणारी झाडांची ती रांग, तिला लागून दिसणारे उसाचे, पानमळ्याचे फड, ती नांगरलेली-कुळवलेली उघडी बोडकी रानं आणि तो सारा भूप्रदेश बघता बघता जलमय व्हावा तसा अंधारात बुडत

चालला... हळूहळू गडप होऊन गेला आणि दादा एका धुंदीत, बेहोशीत वाट बघत राहिले...

....गावातले दिवेही दिसेनासे झाले आणि रांगा नसलेली, ओळ नसलेली खापऱ्यांची आडवीतिडवी घरंही ओळखू येईना झाली. ती चावडी, चावडी जवळचा तो पिंपळाचा पार, ते मारुतीचं देऊळ, ती पेठ, ते पवाराचं माडीचं घर, तो बाजूचा धनगरवाडा, ती कोळ्याची गल्ली, तो मांजऱ्याचा बोळ, त्या बोळाच्या टोकाला दिसणारं ते बसकं घर-तशा त्या अंधारातही दादांची नजर शोध घेत राहिली. आणि त्या बसक्या घरावर डोळे लावून दादा वाट बघत उभे राहिले...

...ज्ञानबा-तुकारामाचा गरज झाला आणि बराच वेळ ऐकू येणारा भजनाचा आवाज बंद पडला. एकदम कसलाच आवाज ऐकू येईना झाला. सारं चिडीचूप होऊन गेलं.

आणि चाहूल ऐकू आली. दादांनी कानोसा घेतला. जिना उतरून ते खाली गेले. पाय न वाजवता पोलिसांची तुकडी आत आली. पोलिस दबा धरून बसल्यागत ढेलजेत बसले आणि फौजदारांना घेऊन दादा बैठकीच्या खोलीत गेले. सारेच वाट बघत राहिले....

देवडीवरचा नाईक गडबडीनं ढेलजेवर आला. त्यांना बघून दादांनी विचारलं, ''काय नाईक?''

नाईक जवळ येऊन म्हणाला, ''राऊनानांचा मुलगा आलाय.''

दादा जागचे हलले आणि फौजदाराकडं बघून म्हणाले, ''सांगावा आलाय.''

''चला तर मग.''

पोलिसांची तुकडी वाड्याबाहेर पडली आणि आडणा न लावता नुसतं दार पुढं करून सारा वाडा जागा राहिला. गजबज थांबली आणि कान बाहेर लागले. लोभाजी, मानाजी, परशुराम आणि दत्तू नाईक घोळक्यानं ढेलजेवर बसले आणि आतल्या बायकाही दाराच्या तोंडाशी येऊन बसल्या. ढेलजेतला दिवा ढणढण करीत होता. आणि सगळेच मुठीत काळीज धरून बसले होते. कान बाहेर लागले होते.

आणि बार कानावर आला!

घोळक्यानं बसलेले लोक उठून उभे राहिले आणि दम लागल्यागत श्वास वरखाली होत राहिला. आवाजावर आवाज ऐकू येऊ लागला. बारावर बार होत राहिले. तो आवाज येऊन चौकातल्या भिंतीवर आदळू लागला. प्रतिध्वनी वाड्यात घुमत राहिला. कानाचे पडदे बधिर होऊन गेले. पायाखालची भुई धरणीकंप झाल्यागत

हादरू लागली. धीर सुटून आतल्या बायकाही बाहेर आल्या. सगळेच एकमेकांच्या तोंडाकडं बघत राहिले काळीज उडत राहिलं.

एकाएकी बार थांबले. कसलाच आवाज कानावर येईना झाला. जिथल्या तिथं सारं गपगार झालं. आणि एकाएकी धाडकन् बाहेरचा दरवाजा वाजला. कापरा सुटलेल्या अंगावर काटा उभा राहिला. काळीज धस्स केलं आणि दार लोटून हरीबा जाधव आत आला. लांबनंच बोलला. ''पिऱ्या घावला! त्याला धरून चावडीत आणलंय.''

लोभाजी, मानाजी, परशुराम ह्यांचा पाय जाग्याला ठरेना झाला आणि लुगड्याचा घोळ सावरत बायकाही जागच्या हालल्या. सारेच हरीबाभोवती गोळा होऊन उभे राहिले. एकाला दहा प्रश्न विचारू लागले. एक शाळा भरल्यागत झाली!

घाम लागून दमछाक झालेला हरीबा एक श्वास सोडून म्हणाला,

''काय काळजी करू नगा. त्याला धरून चावडीवर आणलंय. तेच सांगाय मला लावून दिलंय.''

ढेलजेत टांगलेल्या कंदीलाची वात आणखी वर चढवून परशुरामनं विचारलं,

''आणि बार का एवढं झालं रं हरीबा?''

एक दम घेऊन हरीबा बोलला,

''घराला गराडा पडल्यावर तो काय गप बसतोय? आतनं पहिला बार त्येनंच टाकला म्हणं!''

''आणि रं?''

''आणि काय गडी हाताततनं निसटत होता. पळालाच हुता बघा! पण बरोबर हेरून फौजदारासायबानी त्याला टिपला. पायाला गोळी लागून पडला, न्हाईतर काय त्यो सापडत न्हवता.''

एवढं ऐकून परशुराम थांबला नाही. भराभरा पायऱ्या उतरून तो खाली गेला आणि मागे न बघताच म्हणाला, ''जाऊन येतो चावडीवर.''

परशुराम निघाला तसे लोभाजी आणि मानाजीही पायऱ्या उतरून खाली निघाले. त्यांना अडवून हरीबा म्हणाला, ''थांबा थांबा.''

''काय गा?''

''सरकारांनी सांगितलं....''

''काय?''

हरीबा हळूच कानात बोलला, ''दोन बाटल्या मागितल्यात...''

...रात्र उलटली. तांबडं फुटलं. गजबजून थंड झालेलं गाव पुन्हा जागं होऊ लागलं. कोंबडे भांग देऊ लागले. जाती फिरू लागली. वाडाही पुन्हा जागा झाला.

गजबजून गेला. सारेच दादांची वाट बघत बसून राहिले...

झिंगलेले दादा तारवटल्या डोळ्यांनी दारात आले. बेहोशीनं धुंद झाले होते. तोल सावरत ते कसेबसे आत आले आणि सारेच सुतकी चेहऱ्यानं त्यांच्यासमोर उभे राहिले त्यांची ती तोंड बघून दादांची धुंदी ओसरली. सारा वाडाच कळाहीन झालेला बघून त्यांनी विचारलं,

''कारं असं सुतकात असल्यागत दिसताय?'' खाल मानेनंच परशुराम बोलला,

''दादा, वैनीच्या अंगावर बिब्बा उठलाय!''

तोंडातल्या तोंडात ते पुटपुटले, ''बिब्बा उठलाय?''

''व्हय, आता निजून उठल्यावर त्यास्नी कळलं.''

लोभाजीही त्यांच्या तोंडाकडं बघत म्हणाला,

''फुल्या उठल्या म्हणं.''

आणि बैठकीच्या खोलीकडं न जाता ते जड पायानं तसेच आत गेले....

❐

१

दिवस उगवून वर आला आणि सकाळीच बंडू केंबळे वाड्यात येऊन हजर झाला. पायरीवर डोकं ठेवून म्हणाला, ''सरकार.''

दादांनी विचारलं, ''का रं बाबा, काय झालं?''

''रात्री मळ्यात लोक आलं आणि भ्या दावून गेलं!''

दादांनी कपाळाला आठ्या घातल्या. डाव्या हातानं मिशीचं टोक उचलून वर धरलं. थोडा विचार केल्यागत करून ते म्हणाले,

''येवढी माजल्यात का माणसं? कोण आलतं?''

''ते काय कळायला मार्ग न्हाई जी. गावातली होती का परकी होती कुणाला दक्कल!''

''मग येवढं हातपाय गाळाय काय झालं?''

दादांनी असं विचारलं आणि ढेंगाळा बंडू कुबाड काढून उभा राहिला. आणि खाली पायाकडं बघत बोलला,

''म्हातारा जायबंदी झालाय.''

''तुझा म्हातारा?''

''व्हय सरकार. काठ्या बसल्यात. पायाची नळी फुटलीया.'' असं म्हणून बंडानं खाली वाकून पुन्हा पायरी शिवली आणि वर तोंडाकडं बघत दीनवाणी चेहऱ्यानं तो म्हणाला,

''आता कसं करावं तुम्हीच सांगा.''

हातात धरलेल्या मिशीचं टोक पिरगाळीत दादा विचार करीत राहिले आणि भडभडून आल्यागत बंडा म्हणाला,

''आम्हाला काय रानात टिकू द्यायचं न्हाईत त्ये! आम्ही आपली वस्ती मोडून गावात येतो. चारजनाचं रोजगार करून पोट भरू. जीव जगवायला तुकडा मिळाला की बास झालं.''

धीर देत दादा म्हणाले,

''असं घाबरू नका. मळा सोडायचा न्हाई.''

''आणि रातीइरेच लोक येऊन असं भ्या दावाय लागल्यावर मळा कसा

करायचा? जीव जगला वाचला तर मळा न्हवं?''

''अरं कोण असं जिवावर उदार झालाय? दुसऱ्याचा जीव घ्यायला त्याला काय आपला जीव नको झालाय?''

दादा अशा धीराच्या दोन गोष्टी सांगत होते. तोवर कुंभार मळ्याचा कर्द्या बापू वाघीऱ्या आत आला आणि मुजरा करून उभा राहिला. मान वळवून दादांनी त्याच्याकडं बघितलं. त्याचंही तोंड पडलेलं दिसत होतं. जीव मुठीत धरून आल्यागत तो आला होता. दादांनी मान वळवून बघितलं, तसा पुन्हा: एकदा मुजरा करून वाघीऱ्या पुढं आला आणि तोंड पसरून उभा राहिला.

''का रं, का आलाईस?''

उघडलेलं तोंड मिटून त्यानं एक आवंढा गिळला आणि तो म्हणाला,

''सरकार राती आमच्या वस्तीवरचं कुत्र मरून पडलं.''

करड्या आवाजात दादांनी विचारलं,

''आणि हे सांगायला आलायस?''

येडबडलेला वाघीऱ्या म्हणाला,

''न्हवं. कुणी तरी वाईट बुद्धीनं इक्क घातलंय जणू.''

''असं म्हणतोस?''

''चाहूल लागल्यागत झाली म्हणून आम्ही दंगा केला. शेजारी पटकऱ्यांची वस्ती हाय. तिथलंबी लोक जागं झालं. आरडा केला. न्हाईतर घात झाला असता बघा! दंगा झाला तसं खालच्या वगळीनं पळालं.''

कान देऊन ऐकत राहिलेला बंडू केंबळ्या म्हणाला,

''बायली मग तेच लोक आमच्याकडं आलं होतं जणू!''

दादांनी चौकशी सुरू केली,

''राती कवाची गोष्ट म्हणायची ही?''

''कायतरी मद्यान रात्र टळली असल नसल.''

''अस्सं!-'' असं म्हणून ते विचार करीत राहिले. मिशीचं एक टोक पिरगाळीत लांबवर नजर देत बसून राहिले आणि ते दोघेही कर्दे त्यांच्या तोंडाकडं नजर लावून बघत राहिले.

त्यांना धीर देत दादा म्हणाले,

''जावा तुम्ही. रोज जाता तसं मळ्याकडं जावा. काय काळजी करू नका. गावात पोलीस पार्टी आणून बशीवतो.''

न हलता कर्दे तसेच उभे राहिले तसे दादा दरडावून म्हणाले,

''अरं जावा म्हणतो न्हवं तुम्हाला? तुमच्या केसाला धक्का लागायचा नाही. मी करतो येवस्था सगळी.''

मुजरा करून कर्दे निघून गेले आणि ढेलजेत बसलेले दादा उठून बैठकीच्या खोलीत आले. त्यांनी पानपुडा पुढं ओढला आणि पानांचे देठ खुडता खुडता त्यांनी हळी दिली,

''परसराम-''

परशुराम उठून जवळ आला. मान खाली घालून पानाला चुना लावत बसलेल्या आपल्या दादांकडं बघून म्हणाला,

''काय दादा?''

दादांनी पानाला चुना लावला. विचार करत पानाची घडी केली. पट्टी दाढेखाली रगडली आणि तंबाखूची चिमूट तळहातावर घेऊन ते म्हणाले,

''परशुराम, घोड्यावर खोगीर घालायला सांगा.''

...घोडा येऊन दारात उभा राहिला आणि दादा उठले. आर घातलेला भगवा फेटा त्यांनी डोक्यावर ठेवला. कमरेला पिस्तुल लावलं आणि सांबरी बुटाचा आवाज काढत ढेलज उतरून ते खाली गेले.

टाप् टाप् आवाज करीत घोडा चावडीवर आला. पुढं आलेल्या येताळाला ते म्हणाले,

''कोण कोण हाय चावडीत?''

चावडीकडं बघितल्यागत करून येताळा बोलला,

''तराळ हाय, कोळी हाय- हैतं की सगळी.''

''मग हातात काठी घे आणि हो पुढं.''

येताळा पळत चावडीत गेला आणि कोपऱ्यातली काठी घेऊन पुन्हा जवळ आला हळू आवाजात म्हणाला,

''कुणीकडं जायचं?''

''डोणीचा मळा. कुंभार मळा.''

येताळा पुढं पळू लागला आणि एकेक रान तुडवत घोडं पुढं जाऊ लागलं. रानाकडं निघालेले लोक दबकून उभे राहिले. हातातलं काम सोडून वरमानेने वेध घेऊ लागले. ज्याला त्याला प्रश्न पडला... ही घोडदौड आज हिकडं कुणीकडं?

घामानं निथळलेल्या येताळाची छाती सारखी वरखाली होत राहिली. पाठीवरचं ऊन डोक्यावर आलं. कल्लोबाचं शेत, कुंभार मळा, डोणीचा मळा, इनाम जमिनी, आपट्याचा माळ करीत करीत घोडं पुढंच चाललं. जातीनं सगळ्या कर्द्यांच्या पाटलांनी भेटी घेतल्या. रानं बघितली. सगळ्यांना धीर दिला आणि पुन: ते चावडीत आले. नवीन नेमणूक झालेल्या तलाठ्याला म्हणाले,

''एक अर्ज खरडा. मी सांगतो त्यांची नावं घाला. आणि साऱ्या कर्द्यांची त्यावर

आंगठे घेऊन आज दुपारला संद्दी पेट्याला जाऊ द्या.''

दाजीबा गायकवाड, केरूनाना पवार, रामा सुतार, बाळा लव्हार, भिमगौंड समडोळी, भाउ अत्तीगें अशी नावं घेऊन रात्रीची हकीगत त्यात नोंदवायला सांगितली.

तलाठ्यानं एक नामांकित अर्ज तयार केला आणि मिशीत हसून तो म्हणाला,

''कसा काय जरा बघा नजर टाकून.''

दादांनी त्या अर्जावर नजर फिरवली आणि विचारलं.

''भागल एवढ्यानं?''

तलाठी म्हणाले,

''बास्स की! चॅप्टर केस घालण्यापुरतं रगड झालं.''

दादांनी गोपाळाला हाक मारून सांगितलं,

''गोपाळा, जा कर्द्यास्नी बोलवून आण. अर्जावर अंगठं उठवून जावा म्हणावं त्यास्नी. आणि त्यांचा ह्यो तक्रारी अर्ज लगेच जाऊद्या पेट्याला.''

आणि नजर वळवून ते हरीबाला म्हणाले,

''काय हरीबा? गोपाळा कर्द्यांस्नी बोलावून आणल. तू पेट्याला जा. जेवून आला नसलास तर घरला जाऊन ये जा.''

''काय कोळ्या, तू काय करतोस?''

''जी काय करू?''

''तू दाजीबाकडं जा. आणि सांच्च्या पारपतूर चावडीवर त्याला हजर कर.''

तोंडाची बोबडी वळलेला म्हादा कोळी तोंड न उघडता खुळ्याकावऱ्यागत बघत बसला आणि आवाज चढवून दादा म्हणाले,

''चोराची वाट चोराला म्हाईत. दाजीबाला आणयची कामगिरी तुझ्याकडं. घरात न्हाई आणि मळ्यात न्हाई असं सांगत यायचं न्हाई. हात हालवत माघारी आलास तर बघ!'' असं म्हणून ते उठले आणि चावडीवरनं वाड्यावर आले. त्यांचं डोकंच भिरभिटल्यागत झालं. कसेतरी चार घास गिळून आणि तोंडात पानाचा तोबरा भरून ते बसून राहिले. मनातला विचार काही जात नव्हता. ते आतल्याआत उसनत होते.. एकेकाला चावडीत आणून बडवायला पाहिजे. चांगली सालटी काढायला पाहिजेत. भल्याभल्यांची हड्डी मऊ केल्याशिवाय भागायचं नाही... त्यांना चैनच पडेना झाली. केव्हा एकदा पोलीस येतात, असं होऊन गेलं.

चावडीत पोलीसपार्टी आली आणि वादळी वाऱ्यात पक्षांनी आडोसा धरून रहावं तशी गावातली टगेमंडळी सारी गुडुप झाली. गाव हादरून गेलं. घरात बसलेलं माणूस बाहेर पडेना झालं. बाळा लोहार, रामा सुतार ह्यांनी आधीच गाव सोडलं होतं. बाकीचे दडून बसले होते. पोलीस घरला हेलपाटे घालू लागले आणि जवळच्या नातेवाईकांना, सगेसोयऱ्यांना आणून चावडीत बसवू लागलं.

दिवस बुडायला गेला आणि खुद्द दादा, पोलिसांची एक तुकडी घेऊन केरूनानांच्या मळ्यावर चालून गेले. रानातल्या वस्तीवर अचानक धाड गेली आणि चारी बाजूनी खोपीला वेढा देऊन, दादा पुढं झाले. हातात बंदूक घेऊन खोपीपुढं उभे राहिले.

...दोन मांगगार्डी आणि केरूनाना ह्यांना काडण्या लावून पोलीस चालू लागले. ही वरात गावात आली आणि तिन्ही सांजेला भरपेठेतनं चावडीवर निघाली. भिऊन गाबागाब झालेले लोक दुतर्फा, बघत उभे राहिले. लोक चावडीत आले आणि एकेकाला खांबाला बांधून फौजदार समोर गेले. गॅसबत्तीच्या झगमगत्या प्रकाशात, चावडीतला तमाशा सुरू झाला आणि लांब उभ्या राहिलेल्या लोकांना एक नवा वग दिसू लागला...

कडुसं पडलं आणि दादा कोळ्याला म्हणाले, ''म्हाद्या, गायकवाड्याच्या घरातनं दोन कोंबड्या घेऊन ये जा. तुझ्यात नॅट नसलं तर संगं एक पोलीस घेऊन जा.''

एका पोलिसाला बरोबर घेऊन म्हादा बाहेर पडला. कोंबड्या आणायला तो गायकवाड्याच्या घराकडं निघाला, आणि प्रत्येक पावलागणिक त्याला आपली आई आठवू लागली.

...केरूनाना, दोन मांगगार्डी, भीमगौंड समडोळे, भाऊ अत्तीर्गे, एवढ्या लोकांना एकेका खांबाना बांधून चावडीत उभं केलं होतं, आणि हत्यारी पोलीस पहारा करीत उभे होते. सनदी उसाबरीला लागले होते आणि आप्त माणसं चावडीच्या बाहेरच्या अंगाला घोळामेळानं बसून राहिली होती. चावडीतल्या एका खोलीत गायकवाडच्या घरातनं आणलेल्या कोंबड्या रटरट शिजत होत्या. दुसऱ्या एका चुलीवर भाताचं भगुलं शिजून तयार झालं होतं. दादा आणि मंडलिक फौजदार, वाड्यात माडीवर बसले होते. कोल्हापुरी रमची एक आख्खी बाटली रिकामी झाली होती. डोळ्यावर अंमल चढला होता.

राऊनाना जिना चढून वर आले. दादांना बाजूला घेऊन म्हणाले,

''गायकवाडाचा पत्ता लागला. तो आपल्या चुलत्याच्या घरात दडून बसलाय.''

ते दोघे जिना उतरून खाली गेले. आणि देवडीवरचा नाईक पळत चावडीकडं गेला.

वाड्यात जेवणं झाली आणि एक पोलीस जिना चढून वर आला. ताठ सलाम ठोकून म्हणाला,

''गायकवाडला धरून आणलाय.''

मध्यान्ह रात्र झाली तरी गाव जागंच राहिलं. कर्दे लोक चावडीवर गोळा झाली. फौजदारांच्या समोर त्यांची जाबजबानी झाली. चॅप्टर केसचा मजकूर तयार झाला. पाचपंचवीस पानं जाबजबानीनं भरून गेली. कागदपत्र तयार झाले. नातेवाईकांनी आणि सगेसोयऱ्यांनी एकमेकांच्या घराकडं हेलपाटे घातले. आणि दादांना भेटायला रात्रीच्या वेळी राऊनाना वाड्यावर गेले. त्यांच्या कानाला लागून म्हणाले,

''लोक माझ्या घरला हेलपाटे घालाय लागल्यात. पायजे तेवढं पैसे देतो म्हणत्यात. तसंच आणि कुणाकडनं तरी वशीला लावतील. कुणाचं ऐकू नका. नाहीतरी गंगा दारात आलीया म्हणून हात धुऊन घ्यायला बघशीला...''

एवढं सांगून राऊनाना निघून गेले आणि दादांना डोळा घालून फौजदारांनी विचारलं,

''काय पाटील- हजार पाचशेची तयारी होत असली तर बघा.''

दादा घुटमळले. त्यांना राऊनानांचा बोल आठवला आणि तरी मनात आलं- भीमगौंड समडोळे, भाऊ अत्तीर्गे ह्यांचा कसा चाचपायला काय हरकत आहे? वरचेवर गावात अम्मलदार यायचे. त्यांची उसाभर करायची ती काय पदरमोड करून? दादा विचार करीत राहिले. उलट सुलट विचार मनात येऊ लागले आणि पुन्हा डोळा घालून फौजदार म्हणाले,

''पाटील, गाव सधन आहे. चरायला चांगलं कुरण हाय. सैल सोडू नका. कुणीतरी पैसेवाला धरून चावडीत आणा.''

आणि दादांच्या डोळ्यापुढं भाऊ वाणी येऊन उभा राहिला. अशीच गावातली आणि चार माणसं त्यांच्या डोळ्यांना दिसू लागली आणि अंगावर पांघरूण घेत ते म्हणाले,

''बघू सकाळी.''

दिवा मालवला आणि अंधारात हळू आवाजात फौजदार म्हणाले,

''तुम्ही आल्यापासनं गावात बैठक झाली का नाही कुणाची?'' तोंडावरचं पांघरूण काढून दादा म्हणाले,

''बैठक म्हणता?''

आणि हसल्यागत करून फौजदार बोलले,

''लोकांची न्हवं-''

''तर मग?''

''अहो एकांदी कोलाटणीची बैठक झाली का नाही अजून?''

फौजदाराचा मामला त्यांच्या ध्यानात आला आणि ते गडबडीने म्हणाले,

''छे हो!!-त्यातला न्हाई मी.''

''त्यातलं न्हाईसा?''

''त्यातला न्हवं. बाईचा नादी न्हाई बघा. चुकून एकांदं नाटक बघतो पर तमाशा न्इाई.''

''मग धुतल्या तांदळागत हैसा म्हणा!''

''तसं म्हटलं तर चालंल.''

फौजदार हसून बोलले,

''अजून त्यातली चव लावली न्हाई तर! मग असं करा. आमच्यासाठी एक प्रोग्रॅम करा आणि तुम्ही बी घ्या एकदा चव.''

''काय हरकत न्हाई. वरचेवर तुमचं येणं जाणं असू द्या. कोलाटणी नाचवायचं काय अवघड हाय?''

दिवस उगवला आणि भल्या सकाळीच लोक भेटायला वाड्यावर येऊ लागले. दुर्मुखल्या चेहऱ्यानंच चौकात येऊन बसू लागले. भैरी ससाण्यागत दादांची नजर त्यांच्यावरनं फिरू लागली आणि राऊनानांना बोलवून घेऊन ते त्यांच्याशी एकांती म्हणाले,

''राऊनाना, गावावर धाक घालयला तर अम्मलदारांचं येणं जाणं असायला पाहिजे.''

राऊनाना मान हलवून म्हणाले,

''व्हय. येणं जाणं असायला पाहिजे.''

''त्यांचं येणं जाणं आलं की खाणं पिणं आलं.''

''व्हय, खाणं पिणं आलं.''

''मग त्याचा खर्च कुणी करायचा?''

राऊनाना तोंडाकडं बघत राहिले. आणि दादांनी प्रश्न टाकला-

''हे बघा. फौजदार म्हणत्यात काय हजार पाचशेची तजवीज होती का बघा. काय सांगू त्यास्नी?''

कोडं घातल्यागत दादांनी विचारलं आणि राऊनाना बोलले,

''मी तरी काय सांगू तुमास्नी?''

दादा म्हणाले,

''वरच्या लोकांची मर्जी सांभाळायची तर मलिदा चारायला पाहिजेच.'' असं म्हणून ते बोलले,

''या म्हटल्यावर फौजदार आलं का न्हाई? आपुन त्यांना मोकळ्या हातानं पाठविलं तर आपल्या हाकेला ते उद्या ओ देतील का?''

मान डोलावून राऊनाना बोलला,

''खरं हाय.''

''खरं न्हवं?''

“मग भीमगौंड समडोळ्या आणि भाऊ अत्तीर्गेला सोडून दिलं तर?”

“असं म्हणता?”

“व्हय. त्यास्नी धरलं काय आणि सोडलं काय... ते गरीब काय करणार हैत आपलं?”

“ते बी खरंच म्हणा. काय करत्यात ती? मेंढराची अवलाद हाय त्यांची. हाकलल त्याच्या मागनं जायची.”

आणि दादांनी विचारलं,

“मग किती पैसे देत्यात बघा.”

येडबडल्यागत करून राऊनानांनी विचारलं,

“मी बघू म्हणता?”

“बघा की तुम्ही. लोक भेटायला येत्यात म्हणून सांगितलं होतं न्हवं? पाहिजे तेवढा पैसा द्यायला तयार हैत म्हणून तुम्हीच सांगितलासा की.”

मान हालवून राऊनाना म्हणाले,

“बघतो काय जमतंय ते.”

“हां बघा.”

राऊनाना निघून गेले. एका तंद्रीतच ते बाहेर पडले.

...भीमगौंड समडोळे आणि भाऊ अत्तीर्गे यांची गावातच मुक्तता झाली.

गायकवाड, केरूनाना पवार, दोन मागगार्डी येवढ्या मंडळींना काडण्या लावून पेठ्याला नेलं. त्यांच्यावर चॅप्टर केस भरण्यात आली अिाण चार दिवसांनी गायकवाड आणि केरूनाना पवार यांची जामिनीवर मुक्तता झाली. साऱ्या गावात तंग वातावरण पसरलं. ज्याच्या त्याच्या पोटात भीती पडली.

गावात एक नवा दरारा निर्माण झाला. टाळू राखून आणि शेंबला सोडून लोक गावातनं फिरेना झाले. डोक्यावरचा पदर टाकून सदऱ्याला बसणाऱ्या बाया बाहेर दिसेना झाल्या. चावडी आणि वाडा या जुन्या वास्तूबद्दल लोकांच्या मनात नवी भावना निर्माण झाली. दाजीबा गायकवाड, केरूनाना या गावातल्या बड्या धेंडांची इभ्रत ढासळली. गावात ठाण देऊन बसलेले फरारी लोक पसार झाले. पिऱ्या धनगर तुरुंगात अडकला अिाण नागू पैलवानही गावच्या आसपास कुठं दिसेना झाला. हे सारे लोक गडप झाले आणि गोरगरिबांना एक प्रकारचा आधार वाटू लागला. विस्कटलेली घडी पुन्हा बसत चालली.

...चावडीच्या पटांगणात आडव्या बांबूला टांगलेल्या दोन गॅसबत्त्या झगमगत होत्या. सारं पटांगण माणसांनी भरून गेलं होतं. अंगावर चादरी घेऊन, घोंगडी घेऊन माणसं तोंड पसरून बघत होती आणि गजरा जयशिंगपूरकरणीची बैठक उभी राहिली

होती. दहाला सुरुवात झालेली बैठक रात्र होईल तशी रंगत चालली होती. डग्गा घुमत होता. कडं खणखणत होतं. पायांतलं घुंगरू वाजत होतं. चवळीची शेंग लचकत होती, मुरडत होती. मध्यान्ह रात्र उलटली तरी माणसं झिंगून गेली होती. रात्री दोन अडीचला खेळ मोडला. फौजदारांना घेऊन दादा वाड्यावर आले.

आणि पाठोपाठ देवडीवरच्या नाइकाला उठवून हरीबा जाधव आणि गोपाळा दारातनं आत आले. दादांनी माडीवरनंच विचारलं,

''कारं का आलासा?''

चौकात येऊन उभ्या राहिलेल्या सनद्यांनी सांगितलं,

''सरकार, म्हाद्या कोळ्याचं डोळं काढलं.''

दादा हादरले. त्यांचं काळीज उडू लागलं. लटलट पाय कापू लागले. आणि गादीवर पडलेले फौजदारही उठून बसले. कापऱ्या आवाजात त्यांनी विचारलं,

''पाटील, काय हो, काय बातमी?''

खाली न जाता दादा वरनंच म्हणाले,

''हरीबा, जिना चढून वर ये असा.'' हरीबा आणि गोपाळा जिना चढून वर आले. देवडीवरचा नाईकही वर आला आणि हरीबा सांगू लागला,

''आम्ही हिकडं जाजमं गोळा करीत हुतो. येताळानं बत्त्या उचलून अशा आत नेल्याल्या. आम्ही आमच्या तापद्‌यात आतभाईर कराय लागलोय आणि इरागतीला म्हणून कोळी असा मागच्या अंगाला गेला होता आणि एकाएकी आरडणं कानावर आलं. कोण ओरडतंय म्हणून आम्ही धावून मागं गेलो तर भुईला पडून कोळी गडबडा लोळाय लागलाय! म्हटलं हे असं लोळाय का लागलाय? खाली वाकून बघतो तर बुबुळं भाईर आलेली! बघवत न्हाई सरकार! एक मासा तळमळल्यागत तडफडाय लागलाय...''

हरीबा गप्प उभा राहिला. दादाही बघत राहिले. गादीवर बसलेले फौजदारही दगडासारखे बसून राहिले. कुणाच्याच तोंडातनं शब्द निघत नव्हता. सारे सुन्न होऊन ऐकत राहिले होते. हरीबाचं बोलणं संपलं तरी ते तसेच बसून राहिले.

आणि न राहवून गोपाळा म्हणाला,

''सरकार, कायतरी विलाज कराय पायजे.''

स्वत:शी बोलावं तसे दादा बोलले,

''आता काय विलाज करायचा रं? कशाचा विलाज आणि काय!''

पुन: गोपाळा म्हणाला,

''सरकार, ताबडतोब त्याला दवाखान्यात न्ह्यायला पाहिजे. डोळं जाऊद्यांत पर त्याला आराम पडाय पायजे.''

''कुणी डोळं काढलं?''

''ते काय कळायला मार्ग न्हाई.''

दादा म्हणाले,

''बरं असूंद्या. तुम्ही चला खाली.'' आणि त्यांच्या पाठोपाठ तेही जिना उतरून खाली गेले. लोभाजी, मानाजी, परशुराम यांना उठवून म्हणाले,

''आपली सारवट गाडी जोडा आणि लगोलग दवाखान्याला-पेट्याला जावा. तुम्ही बंदुक घ्या बरोबर आणि दोन संद्यीबी घ्या जोडीला.''

नव्या काचा बसवलेली आणि नवा रंग दिलेली सारवट गाडी वाड्यापुढनं हालली आणि दादा मागे फिरले. जिन्याच्या पायऱ्या चढताना त्यांचे पाय भरून आले.

❐

१०

गावात फौजदार हजर असता म्हाद्या कोळ्याचे चावडी शेजारी डोळे फोडले ह्या बातमीनं दादा जरा हबकले; पण पाय गाळून घरात न बसता त्यांनी जोरानं कंबर कसली आणि धाक घालायला सुरुवात केली. पोलीस अंमलदार, दरकदार वरचेवर गावात येऊ लागले. चावडीच्या पटांगणात डोंबारणी, कोल्हाटणी नाचू लागल्या आणि दादा पाटील बेदरकारपणे गाव झोडपू लागले. गावात काही झालं, खिंडीत लुटमार झाली की, कुणालाही धरून आणून चावडीत बसवू लागले. कधी कुणावर धाड येईल याचा गावाला थांग लागेना झाला आणि यमानं रेड्यावर बसून यावं तसे दादा घोड्यावर बसून गावात फिरू लागले.

केरूनाना पवार आणि दाजीबा गायकवाड यांचा नक्षाही उतरला होता. महिना-पंधरा दिवसाला तारखा पडत होत्या आणि पेट्याला हेलपाटे घालता घालता त्यांचा जीव बेजार झाला होता. ते दोघेही दांडगेश्वर तुरुंगाच्या भीतीनं हबकून गेले होते. त्यांचा तोरा असा कमी झाला होता आणि दादांनी वाड्यावरच परड्याच्या अंगाला एक तालीम उठवून दिली होती. दादांचा धाकटा भाऊ परशुराम, राऊनानांची तीन पोरं, आबांचा मुलगा केशव, म्हाद्या कोळ्याचा धाकटा भाऊ राऊ आणि गावातली चार तरणी पोरं रोज वाड्यातल्या तालमीत सांजसकाळ घुमत होती. वाड्याला भय राहिलं नव्हतं आणि गावाला केव्हा काय होईल याचा धर पोचत नव्हता!

तालमीत खेळणाऱ्या या पोरांना दादांची फूस होती. मनाला वाटेल तेव्हा ती पेठेतल्या दुकानात जाऊन आपल्या हातानी खारीक-खोबरं घेऊन खाऊ लागली. खारीक-खोबऱ्याचा असा रतीब सुरू झाला आणि त्या पोरांच्या अंगावर भराभर मांस वाढू लागलं. नुसती चटणी-भाकरी खाणाऱ्या पोरांना ते खारीक खोबरं मानवू लागलं. कृष्णाकाठच्या जवारी खोंडागत त्यांच्या पाठीला पन्हाळी पडू लागली. मानेवर मास वाढून हिकडची गर्दन तिकडं होईना झाली. दंडातल्या बेंडकुळ्या टरारून फुगत चालल्या. एकेक गडी गोटीगत टम दिसू लागला. ही पोरं अशी रोज तालमीत खेळायची, पेठेत जाऊन खारीक-खोबरं खायाची आणि उगवा गावातनं भटकून पुन्हा वाड्यावर येऊन पडायची- असा त्यांचा कार्यक्रम सुरू झाला आणि गावातले किरकोळ भांडणतंटे परस्पर त्यांच्या सल्ल्याने मिटू लागले. पाटलांच्या कानापर्यंत

कागाळी येईना झाली. दुहेरी चापात गाव पिळलं जाऊ लागलं...

...एके दिवशी सकाळीच भाऊ वाणी पेठेतले आणखी चार दुकानदार बरोबर घेऊन वाड्यावर आला आणि हा सारा घोळका दादांच्यापुढं मान खाली घालून उभा राहिला. दादांनी एकवार नजर फिरवली आणि विचारलं,

''का रं बाबांनो, का आलायसा?''

भाऊ वाणी जरा पुढं झाला आणि वर न बघता खाली बघूनच म्हणाला,- ''दुकानं बंद करायची वेळ आलीया... अगदी गळ्यापतूर आलं म्हणून आलोय.''

''काय गळ्यापतूर आलय तुमच्या?''

''ह्या तालमीतल्या पोरांफुडं काय करावं?''

''काय झालं?''

''आणि काय व्हायचं? भंडावून सोडलय न्हवं?''

''भंडावून सोडलंय?''

''व्हय, देवाला सोडलेल्या घुळीगत ती कराय लागल्यात. कवाबी येत्यात आणि दुकानात घुसत्यात. कसं करायचं? एकांदं मोकाट जनावर असलं तर त्याला निदानला हाकलाय तर येतया. तसं त्यास्नी हाकलाय येतय, काय त्यांचा हात धराय येतोय?''

दादांनी मिशीचं टोक पिरगाळत विचारलं,

''अशी तुझी तक्राद हाय म्हणतोस?''

''माझी एकट्याचीच न्हवं. ह्या सगळ्यास्नीच झळ पोचाय लागलीया की. बरं वाड्यावरची पोरं म्हणून काय बोलाय बी येईना झालाय.''

''असं व्हय?''

''व्हय, अवघड जागी दुकणं झाल्यागत झालंय हो! आणि त्यात काय हाय-ती तशी आवागतल्यागत करत्यात ती करत्यात पण तुमच्या नावाला काळिमा लावाय लागल्यात न्हवं! म्हंजे त्यांच्याबरोबर तुमचं नाव जायाची पाळी आलीया.''

दादांनी हे ऐकून डोळे वटारले आणि ते भाडकन् बोलले, ''अरं जिभेला हाड हाय काय तुझ्या? जरा सांभाळून बोल.''

''तसं न्हंव, उपद्रवच त्यांनी तसा दिलायहो!''

''उपद्रव दिलाय?''

''व्हय. दिवाळ निगायची पाळी आलीया आणि काय करायचं मग?''

दादा एकदम गरजले, ''आरं, चार पोरं तालमीत घुमत्यात म्हणून वाण्या तुझं दुकान गावात ऱ्हायलय!... काय समजलं?''

काय बोलावं ह्याची भाऊ वाण्याला पंचाईत पडली. वर बघायचं ते खाली बघत

तो नुसता उभा राहिला आणि दादांनी विचारलं,

''नुसती चटणीभाकरी खाऊन तालीम करता येती का?''

''मग तालीम करू ने.''

''तालीम करू ने!'' असं म्हणून दादा त्याच्या तोंडाकडं बघत राहिले आणि एकदम उसळले, ''हरामखोर, ढुंगणाखाली किती गटळं करून ठेवलंय रं? तुझं आणि नागू पैलवानाचं काय संगनमत होतं? त्यानं तिकडं डाका घातला की माल तुझ्या घरात येऊन पडत होता न्हवं? दागिनं वितळायला कुठला सोनार गाठला होता रं? व्हंय, तुमची अंडीपिंडी मला ठाऊक न्हाईत असं वाटतय व्हय? का रं बोल की आता. काय तसा थांगपत्ता लागू द्यायचा न्हाईस! गावात फौजदार आलं म्हंजे मग तुझ्या धोतराचा कासुटा फिटल!''

भाऊ वाणी चाळचाळ कापत उभा राहिला. खाली झालेलं तोंड वर होईना झालं.

सगळ्यांच्याच अंगात कापरा भरला आणि दादांनी विचारलं,

''आणि कुणाकुणाची तक्रार हाय रं?''

कुणाचीच मान वर झाली नाही आणि कोणाच्या तोंडातनं शब्द बाहेर आला नाही. दादा थोडा वेळ वाट बघत राहिले आणि पुन्हा म्हणाले, ''बोला की! हाय का कुणाची तक्रार?''

मुंडी हालवत सारे वाणी गपच उभे राहिले. दादा हसले आणि म्हणाले, ''मग जावा तर घरला... अर एवढा नफा खाता, एवढं गबर झालाय आणि गावातलं चार पैलवार- खारीक खोबरं खात्यात म्हणून तक्रार घेऊन आलाय! अरं मनाची न्हाई ते न्हाई जनाची तर जरा! आँ? आणि वर माझ्या नावाला काळिमा लागतोय म्हणून सांगत आलाय व्हय? बघुया कुणाच्या नावाला बट्टा लागतोय! बरं का भाऊ वाणी, आता जा घरला आणि सावकाश इचार कर ह्या गोष्टीचा. बघू देव बुद्धी देतो का तुला! जावा, जावा आता थांबू नका.''

तो सारा घोळका चौकातनं बाहेर पडला आणि मातीला निघाल्यागत पेठेकडं निघाला...

सबंध दिवसभर भाऊ वाणी विचारात राहिला. त्याला तहानभूक लागली नाही. अन्नपाणी गेलं नाही. खुळ्या कावऱ्यागत त्याची अवस्था झाली. पाटलांच्या धाकदराऱ्यानं एका घटकेत तो झुरणी लागल्यागत दिसू लागला. त्याच्या तोंडचं पाणी पळालं. डोक्यात किडे पडल्यागत झाले. आधारच नाहीसा झाल्यागत झाला. त्याला वाटलं हा बहाद्दर आता आपल्याला कशात तरी गोवून मजा बघणार आणि आजवर खाल्लेलं सारं ओकायची पाळी येणार! अन्नपाणी सोडून वाणी असा दिवसभर विचार

करीत राहिला. त्याला एक म्हणता दहा आठवू लागलं.

दिवस मावळून तिन्हीसांज झाली. वाड्यातलं शिंग ऐकलं आणि दुकानाच्या फळ्या लावून तो वाड्यावर आला. दबकत दबकत आत शिरला. चौक ओलांडून वर ढेलजेवर गेला आणि बैठकीच्या खोलीकडं वाकून बघितल्यागत करून त्यानं हात जोडले.

दादांनी वचारलं, ''सोद्या, आणि आलास रं आणि?''

वाऱ्यानं उसाचं पान हलावं तसा तो हालला आणि जागच्या जागी त्याचे पाय लडबडू लागले. त्याला थरथरताना बघून दादा म्हणाले, ''आत ए असा.''

वाणी आत गेला आणि लांब एक कोपरा धरून गप बसून राहिला. मिशीचं टोक हातात धरून दादांनी विचारलं, ''का आलास?''

न बोलता वाणी उठला आणि कापऱ्या हातानं कमरेचा कसा सोडून तो पुढं गेला. हातातली थैली त्यानं खाली ठेवली आणि पाय शिवून तो म्हणाला,- ''फकस्त एकदा दोनदा शान खाल्ल होतं. आता होतं नव्हतं ते तुमच्या पायाजवळ आणून ठेवलंय. पाचशे रुपय हैत. तिन्हीसांच्ची लक्ष्मी घरात आलीया... मला वाचवायचं बघा.''

दादा हसून म्हणाले, ''बास्स! एवढंच? लेका काम चौकशीला काढलं तर काय तरी धापाच हजाराचा ऐवज तुझ्याकडं निघल?''

''सरकार, ह्या बोलण्यात काय अर्थ न्हाई. लोक पराचा कावळा करत्यात. त्या भरवशावर जाऊ नका.''

''पराचा कावळा करत्यात?''

''व्हय, आपल्या पायाजवळ मीहून कबूल केलंय. खोटं बोलायचं असतं तर असा थांगपत्ता दिला असता का?'' असं म्हणून तो मागे सरला आणि गुडघ्यात मान घालून बसून राहिला. बसला बसला आणि चिमणीगत तोंड करून खाली भुईकडं बघत म्हणाला,

''सकाळी काय बोलला तेबी मला कबूल हाय.''

''काय कबूल हाय?''

''न्हवं, तालमीत खेळणारी पोरं कवाबी दुकानात येऊ द्यात. आपल्या हातानं खारीक-खोबरं घेऊन खाऊद्या... मग आणि काय हाय का?''

❐

११

सकाळीच राऊनाना वाड्यात आले. उतरलेल्या चेहऱ्यानं उगच गप बसून राहिले. मान खाली घालून बसलेले राऊनाना तोंड वर करून बघेना झाले का बोलेना झाले. त्यांचं असं पडलेलं तोंड दादांनी कधी बघितलं नव्हतं. काय करावं हे त्यांनाही कळेना झालं. तेही अकारण विचारात गढून गेले आणि उगीच तोंडाकडं बघत अंदाज घेत बोलले,

''कशाचं अवघड वाटाय लागलंय एवढं?''

तरीही त्यांनी मान वर केली नाही. तोंड उघडलं नाही. बसल्या जागी ते तसेच बसून राहिले आणि दादांच्या जिवाला एक घोर लागून राहिला. वडीलधारं माणूस पडलेल्या चेहऱ्यानं असं समोर बसलेलं बघून त्यांना चैन पडेना झाली. न राहवून ते म्हणाले,

''येवडा कशाचा घोर लागलाय तुम्हाला? आपल्या हातनं न रेटण्यासारखं असं काय हाय दुनियेत ते तरी सांगा-''

राऊनानांनी मान वर केली आणि बोलावं का बोलू नये असा विचार करीत ते पुन्हा गप्पच झाले; तसे दादाच बोलले,

''काय तुमच्या गळ्यात कडासणं आलं असलं तर ते मी माझ्या गळ्यात घेईन? तुम्ही अशी काळजी का करत बसलाय? का हाय ते घडाघडा बोलून दावा की. मी हाय न्हवं निस्तरणारा खंबीर! काय काळजी करता?''

आपल्या पायाच्या बोटांकडं नजर लावून राऊनाना जिवावर आल्यागत बोलले,

''दादा एक नड होती-रुपय एक दोनशे मिळतील?''

दादा हसले आणि ढेलजेवर खेळणाऱ्या आपल्या थोरल्या पोराला त्यांनी हाक मारली,-''भीमा, ए भीमा, हिकडं ये रं जरा.''

भीमा येऊन जवळ उभा राहिला. त्याला जवळ घेऊन दादांनी राऊनानांच्याकडं बोट करून विचारलं,

''हे कोन रं तुझं?''

''आज्जा.''

''आज्जा हैत न्हवं? मग तुझ्या हातातलं सोन्याचं कडं दे बघू काढून त्यास्नी!''

भीमानं आपल्या हातातल्या कड्याला हात घातला आणि डोळ्यात पाणी आलेले राऊनाना आपल्या दोन्ही हातांचे पंजे पसरून म्हणाले,

''नगो नगो रं लेकरा! मी तुला द्याचं का तू मला देतोस रं!'' आणि दादांच्याकडं तोंड करून ते म्हणाले, ''दादा, का अशी अब्रू घेता माझी? मी भागवीन माझी नड. पुन्हा असा दारात याचा न्हाई.'' एवढं बोलून त्यांचा गळा दाटून आला. तोंडातनं शब्द फुटेना झाला आणि पुन्हा मान खाली घालून ते गप बसून राहिले.

दादाही न बोलता उठले. जिना चढून वर गेले. एक थैली घेऊन लगेच खाली आले. ती न सोडता तशीच राऊनानांच्या हवाली करून म्हणाले,

''आधी तुमची नड भागवा आणि कवा जमल तवा पैसे परत करा. त्यापाई जिवाला काय लावून घेऊ नका. मग झालं?''

राऊनानांनी ती थैली हातात घेतली. एकदा डोळे वर करून त्यांनी दादांच्याकडं बघितलं आणि आपोआप वाचा फुटल्यागत ते बोलू लागले.

''एक करुने ती चूक करून बसलोय. आज दोन वर्स झाली व्याज भराया लागलोय बघा. काढल्यालं रीण काय फिटना आणि जिवाला लागल्याला घोर काय जाईना! व्याजात मुद्दल फिटून गेलं तरी व्याज भरतोयच...''

दादांनी कपाळाला आठ्या घालून विचारलं,

''एवढं व्याजात दळाय लावणारा कोण सावकार हाय ह्यो असा?''

खाली बघतच राऊनाना बोलले,

''सांगतो न्हवं ती एक चुकीच झालीया म्हणून!''

''अहो पर त्या सावकाराचं नाव तरी सांगा की मला.''

मान हालवून ते म्हणाले, ''गावातलं कोण न्हवं. पठाण हाय भाईरचा. दोघंजण भाऊ हैत. बायली, जरा वायदा चुकला तर दारात येऊन हुबा ऱ्हात्यात! अब्रूला माणूस भितय हो ऽ ऽ.'' असं म्हणून त्यांनी मान वर करून तोंडाकडं बघितलं आणि पुटपुटल्यागत म्हटलं, ''काय सांगायचं दादा ऽ ऽ गुदस्ता असंच व्याज तुंबलं आणि अखेरला बायकूच्या अंगावरला दागिना मोडून आलो!''

दादांनी मिशीचं एक टोक उचलून हातात धरलं. त्यांच्या कपाळाची शीर फुगून टंब झाली आणि दात ओठ खात त्यांनी विचारलं,

''राऊनाना, एक करतासा?''

''काय?''

''हे पठाण कवा येणार हैत घरला?''

''आजचाच वायदा हाय. येतील दोपारी.''

''ते आलं म्हंजे जरा निरोप धाडा मला.''

थोडका विचार केल्यागत करून राऊनाना म्हणाले,

''दादा, चुकी आपली आणि बोल त्यास्नी का? त्यांनी पैसं दिल्यात तर व्याजासकट वसूल करणारच ते! त्यास्नी बोलण्यात काय फायदा?''

मान हालवून आणि डोळे झाकून दादा म्हणाले,

''असु द्या. ते आल्यावर जरा कळवा म्हंजे झालं.''

दुपार झाली आणि निरोपाची वाट बघत बसलेल्या दादांच्या मनात आलं, हा म्हातारा काही निरोप धाडायचा नाही. गप पैसे देऊन परस्परच त्यांना धाडून मोकळा होईल... त्यांच्या मनात अशी शंका आली आणि परशुरामाला बोलावून ते म्हणाले,

''जा रं बाबा, जरा राऊनानाच्या घरला जा आणि तिथं कोण पठाण आलं असलं तर त्यास्नी फुडं घालून घेऊन ये जा. आणि हे बघ, अजून आलं नसलं तर वाट बघत तितंच ऱ्हा. येत न्हाई म्हणालं तर धक्कं घालून आणा. तालमीतली दोन पोरं घेऊन जा संगं.''

परशुराम गेला आणि दरवाज्याकडं डोळे लावून दादा बैठकीच्या खोलीत बसून राहिले...

थोडा वेळ गेला आणि परशुराम दारातनं आत येताना दिसला. पाठोपाठ राऊनानांची पोरंही येताना दिसली. आणि त्यांच्या मागोमाग दोन पठाणही आत आले. चौकातल्या दगडी फरशीवर काठ्या आपटत जवळ येऊ लागले. तसे बसलेले दादा उठून उभे राहिले आणि आतनंच ओरडले,

''हरामखोर! आवाज मत करो.''

गाजराच्या बुडक्यागत लाल दिसणारे, सहा सहा फूट उंचीचे, अंगानं चांगले भरलेले ते तगडे जवान तो आवाज ऐकून एकदम दबकले. कोण गरजलं हे त्यांना कळलं नाही आणि कावराबावरा चेहरा करून ते बघत राहिले. पाऊल उचलायचं विसरून ते तिथंच थबकले. एक ढेंग टाकून दादा ढेलजेवर आले आणि आपल्या भावाकडं बघून म्हणाले,

''असं बघत काय ऱ्हायलाय? आधी हातातल्या काट्या घ्या काढून त्यांच्या. काठ्या आपटत आत येत्यात! कुणाचा वाडा हाय सांगा त्यास्नी.''

दादांची अशी आज्ञा झाली आणि तालमीच्या त्या पोरांनी लगोलग गराडा घातला. बघता बघता त्यांच्या हातातल्या काठ्या हिसकावून घेतल्या. सुंडेमुंडे झालेले पठाण भेदरल्यागत उभे राहिले. गरागरा डोळे फिरवून बघू लागले. तो ऐसपैस चौक, ती ढेलज, दोन पुरुष उंचीचा भोवतीभर दिसणारा तो दगडी तट बघून त्यांची छाती हबकली. कुठं किल्ल्यात येऊन उभं राहिलोय असं त्यांना वाटू लागलं! एकमेकांच्या तोंडाकडं बघून ते खाली वाकले आणि सलाम करून पुन्हा उभे राहिले.

''आव, जरा सामने आव.''

भीत भीत पठाण पुढं आले. पायरीजवळ येऊन उभे राहिले आणि दादा कडाडले,

''खडे रहो उदर! हां ऽऽ ऐसा... बताव नाम आपना.''

त्यातला लगबगीनं एकजण बोलला,

''जी सरकार मैं सुलेमान हूं.''

आणि दादांनी रोखून बघत म्हटलं,

''तू सुलेमान आणि त्यो कोण मुसलमान कॅ?''

दुसऱ्यानंही आपलं नाव सांगितलं आणि मोडक्या तोडक्या मुसलमानीत मराठी मिसळून दादा बागवानी भाषेत बोलू लागले, ''साले तुम किधरके रहनेवालेरे? किधर रहते?''

राऊनानांचा थोरला मुलगा हिंदुराव म्हणाला,

''दादा, ही जवळ हितं तमदलग्याला ऱ्हात्यात. आसपासची खेडी ह्यांनी बडवून काढल्यात बघा!''

दादा जोरात विचारू लागले, ''क्यंव्व साले, क्या बात करते है हिंदुराव? तुम लोक तकलिफ देते है हम लोगोंको?''

पठाण डोळे वटारून मारक्या जनावरागत हिंदुरावकडं बघत राहिले आणि हिंदुरावाचा धाकटा भाऊ सुभानराव वानरागत ठिसकारून पुढं आला आणि वर्णन करून सांगू लागला,

''दादा, गुदस्ता ह्यांनी मांजऱ्याच्या म्हाताऱ्याला खाली पडुस्तवर मारलंत बघा. दोन दिवस कैद करून ठेवलं हुतं. लई खवाट हैत बेनी!''

मघापासून बोक्यागत टपून बसलेलया परशुरामाकडं बघून दादा म्हणाले, ''परसराम, अरे क्या देखते? लगाव बत्ती! हाण एकेक कानसुलात दोघांच्या!''

मैदानात जोडीच्या गड्यावर चाल करून गेल्यागत परशुराम एक ढेंग टाकून पुढं गेला आणि फाड् फाड् एकेक मुसकाडीत मारून परत येऊन पायरीवर बसला. शिकवलेल्या माकडानं तेवढाच खेळ करून दाखवावा तशी परशुरामानं ही कामगिरी केली आणि पठाणांची तोंडं पिकलेल्या टमाटूगत लालेलाल होऊन गेली. दादांनी विचारलं,

''क्यंव्व पठाण, कैशी हाय हालत?''

बोबडी वळलेले पठाण तोंडाकडं बघतच राहिले. काय बोलावं आणि काय करावं, हे त्यांचं त्यांना कळेना झालं. हे कोडंच काही त्यांना उकलेना झालं. कशाचाच काही बोध होईना झाला आणि तोंड उघडून एकजण काही तरी बोलायला गेला आणि दादा त्यांच्या अंगावर ओरडले, ''चिप्प रहो! बक् बक् बंद करो!''

पाठोपाठ हिंदुरावानं त्याचा मराठीत अनुवाद केला,

''अर गप्प ऱ्हावा. दाडवान निखळल!''

येवढं झाल्यावर दादांनी चौकशीला सुरुवात केली, ''क्यंव्व बे, आजतक कितना पैसा कमाया है तुम?''

अशी चौकशीला सुरुवात झाली आणि गावात कुणाकुणाला पैसे दिलेत, आजवर व्याज किती खाल्लं, मुद्दल किती फिटलं, कुणाकुणाला दम दिला, कुणाबरोबर मरीतुमरी केली-ह्या सगळ्या गोष्टींची बारीक चौकशी झाल्यावर दादा त्यांना हदम देत म्हणाले, ''ऐसा है तो ऐसा करो... फिर हमारे गावमें मत आओ! नही तो पाव निखलेगा! क्यंव्व?''

हा मामला न कळून पठाण तोंडाकडं येडबडल्यागत बघत राहिले आणि हिंदुराव तेच बोलणं पुन्हा मराठीत समजावून सांगू लागले,

''अरं, आमच्या गावात याचं न्हाई पुन्ना! न्हाईतर पाय निखळून ठेवू.''

हिंदुरावाचं बोलून झाल्यावर त्याचा धाकटा भाऊ- सुभानराव पुन्हा म्हणाला, ''हां पाव निकलेंगा-गुडगे में!''

पठाणांची हबेलंडी उडाली आणि ढेलजेच्या पायरीला हात लावून ते दया भाकू लागले. दादांना भली भली विशेषणं लावून विनवू लागले. पठाण असे चाबकाच्या वादीगत मऊ आले आणि दादांनी म्हटलं, ''फिर आप ऐसा करो....''

''जी?''

सगळेच ध्यान देऊन ऐकू लागले आणि दादांनी सगळा रंगच बदलून टाकला. एकाएकी नदीनं उलटं वळणं घ्यावं तशी गत झाली. दादा सांगू लागले,

''ऐसा करो. हमारे गावमें आवो. तुमको हम रहैने के वास्ते मकान देईंगा. रोटी पकाने के लिये बाई मिलेगा, हां बडी ढालगज बाई मिलेगा. तुमको लिये वो रोटी पकेंगे, मकान झाडेंगे, अंगुळ घालेंगे- तुम्हारे सब काम करेंगे. क्यंव्व, मंजूर है?''

दादांच हे बोलणं त्यांना कळेना. पोरांनाही ही चेष्टा वाटून ती हसू लागली. तशी त्यांच्यावर खॅस मारून दादा बोलले, ''मै सचमुच कहता हूँ. झूट नही बोलेंगा. तुमको फुकट घर मिलेंगे, बाई मिलेंगे, और क्या चाहिये? उधर रहना तो इधर रहना... ठीक?''

दादांच्या तोंडाकडं बघत पठाण हसू लागले. त्यांना त्यांचं बोलणं कळेना झालं आणि तीच गोष्ट दादा पुन्हा पुन्हा सांगू लागले. ते म्हणाले,

''देखो हमारे गावमे आवो. बडी खुशीसे रहो. आयेगा नही तो पैका मिलेगा नही! क्या करते बोलो?''

दादांनी असा पेच घातला आणि मग त्यांचं बोलणं खरं वाटून ते पठाणही विचार करीत राहिले आणि दादा सांगू लागले, ''हमारे गावमे एक तानू है तानू. लोणारे की. उसके घरमे रहो. ओ तानू आपकी सब कामे करेंगे. और आप हमारा फकस्त एकच काम करना- हररोज सुबेको और शामको इधर वाडे उप्पर आओ और मुजरा करके

जावो. बास! सलाम करना और जाना. दुसरा कोई काम नही... है हमारी बात मंजूर? नही तो गावमें आवो मत. हम पाव निकलेगा. क्या करते बोलो...''

दादांनी आपला हेका सोडला नाही आणि होकार देऊन पठाण मोकळे झाले. तिकडं तमदलग्यात रहायचं. ते इथं येऊन रहायचं. त्यात त्यांचं काही नुकसान नव्हतं. होता तो फायदाच. घर फुकट, कामाला बाई फुकट. त्यांच्याही तोंडाला पाणी सुटलं आणि दोन दिवसांत यायचं कबूल करून ते निघून गेले.

आणि बोलल्याप्रमाणं एक दिवस सारा गाशा गुंडाळून घेऊन ते गावात आले. दादांच्या सांगण्याप्रमाणं राजरोस तानूच्या घरात घुसले. त्या ढालगज बाईलाही काम मिळालं. मिश्री लावायलाही फुरसत मिळेना झाली. गावातल्या इतर टगे मंडळींचा तिच्या घरातला अड्डा मोडला. जाणं-येणं बंद झालं. रोज सकाळ-संध्याकाळ पठाण वाड्यावर मुजऱ्याला येऊ लागले आणि उगच सोटा घेऊन गावातनं हिंडू लागले. गावात असा एक नवा धाक निर्माण झाला आणि आधारही वाटला! डोंगरातल्या फरारी लोकांची धास्ती नाहीशी झाली. बारीकसारीक भांडणतंटे दबले जाऊ लागले. पाटलांचे जुने कर्देही बिनदिक्कत आपापल्या रानात कष्टाला लागले. सारं ठीक चाललं. बस्तान बसल्यागत झालं...

ह्यावर दसरा गेला. दिवाळी गेली. खरीप पिकांची सुगी झाली. रब्बीची पिकंही काढणीला आली. आणि शिमगा आला. दादांनी येताळाला बोलावून सांगितलं, ''लेका गावाची म्हारं भीक मागून खात्यात त्याच्या परास शिमग्याला तमाशाचा फड का उभा करत न्हाईत? औंदा शिमग्याला तमाशा उभा करा म्हणावं. एक चांगली बाई आणा. लागल त्यो पैसा घेऊन जावा...''

सळसळणारी एक पिवळी धामीण गावात आली आणि महारवाड्यात रोज डफ तुणतुण्याचा आवाज ऐकू येऊ लागला. ढोलकी वाजू लागली. कडं खणखणू लागलं. चाळ छुम् छुम् करू लागलं. आणि सारा महारवाडा उसळून गेला. समुद्राला नवी भरती आली. सारं गावही खुळं होऊन गेलं.

आणि शिमग्याच्या आदल्या दिवशी खुद्द वाड्यात तमाशाची रंगीत तालीम झाली. चार शेलक्या मंडळीपुढं वाड्यातल्या ढेलजेवर महारांनी तमाशा करून दाखवला. पायात चाळ बांधून बाई नाचून गेली आणि दहा लोक दहा तोंडानं बोलू लागले.

गाजत वाजत शिमगा आला आणि गेला. कोणी वाहवा केली, कोणी मूग गिळून गप राहिले. ज्याला उघड बोलता येत नव्हतं ते मागं बोलत राहिलं. कुणाला बरं वाटलं. कुणाला झोंबलं. महारांनी वाडा विटाळला ही भावना मात्र पसरत चालली...

बोलावणं आलं म्हणून राऊनाना वाड्यात आले. आणि उगच गप बसून राहिले. त्यांच्या तोंडावरची नाराजी बघून दादांनी विचारलं,

''का, आलाय तसं गप्पच बसलाय?''

तोंडाकडं बघत राऊनाना बोलले,

''काय बोलायचं? तुम्ही आज बोलीवलं म्हणून आलोय. तुम्हीच सांगा. का बोलावणं केलं?''

त्यांच्या ह्या बोलण्यानं दादांच्याही मनात चलबिचल झाली. त्यांनी विचारलं, ''का लई दिवसात वाड्यावर फिरकलाच नाहीसा?''

राऊनानांच्या मनातही साचून आलं होतं. तेही एकदम बोलले, ''कशाला फिरकायचं?''

दादा चपापले. त्यांनी विचारलं,

''काय तुमचं बोलणं कळेना?''

''तुमचं वागणंबी कळंना झालंय?''

''म्हंजे?''

''व्हय, जिथं म्हारं येऊन पाय लावून जाऊ लागली तिथं आमच्यासारख्यांनी येण्यात आता काय ऱ्हायलंय? कशाला यावं?''

राऊनानांनी असा सवाल केला आणि दादा मान फिरवून बसले. कळायचं ते त्यांना कळलं. ओळखायचं ते त्यांनी ओळखलं आणि दुसरीकडं बघतच ते म्हणाले,

''म्हंजे आमचं वागणं पसंत न्हाई म्हणा.''

थोडा वेळ राऊनानाही गपच राहिले आणि मग हळहळल्यागत जिव्हाळा दाखवून बोलू लागले,

''दादा, ह्येचा गावावर चांगला परिणाम व्हायचा न्हाई. तुम्हाला लोक बोलून दावत न्हाईत पर माघारी बोलत्यात. वाड्यात तमाशा तेवढा कराय नगो पायजे होता. गावच्या म्हारड्यांनी वाड्यात शिरायचं आणि पायरी चढून वर ढेलजेवर गोंधूळ घालायचा म्हंजे काय म्हणायचं मग! काय ऱ्हायलं? कशापायी केलंसा हे असं? आणि काय पदवी मिळविलासा त्यात?... बोलत न्हाईसा तर ऱ्हाऊद्या. तुमाला तर कोण आडीवणार? तुम्ही आपल्या मनाचं राजं हायसा! पर पोटात ऱ्हायचं न्हाई म्हणून बोललो... काय तुम्ही जिवाला लावून घ्याचं कारण न्हाई...''

एवढं बोलून राऊनाना उठले. दादाही त्यांना बसा असं म्हणाले नाहीत. खर्ररकन् चेहरा उतरलेले दादा आपल्याच विचारात गर्क होऊन गेले आणि राऊनाना कधी उठून गेले ह्याचा त्यांना पत्ताच लागला नाही.

...वारा पाठीमागून वार आले, गेले. असाच एक महिना झाला, दुसरा आला. महिनेही उलटू लागले आणि राऊनानांनी वाड्याचं तोंड बघितलं नाही. दादाही गपच राहिले. आपण होऊन तेही त्यांच्याकडे कधी गेले नाहीत. एका गोष्टीनं त्यांनीही त्यांची चौकशी केली नाही आणि राऊनानानींही कधी कसली विचारणा केली नाही. एकमेकाचं नाव टाकल्यागत दोघेही आपापल्या घरात बसून राहिले. राऊनानांची पोरं वाड्यावर रोज यायची तशी येत होती. रोज तालमीत घुमत होती. त्यांच्याकडंही कधी एका शब्दानं त्यांनी चौकशी केली नाही. दोन मानी जीव झाली गोष्ट आपापल्या मनात ठेवून राहिले.

रोज वाड्यावर जाणारे राऊनाना वाड्याकडं ढुंकून बघेनासे झाले आणि गाव त्यांच्या वागण्याचा अर्थ लावीत राहिलं. अर्थातनं अर्थ निघू लागला. राऊनानांनी वाडा का टाकला, एवढं दोघांचं गळतापैकी काय बिनसलं, कशात वाकुडपणा आला?- गाव बोलत राहिलं...

आणि राऊनाना उघडे पडले! नवे पाटील आल्यापासनं त्यांचा तोरा वाढला होता. तीच आता परदेशी पोरागत त्यांची अवस्था झाली! काही तरी बिनसलंय ही गोष्ट सगळ्यांना कळून चुकली आणि राऊनानांचा आधारच गेला.

...तिन्हीसांजेची वेळ होती. नुकता दिवस मावळला होता. गुरंढोरं रानातनं परतत होती. पेठेत लोकांची वर्दळ सुरू झाली होती...

वाड्यात शिंग वाजलं. मुजरा झाला आणि रोजच्या रिवाजाप्रमाणं दादांनी चौकशी केली,

''काय आज खबरबात? काय घडामोड?''

आणि एकाएकी दारातनं हंबरडा ऐकू आला!

राऊनानांचा धाकटा मुलगा संभाजी रडतच आत आला. खुर्चीवर बसलेले दादा धावून पुढं गेले. खालच्या पायरीवर त्याला पोटाशी धरून म्हणाले, -''काय रं संभा, काय झालं रं?''

मुसमुसणारा संभा कसाबसा म्हणाला,

''दादा, आबांचा खून झाला हो!'' आणि खांद्यावरचा धोतराचा सोगा गळून खाली पडावा तसा पोटाशी बिलगलेला संभाजी खाली पायावर पडला... दादाही मटकन खाली बसले...

आणि डोक्यावरचं छप्पर ढासळावं तसं आभाळ खाली आलं..

❒

१२

राऊनानांचा खून झाला आणि काही दिवस चावडीत यमाचा दरबार भरला! पुन्हा एकदा गाव भरडून निघालं...

भल्याभल्यांची हड्डी मऊ झाली. माराचा दणका उसळला. एकेकाच्या हाडाचा बकुणा झाला आणि पैशाचा पाऊस पडला!

केरूनाना पवार आणि दाजीबा गायकवाड पुन्हा आरोपी म्हणून झेलात गेले.

राऊनानांच्या पोरांना चेव आला. केरूनाना तुरुंगात गेला, तरी बदला घ्यायची भाषा त्यांच्या तोंडातनं जाईना झाली. ढाण्या वाघागत ते गावातनं फिरू लागले. फुकटचं खारीक-खोबरं खाऊन दुप्पट जोरानं तालीम करू लागले. तालमीतली सारी पोरंही एक झाली. पोराला पोर सामील होऊ लागलं अािण गावात एक निराळी फळी दिसू लागली. दादांच्या आसऱ्यानं वाढू लागली.

गावातले दोघेही दांडगेश्वर झेलात अडकले आणि दादा निर्धास्त झाले. त्यांना नवा हुरूप आला...

..चैत्रातला पाडवा आला. बिनघोरी झालेलं गाव वर्षफळ ऐकायला चावडीत गोळा झालं. सोनोपंत जोशीनं आपल्या हातानं भल्याबुऱ्यांना कडुनिंबाचा पाला खायला दिला. वाटलेल्या हरबऱ्याची डाळ आणि गूळ मिसळलेला तो पाला साऱ्यांनी तोंडात टाकला. बंदुकीचा एक बार झाला आणि झाडाला टांगलेल्या नारळाची भकलं उडाली. सोनोपंतांनी पंचाग उघडलं आणि नव वर्ष कसं जाईल, हे गाव सारं कान देऊन ऐकू लागलं...

वर्षाचा नवा दिवस साजरा झाला. रामनवमीचे दहा दिवसही उत्सवात निघून गेले. चैत्र गेला आणि वैशाख सुरू झाला. लग्नसराईची झुम्मड उठली. वाजंत्र्यांची तापद्रा उडाली. हलगी वाजवणारे गावचे मांग आणि कोरवी यांची गावातनं धावपळ सुरू झाली. एकेका मुहूर्ताला पाच पाच लग्नं होऊ लागली आणि एकच वाजंत्री ती वाजवू लागले. घरोघर केळवणं सुरू झाली. पैपाहुणे, रावळे-आवळे गोळा होऊ लागले. वाजतगाजत वऱ्हाडं येऊ लागली - जाऊ लागली. वऱ्हाड उतरायला जानवस घरं

मिळेना झाली. रुकवताची भांडणं गाजू लागली. मानपानावरनं लोक एकेरीवर येऊ लागले. सबंध वैशाख मास असा लग्न-सराईनं गजबजून गेला.

वैशाख गेला आणि ज्येष्ठ आला. अंगावर कळसाचं पाणी पडलेल्या आणि हळद लागून पिवळ्या झालेल्या नवऱ्या मुली माहेरी येउ लागल्या-सासरी जाऊ लागल्या. शिदोरीच्या दुडर्या रोज गावातनं फिरू लागल्या.

आणि नांगरलेली, कुळवलेली रानं पावसाची वाट बघत राहिली. चैत्र-वैशाखात आटून गेलेले ओढे-नालेही पाणी-पाणी करून लागले. लोक पेरणीच्या तयारीला लागले. सांदीकोपऱ्यात पडलेली अवजारं बाहेर येऊ लागली. सुतार-मेटावर आणि लोहाराच्या घरावर लोक दिवस दिवसभर पाहारा करीत बसू लागले. लोहार, सुतार आपल्या कामात गर्क होऊन गेले. कुणी खुरप्याला नव्या मुठी घालून घेऊ लागले. कुणी कुळव दुरुस्त करू लागले. रानातनं फिरायला टिपणी आणि कुरी सज्ज झाल्या....

बघता बघता मृग नक्षत्र निघालं. मृग आला आणि दिवसाचं तोंड दिसेना झालं! पाण्यानं भरलेले काळे ढग सारखे डोक्यावरून पुढं जाऊ लागले. रात्रंदिवस आभाळ पाझरू लागलं. गार वाऱ्यानं चैत्र-वैशाखातला उकाडा गेला आणि दिवसाउजेडी म्हातारी-कोतारी माणसं अंगाभोवती घोंगडं धरून बसू लागली. पाझरणारं आभाळ ठिबकू लागलं, गळू लागलं. ओढे नाले दुथडी भरून वाहू लागले. नदीला पूर येऊ लागले. पावसानं झोड उठवून दिली आणि तापलेल्या जमिनी गारगार होऊन गेल्या. पाणी लागून जागजागी उंबळू लागल्या. रानातनं झरे वाहू लागले. पाणी बाहेर पडायला वाव मिळेना झाला. टिचीची ओल विती-गुडघ्याला गेली. बसल्या बसल्या माणसं बोलू लागली, ''पावसानं मज्जा केली गा ऽ ऽ! गड्यानं गारेगार करून सोडलं! आता जरा ऊन पडलं आणि घात आली म्हंजे पेरणी करायला मोकळं झ्झालं बघा.'' - आणि वर आभाळाकडं तोंड करून आपल्या आज्ञाधारक पोराला सांगितल्यागत लोक पावसाला सांगू लागले,

''बास, बाबा आता थांब जरा. कर उघडीप. पेरणी तेवढी आटपुद्या आणि मग ये म्हणं पुन्ना.''

पाऊस थांबला. दोनचार दिवस उघडीप झाली. आणि मृगातल्या त्या गोड उन्हानं वाफसा येऊ लागला. घात आली, घात आली! ही एकच दंगल गावात माजली. धांदल उडाली. पेरणीची तापद्रा सुरू झाली आणि मग कुणाची कुरी चालेना झाली. कुणाच्या चाड्यातनं बी गळेना झालं. कुणाला अवजार मिळेना झालं. तर कुणाला जनावर गावेना झालं. कुणाला बी कमी पडू लागलं तर कुणाला ते पेरायला गडी सापडेना झाला. ज्याच्या त्याच्या रानात पेरणी सुरू आणि गावाला दुसरं काही सुचेना झालं.

आठपंधरा दिवसात जोंधळा पेरून झाला. मोड उगवून वर येऊ लागले. तरातरणारी हिरवी, पोपटी पाती डोळा उघडून बघू लागली. आणि भुईमूग टोकणला जाऊ लागला. पटावरच्या सोंगट्यागत माणसं दिवस दिवसभर रानात बसलेली दिसू लागली. भांगलण सुरू झाली. कोळपणी फिरू लागली... पिवळे माळ हिरवे झाले. ओढ्या-नाल्याच्या दड्डाचं गवत उगवून वर येऊ लागलं. खिंडीच्या दोन्ही बाजूला हिरव्यागर्द झाडीनं डोंगर झाकले गेले. घळीतून पाणी खेळू लागलं. आणि दिवस दिवसभर माळावर, डोंगरावर, दड्डाला जनावरांचे कळपच्या कळप चरताना दिसू लागले.

ज्येष्ठ गेला आणि आषाढ आला. मृगात पेरलेली पिकं उगवून येऊ लागली. खुरपणी, भांगलणी, कोलपणी सुरू झाली. सारी रानं हिरवीगार दिसू लागली. पाऊस तब्येतशीर पडू लागला आणि ओढ्या-नाल्याचं पाणी झुळुझुळु वाहू लागलं. रानातल्या पिकाचा आणि गवतांचा मातकट वास दरवळू लागला. सारी सृष्टी हिरवीगार दिसू लागली आणि बेंदूर आला.

बेंदूर आला आणि घरोघर फिरून कुंभारानं चिखलाचे बैल दिले. गावच्या मांगानं घराघराला पिंपळाच्या पानांची तोरणं बांधली. तेलहुरमुंजानं लोकांनी बैलांची शिंग रंगवली. निरांजन आणि भेंड्यांनी जनावरांच्या पाठी-पोटावर रंगीबेरंगी छाप उठवले. अंगावर भिंगांच्या झुली घातल्या. नवे कासरे लावले. गळ्यात गंडा बांधला आणि शेंब्याला रंगीत गोंडे लावले. कुणी सजुगरा शिजवून घातला. कुणी गव्हाची सोजी करून चारली. नळ्यानं तेलअंडी पाजली. कुणी हौशी गड्यांनी परड्यातली झाडं झोडपून कावळ्याची कोठी चाचपली आणि तेलअंडी पिऊन, सजुगरा खाऊन खोंड सुस्तावले. वाजतगाजत करीच्या बैलांची मिरवणूक निघाली. हलगी, ताशा, लेजीम यांचा आवाज दिवसभर घुमत राहिला.

आकाड तळला आणि श्रावण आला. ऊन पावसाचा खेळ सुरू झाला. खिंडीच्या अंगाला डोंगराच्या कुशीत ढग खाली लोंबू लागले. झिरमाट पडूं लागलं आणि पिवळं ऊनही गळू लागलं. इंद्रधनुष्याच्या सप्तरंगी कमानी दिसू लागल्या. त्या कमानीखाली उन्हाचा मुहूर्त साधून कोल्ह्यांची लग्नं होऊ लागली. हळद लागलेल्या पिवळ्या चिमण्या नांदायला सासरी आल्या... रात्रीच्या वेळी गावात पोथीपुराणं सुरू झाली. कुणाच्या घरात रामायणं लागलं, कुणाच्या घरात महाभारत सुरू झालं. मध्यान् रात्रीपर्यंत लोक पोथी ऐकत बसू लागले. चार धार्मिक गोष्टी कानावरून जाऊ लागल्या.

एका पाठोपाठ पावसाची नक्षत्र येऊ लागली- जाऊ लागली आणि बघता बघता नागारपंचीम आली.

नागारपंचीम आली आणि घराघरात खेळ सुरू झाले. लेकुरवाळ्या बायकाही

फेर धरून नाचू लागल्या. रात्ररात्र जागरणं होऊ लागली आणि दीड दिवसाचं शिराळशेटाचं राज्य आलं. गठळ्यात बांधून ठेवलेला मोतीचूर जोंधळा तव्यावर उड्या मारू लागला. परड्यातल्या झाडांवर झोपाळे झुलू लागले. न्हात्याधुत्या पोरी जोडी जोडीनं झोपाळ्यावर उभ्या राहू लागल्या. एकीमेकीच्या ऊराला ऊर लावून झोके घेऊ लागल्या. झोपाळे असे झुलू लागले आणि भला दांडगा ढेरपोट्या शिराळशेट तोंडात गांजाची चिलीम धरून वेशीच्या तोंडाला बघत बसला. पंचीम आली आणि तरण्या पोरी जरीची, रेशमाची, ठेवणीतली लुगडी नेसून नटू लागल्या. नागोबाला दूध, लाह्या घेऊन घोळक्यानी गाणी म्हणत जाऊ लागल्या. चावट पोरं लाह्या मागायला पुढं जाऊ लागली. वाट आडवून उभी राहू लागली. टोपलीत नाग घेऊन गारुडीही गावात आले आणि दिवसभर त्यांच्या तोंडाची पुंगी वाज राहिली.. एक गोड नाद कानात ठेवून पंचीम निघून गेली...

पंचीम गेली आणि गौरीगणपतीचे दिवस जवळ आले. झेंडूची, गौरीची, चाफ्याची, गुलबसाची फुलं डोलू लागली. सारी सृष्टी नटून गेली. रानोमाळ एक गोड गंध दरवळू लागला. नांदायला गेलेल्या पोरी माहेरी आल्या. फेरीची गाणी सुरू झाली. रात्ररात्र बायका झिम्मा घालू लागल्या. फुगड्या खेळू लागल्या. हातात सूप धरून नाचू लागल्या. कोंबडा होऊन, घोडा होऊन दमू लागल्या. पकवा घालून तोंडं दुखू लागली, घसा बसू लागला. आणि घामानं अंगातली चोळी भिजू लागली.

गौरी आल्या, गणपती आला. उलाथण्यानं टराटरा परातीची पाठ खाजवून गौरीची कानउघाडणी केली. सकाळ संध्याकाळ आरती सुरू झाली. लहान पोरं ओट्यात कटकं आणि हातात मेपटी धरून दिवसभर गावातनं फिरू लागली. अंगावरच्या नव्या कापडांवर कटक्यांचे डाग पडू लागले आणि भांडणं होऊ लागली. पोरांनी काढलेल्या कुरापती मोठे लोक निस्तारू लागले. हे आठदहा दिवस भर्रकन् गेले आणि एक दिवस ''गणेश बाप मोऱ्या ऽ ऽ ऽ फुडच्या वर्सी लौकर या'' अशा आरोळ्या गावभर उठत राहिल्या. भादवा असा उत्साहात निघून चालला. पोथीपुराणंच्या समाप्ती झाल्या. पिशाची आमुशा झाली. भादव्याची पितरं आणि अहेवनवमीची जेवणंही झाली. मध्येच पावसानं ओढ दिली आणि लोक तोंडं वर करून ढगांकडं बघत राहिले...

पानाला हिरवे-पिवळे किडे लागू लागले आणि कमरेला, छातीला आलेली जोंधळ्याची पिकं पिवळी दिसू लागली. तापत्या ऊनात माना वाकवून उभी राहू लागली. शेंडे करपू लागले. मिरची, तंबाखूची झाडंही खुज्जी दिसू लागली. पिकातला जोम असा नाहीसा होऊ लागला आणि तणाला जोर चढला. टारफुला तरारून उगवू लागला. बेदरकारपणे वाढू लागला आणि मूळ पिकाला खायला उठला! भांगलणीला, कोळपणीला दाद देईना झाला. किती भांगललं, किती कुळवलं तरी तणाला नवी फूट फुटूं लागली आणि पिकं मरू लागली. पावसावाचून सुकू लागली.

लोक वर तोंड करून ढगाकडं बघू लागले आणि एक दिवस पावसानं गर्दी केली. मज्जा झाली! वाळत चाललेल्या पिकावर नवी काळोखी आली. तेज आलं. बसलेला जोंधळा उठू लागला. धाटं सरसरून वाढू लागली. खुरटलेली मिरची गुडग्यामांड्याला लागू लागली. फांद्या फुटून झोकदार दिसू लागली. तंबाखूची तुटाळीही मूळ धरू लागली. मधला पांढरा देठ रसानं भरून गेला आणि पातळ पानं जाड होऊ लागली. त्यांचा गडद हिरवा रंग उन्हानं काळा दिसू लागला. पिकांनी असा जोम धरला आणि तणाचाही बीमोड होऊ लागला. टारफुल्याचाही काटा बसत चालला. हिरवं बाटुक डोक्यावर घेऊन शेतकरी रोज घरला जाऊ लागले आणि गणेशचतुर्थीला व्यालेल्या गाई-म्हशी अंग धरू लागल्या. कासा मोठ्या करून भरपेठ दूध देऊ लागल्या. शेतकरी डोळ्यापुढं स्वप्नं रंगवू लागला. आणि पोटाला नसलेली म्हारंपोरं बावचळल्यागत करू लागली. हातावरची पोटं भरेना झाली आणि किरकोळ चोरीमारी सुरू झाली. गोरगरीब पाटलांच्या तावडीत सापडू लागले. हुरडा झोडपल्यात पाटील त्यांना बडवू लागले आणि गाव त्यांना आर्शीवाद देऊ लागले...

होता होता दसरा आला. गाव सोडून निघून गेलेल्या पाटलीणबाई दसऱ्याला गावात आल्या. आपल्या दत्तक मुलाला घेऊन गावची मालकीण वाड्यात आली. आणि वाड्यालाही नवी कळा आली. लोकांच्या तोंडावर नवा नूर दिसू लागला. एका उदंड उत्साहानं गाव हालू लागलं. दत्तक मुलाच्या हस्ते देवळातले घट बसवले. नवरात्र सुरू झालं. गावातली शेपन्नास माणसं नवरात्राला देवळात जाऊन बसली. मारुतीच्या, महादेवाच्या, रामाच्या, शिरकाईच्या देवळापुढं तोरणं लटकू लागली. उसाच्या, जोंधळ्याच्या कमानीनं देवळांची तोंड झाकून गेली. रोज एकेक माळ चढू लागली आणि हत्ती नेमका माळेत सापडला! लोकांचा आनंद मनात मावेना झालं. हत्ती माळेत सापडला आणि ठेवल्यासारखा रोज नेमानं पाऊस येऊ लागला. पावसानं झोड उठवून दिली. पिकाला लागलेली किडामुंगी धुऊन गेली. गावात उत्सव जोरानं साजरा होऊ लागला. देवळापुढच्या मंडपात टाळमृदंग वाजू लागले. कुणी सुरेल गळ्यावर तर कुणी भसाड्या आवाजात अभंग म्हणू लागला- गवळण गाऊ लागला. पेटी वाजू लागली- डग्गा घुमू लागला. रोज रात्री राममंदिरात कीर्तनही सुरू झालं. आणि शिरकाईच्या देवळापुढं छत लावून सजवलेल्या मंडपात, हांड्याझुंबराखाली रोज रात्री नवी मुरळी येऊन नाचू लागली. तिच्या पायातले चाळ वाजू लागले, चवाकणं गचके देऊ लागलं आणि लावणीचा वेल मंडपात चढून पसरू लागला. रातराणीगत रोज रात्री फुलू लागला. गावाला काय काय बघावं आणि काय काय ऐकावं हे कळेना झालं. लोक जरा भजन ऐकून कीर्तनाला जाऊ लागले, कीर्तन ऐकून भजनाला येऊ लागले, आणि भजन ऐकून पुन्हा मुरळ्या बघायला जाऊ लागले. बघता बघता आणि ऐकता ऐकता पाय पोटात घेऊन तिथंच कलंडू लागले.

आणि शिलंगणाचा दिवस आला. अंगावरचे नवे कपडे घालून लोक सोनं लुटायला घराबाहेर पडू लागले. कोशा पटके आणि बादली फेटे डोक्यावर दिसू लागले. आपट्याचा माळ माणसांनी भरून गेला. जत्रा भरलेली दिसू लागली.

आणि गावच्या अंगानं तालमीतली पोरं लेजीम वाजवत जवळ येऊ लागली. हलगी, ताशाचे शेडे ऐकू येऊ लागले. वाजत गाजत मिरवणूक जवळ येऊ लागली, तशी माळावर जमलेली माणसं मान फिरवून मागं बघत राहिली...

मिरवणुकीच्या मध्यभागी एका सजलेल्या घोड्यावर दत्तक मुलगा आरूढ झाला होता. जरीच्या टोपीत घटावर उगवलेल्या रोपट्यांचा तुरा खोवून मोठ्या ऐटीत बसला होता. सोनं लुटायला मिरवणुकीनं माळ्यावर येत होता, आणि लांबलचक माणसांची ती रांग मुंगीच्या पायानं पुढं सरकत होती. मुलगा असा घोड्यावर बसला होता आणि पाटील, तलाठी ही सारी मंडळी घोड्यामागनं चालताना दिसत होती. जशी माणसं मागं होती तशीच ती पुढंही होती. हातात हत्यारं घेतलेली सनदी मंडळी दोन रांगा करून घोड्यापुढं एका ठेक्यात चालत होती. त्यांच्यापुढं लेजमीचा ताफा उभा होता आणि लेजमीपुढं वाजंत्र्यांचं वाजाप सुरू होतं. हलगी बोलत होती. ताशा झडत होता. जागजागी जाळ करून भाया मांग हलगी शेकत होता. शेकून गरम झालेली हलगी गुढघ्यात वाकून, ओठ खावून आणि मान हालवून तो वाजवत होता. त्याच्या अंगात आल्यागत झालं होतं आणि ताशेवालाही काही कमीचा नव्हता! डोळे झाकून तो डुलत होता. वरच्या दातात खालचा ओठ गच्च धरून तोही चेव आल्यागत करत होता आणि फुगा फुगवल्यागत गाल फुगवून कोरव्याचा भोंगा सारखा सुरू होता. त्याच्या तोंडाला दम नव्हता. ही मिरवणूक अशी माळावर आली आणि कान बधिर होऊन गेले. भाँ करून भोंगा सारखा सुरू झाला. ताड ताड ताड ताशा सारखा झडू लागला. आणि हलगी बोलू लागली... टंगा गुडगुड, टंगा गुडगुड, टंगा गुडगुड, टंगाऽऽ...

एकावर एक शेडा होउ लागला. बडी मंडळी सारी आपापल्या जाग्यांवर बसली आणि दांडपट्टा सुरू झाला. राऊनानाच्या मधल्या पोरानं - सुभानरावानं हातात दांडपट्टा घेतला आणि चवताळलेला चित्ता झेप घेऊन पुढं यावा, तसा तो मैदानात आला. टाळ्यांचा कडकडाट झाला. वीज लखलखू लागली आणि हातातलं पातं थरथरू लागलं. उरातला श्वास उरात राहिला आणि डोळे रोखून लोक बघत राहिले. सुभानरावाचा पाय जाग्याला ठरेना आणि चक् चक् चक् चक् आवाज ऐकू येऊ लागला. बघता बघता बहाद्दरानं अंगाचा मुटका करून वर उड्डाण केलं आणि भुईचा लिंबू बरोबर मधनं कापला गेला. लिंबू जागचा न हालता फाकीवर फाक तशीच राहिली. कुणाला दिसली, कुणाला नाही. आणि मग एक सनदी पुढं गेला. खाली वाकून भुईचा लिंबू त्यानं हातात घेतला आणि आपल्या दोन हातात दोन

फाकी धरून त्यानं हात वर केले. ते वर केलेले हात बघून लोकांनी काइ् काइ् काइ् टाळ्यांचा गरज केला. डोक्याचे फेटे काढून लोक वर फेकू लागले आणि झेलू लागले. हलगीचा आणखी एक शेडा झडला आणि झांजा वाजवत धनगर पुढं आले. ढोलही वाजू लागले. दांडपट्टा झाला आणि धनगरांच्या गजीला सुरुवात झाली.

ऐटबाज फेटे बांधलेले, गळ्यात काचेच्या मण्यांच्या रंगीबेरंगी माळा घातलेले, तंग तुमानीवर भिंगाचे मलमली जाकीट ल्यालेले आठदहा धनगर गडी एक हात कमरेवर ठेवून, दुसऱ्या हातातला रुमाल हालवत, मोर नाचत यावा तसं पुढं आले. जोडी जोडीनं उभे राहिले. एकमेकाच्या हाताला हात धरून अंगाभोवती गोल फिरू लागले. कमानी करू लागले. खाली बसू लागले, ढोलाच्या तालावर गजी नाचू लागल्या, झांज्या वाजू लागल्या. आवाज घुमू लागला आणि नाद उठू लागला....

धनगरांचा खेळ झाला, कुस्त्या झाल्या आणि मग बसलेले लोक उठले. सोनं लुटायची झुंबड उडाली. जत्रा फुटली. गर्दी गावाकडं लोटली.

सोनं द्यायला सारं गाव वाड्यावर आलं. लहानथोर, म्हातारी-कोतारी सारीच येऊन सोनं देऊन गेली आणि वाड्याच्या चौकात आपट्याच्या पानांचा खच पडला!

शिलंगण झालं. चार लोकांच्या भेटी घडल्या आणि दसऱ्याला आलेल्या बाई नव्या रंगीत काचा बसवलेल्या सारवट गाडीतनं पुन्हा माहेरी गेल्या.

अशीच दिवाळी आली, सुगी झाली. पुन्हा दुसवट्यांची पिकं आली. त्यांची काढणी-मळणी सुरू झाली. दिवसामागून दिवस जाऊ लागले...

...उभी-आडवी नांगरट करून धोतऱ्यानं माजलेलं रान सारं ढवळून निघालं. कुळव हाणून ढेकळं फोडली. फेसाटी ओढून रान सारं साफ केलं आणि माती मऊ लोण्यागत झाली. पोत सुधारला आणि रानानं झकास फूल धरलं...

❐

भाग तिसरा

१

मृग आला. आभाळ सारखं भरून येऊ लागलं. रानात जिकडं तिकडं ओल झाली आणि बुडाचा तळ गाठलेल्या विहिरी पाण्यानं भरू लागल्या. उघड्या पडलेल्या जई पाण्याखाली बुडून गेल्या. तळाचं पाणी वर काठाला येऊन भिडलं. विहिरी पाण्यानं तुडुंब भरल्या आणि पायऱ्या निसरड्या झाल्या...

...दुपारची वेळ होती. दादा वाड्यात तक्क्याला टेकून बसले होते आणि चौकात हुंदका ऐकू आला.

हडकुळा लक्ष्मण परीट दाटलेल्या गळ्यानं पायरी जवळ येऊन उभा राहिला होता. आपल्या दोन्ही हाताचे पंजे तोंडावर धरून तो मुसमुसत, दबल्या आवाजात हुंदके देत होता.

बाहेर बघत दादांनी विचारलं,

''का रं लक्षा, काय झालं?''

लक्ष्मण काही बोलेना झाला. काय झालं म्हणून दादांनी विचारलं आणि तो गदागदा हलू लागला. वाऱ्यानं पान थरथरावं तसा कापू लागला. पायावर उभं रहायचं होईना तसा तो मटकन् पायरीजवळच खाली बसला आणि ढेलजेच्या कट्ट्याला कलंडून मोठ्यानं हुंदके देऊ लागला.

दादा उठून बाहेर आले आणि ढेलजेतल्या खुर्चीत बसून विचारू लागले,

''का रडतोस रं?- व्हय लक्ष्या, काय झालं?''

तो कसाबसा बोलला,

''पाटील, बायकू गेली हो!''

बायको गेली म्हणजे काय झालं, ह्याचं दादांना कोडं पडलं आणि ते त्याच्याकडं नजर रोखून बघत राहिले. गुढघ्यात तोंड घालून बसलेला लक्ष्मण सांगू लागला,

''कुंभार मळ्यात धुयाला गेली होती.'' असं म्हणून त्यानं हुंदका दिला आणि दाटलेल्या गळ्यानं तो म्हणाला,

''मालक, पाय घसरून हिरीत पडली.''

लक्ष्मण हुंदके देत राहिला. समजायचं ते दादांना समजलं. उमगायचं ते उमगलं

आणि विजेसारखा एक विचार त्यांच्या मनात चमकून गेला. त्यांचा चेहरामोहरा बदलला. त्यांनी कपाळाला आठ्या घातल्या आणि मुद्दाम करड्या आवाजात विचारायला सुरुवात केली,

''पाय निसरून हिरीत पडली का जीव दिला रं तिनं?''

लक्ष्मण चपापला. हुंदके आवरून त्यानं तोंड वर केलं आणि दीनवाणा चेहरा करून तो पाटलांच्या तोंडाकडं बघत राहिला. पाणी भरलेल्या डोळ्यानं टकाटका बघू लागला आणि दाटलेल्या गळ्यानं सांगू लागला,

''सरकार, जीव द्याचं काय कारण?''

करड्या आवाजात दादांनी विचारलं,

''काय कारण? अरं ते तुला दक्कल! जिवाला कट्टाळली असल ती.''

लक्ष्मण हबकला. कळ आल्यागत तळमळला. उठून उभा राहात म्हणाला,

''असं कसं जी?''

''अरं मग रोज धुयाला जाणारी बाई आजच पाय निसरून कशी पडलं रं? तिला आपल्या जीवाची काळजी न्हाई?''

''सरकार,- कच्ची बच्ची दोन पोरं मागं हैत. त्यास्नी टाकून ती तर का निघून जाईल- सांगा की.''

''ते मी सांगू? पंचनाम्याला पोलीस आलं म्हणजे सांगतील!'' असं म्हणून त्यांनी तंबी भरली, ''लक्ष्या, मी सरळ इचारतो तवर सांग. का बायकूनं जीव दिला तुझ्या? काय तरास दिलास तिला?''

दादा गरजले, ''असं वळंबा घेत सांगू नको. इनाकारण वाड्यात शिरू नको. का तिनं जीव दिला हे लौकर सांगून मोकळा हो. न्हाईतर तुझ्यामागं झ्यांगाट लागल. निस्तरायला तयार हो.''

''सरकार, कुणालाबी विचारा. शेजारपाजारी सांगतील. गावातल्या कुणाबी माणसाला इचारून बघा. आम्ही जसं राजा राणीगत ऱ्हात हुतो!''

त्याला हिनवून दादा म्हणाले,

''गावची धुणी बडवून पोट भरणारा परीट तू! आणि तुम्ही राजा राणीगत ऱ्हात हुतासा? अरं तुझ्या राजाच्या!'' आणि दादा दात ओठ खात त्याच्या तोंडाकडं बघत राहिले. तरबत्तर झाले. डोळ वटारून ते बघू लागले. काहीच्याबाहीच विचारू लागले आणि गपगुमान मान खाली घालून लक्ष्मण चोरागत उभा राहिला. खाली आपल्या पायाकडं नजर लावून बघत राहिला आणि दादा कडाडले,

''तुला काय सांगायचं नसलं तर हितं पायरीजवळ हुबा ऱ्हावू नको. आलास त्या वाटेनं निघून जा. तू हैस अन ते पोलीस हैत... बघून घ्या.''

दादा असे निर्वाणीचे बोलले आणि काय करावं, कसं सांगावं, हे त्याला कळेना

झालं. तो येडबडून गेला. आधीच त्याच्यावर आकाश कोसळलं होतं, त्यात पाटलांनी असा दट्ट्या लावला! अर्थाचा अनर्थ करून ते विचारू लागले. काही सांगायला जावं तर ऐकून घेईना झाले. तसा दु:खानं व्याकूळ झालेला तो बापडा परीट जागचा हलला आणि एखाद्या बाईनं पदर पसरावा तसं नेसूचं धोतर आपल्या हातात धरून म्हणाला,

"सरकार, मी तुमच्या पायाचा चेंडू हाय... कोलवा अगर कायबी करा; पर एकवार इनंती करून सांगतो. तुम्हीच गावचं राजं... सांभाळनार तुमीच, मारनार तुमीच..."

दादा गुरगुरले, त्याला पुरतं बोलू न देता म्हणाले,

"परटा, त्वांड आवर, त्वांड आवर. सोनूपंतागत मला पुराण सांगत बसू नको. का बायकूनं जीव दिला हे सांगायचं असलं तर सांग न्हाईतर तुझा रस्ता कातर."

"मालक, माझ्या पोरांच्या टाळूवर हात मारून सांगतो-"

दादा कडाडले, "तुझा रस्ता सुधार बघू."

येवढं बोलून दादा तावातावानं आत निघून गेले आणि ढेलजेकडं बघत लक्ष्मण गप उभा राहिला. काय करावं त्याला कळेना झालं. एक नवं संकट येऊन उभं राहिलं! विनवणी करण्यात आणि दया भाकण्यात काही अर्थ राहिला नाही. नवी काळजी मनात उत्पन्न झाली. भांबावून गेलेला लक्ष्मण बायको गेल्याचं दु:ख विसरून गेला. हे नवं संकट कसं निस्तरावं हा घोर त्याच्या जिवाला लागला. अखेर खाल मानेनं आणि पडल्या तोंडानं तो आला तसा मागे फिरला. आपल्याच विचारात आणि काळजीत पाय ओढत जाऊ लागला... आता कुठं जावं? कुणाला भेटावं? काय करावं?...

एकाएकी इमारत पायात दुभंगावी तशी त्याची गत झाली. कंबरच खचली. पाय भरून आले आणि पाऊल उचलेना झालं. ध्या दिवसा डोळ्यापुढं चांदण्या दिसू लागल्या... आता पोलिस येतील! आडवं लावून विचारू लागतील... काय सांगू रं देवा! ही काय सक्रात आली माझ्यावर!...

हडबडलेल्या परटाला काही सुचेना झालं. कुणाला भेटावं, काय सांगावं-काही समजेना झालं. पण आता खटपटीला लागल्याशिवाय गत्यंतर नव्हतं. मरायची ती बायको मरून गेली होती. निस्तारायची पाळी त्याच्यावर आली होती. त्यानं उगच विचार केला आणि विंचवागत तरातरा तो राऊनानांच्या पोरांकडं गेला.

हिंदुराव एकटाच घरात बसला होता. लक्ष्मण एकाएकी आत गेला आणि पाय शिवून बोलला,

"तुमीच आता मायबाप! हो तर तारा न्हाईतर मारा. मला दुसरा कुणी वाली न्हायला न्हाई."

त्या गरीब परटाचा हा बोल हिंदुरावाच्या काळजाला जाऊन भिडला. पाझर फुटल्यागत त्यानं विचारलं,

''काय रं बाबा लक्षीमन, काय झालं?''

''अशानं असं''-म्हणून त्यानं सारी हकीकत संगितली. हिंदुरावानं ती कान देऊन ऐकून घेतली आणि धीर देत तो म्हणाला,

''काय घाबरू नकोस. चल संगं माझ्या. अपुन जाऊ, दादास्नी इचारू. त्यांची समजूत घालू.''

गाईच्या पाठीमागं वासरू जावं तसा तो हिंदुरावाच्या मागनं चालू लागला. दोघेही पुन्हा वाड्यात आले. हिंदुरावाच्या आशेवर राहिलेला परीट अंग आखडून उभा राहिला आणि त्या दोघांनाही चौकात बघून कुत्र्यावर खेकसल्यागत दादा ओरडले, ''आणि का आलास रं परटा? हिंदुरावाला पुढं घालून आलायस व्हय? वशीला लावाय आलायस?''

परटाच्या काळजानं ठाव सोडला! वाऱ्याला तोंड पसरून तो उभा राहिला आणि इशारा दिल्यागत दादा हिंदुरावाला म्हणाले,

''हिंदुराव, राऊनाना गेल्यापासनं पोटच्या पोरागत म्या तुला पाळलंय. त्याचा गैरफायदा घेऊ नकोस.''

डोळ्याला डोळा लावून हिंदुराव बोलला,

''ते न्हवं, ह्या गरीब परटावर असा दात का धरलाय? त्यानं काय तरास दिला आपल्या बायकूला? ती बिचारी पाय घसरून हिरीत पडली. आपल्या मरणानं मेली... आणि ह्याला का धारेवर धरलंय?''

नजरेला नजर देऊन दादा बघत राहिले आणि रागानं भाडकन् म्हणाले, ''गावचा पाटील तू का मी? मला जाब विचारायला आलायस? खाल्ल्या घरचं वासं मोजतोस?''

विचार न करता, पाचार न करता दादा असे भलतीकडंच झुकले, तोंडाला येईल ते बोलले आणि हिंदुरावही भडकला. मानपान सारा गुंडाळून ठेवून त्यानं आपल्या हाताचं एक बोट वर करून म्हटलं,

''हा दादा! खबरदार! एकदा बोलला ते बोलला. पुन्ना असलं बोलणं खपवून घेनार न्हाई. वासं मोजायची भाशा कुनाफुडं करता? काय खाय तुमचं? का एका भाकरीनं मिंदा न्हाई तुमचा! आपल्या घरचं खायाला घातल्यागत बोलतासा! कवा पदर पसरून तुमच्या दारात आलो हुतो काय आमी? दुसऱ्याच्या अन्नावर जगनारी कुत्र्याची औलाद न्हाई आमची! जरा समजून बोला!''

हिंदुराव असं बोट दाखवून बोलला आणि दादांचा पारा झर्रकन् खाली उतरला. ते बोलायला गेले एक आणि झालं भलतंच! त्यांच्या काळजालाच धक्का बसला. हिंदुराव असं उलटून बोलला आणि त्यांच्या मनात आलं- आजवर वाड्यावरच्या

तालमीत खेळून ही पोरं माजली. त्यांनी आपला अडसाटा घेतला. एका गावकऱ्या देखत उलटून बोलायला कमी केलं नाही!...ह्यात जे कळायचं ते त्यांना कळलं. समजायचं ते समजलं आणि आपला होरा चुकला हे जाणून त्यांनी चाल बदलली. वरच्या पट्टीतला आवाज खालच्या पट्टीत आणून ते म्हणाले,

"हिंदुराव, अरं तू पैलवान गडी. ह्या गावच्या भानगडी तुला काय करायच्या? तू अजून हुरुट पोर हैस- पोच याचा हाय. मी सांगतो ते ऐक आणि आपलं गप घरात जाऊन बस. निष्कारण असं कुणाच्या फंदात पडत जाऊ नकोस... जा घरला"

घरला जा म्हणताच हिंदुरावही गर्रकन् मागे वळला. पाठ फिरवून आपल्या रस्त्याला लागला. येडबडलेला परीटही त्याची पाठ धरून चालू लागला. चालता चालता हिंदुरावानं मागं वळून बघितलं आणि दातओठ खाऊन तो त्याला सांगू लागला,

"आयला, ह्यच्या पायात आमच्या आबांचा खून झाला! आमी हाय म्हणून ह्यो जित्ता ऱ्हायला आणि आत्ता ह्याच्या डोळ्यावर धूर आलाय! ह्यला कोण इचारनार ऱ्हायलं न्हाईगा ऽ ऽ! डोळ्याच्या भावल्या उफराट्या झाल्यात! आम्हाला पोटच्या पोरागत मानतोय म्हणून गप बसायची पाळी आलीया. न्हाईतर ह्यचा फऱ्यांतनं पाय काडायला काय वेळ लागनार हाय?"

बोलत बोलत दोघेही घरापर्यंत आले आणि परटानं विचारलं, "आता काय करायचं हिंदुराव?"

हिंदुराव थोडा विचार केला आणि कपाळाला आठ्या घालून तो बोलला, "जा बाबा काय तरी कर जा. त्यो तुझ्याकडनं कायतरी शेपाशं रुपय घेतल्याबिगार सोडायचा न्हाई! लाग जा खटपटीला आणि आल्या संकटातनं हो मोकळा. ह्याउप्पर मी तर काय सांगनार गा तुला?"

आणि कोणी वाली नसलेला परीट त्याच्या तोंडाकडं बघत राहिला.

...जोंधळ्याला पोटरी पडू लागली. मिरच्या झाडाला लोंबू लागल्या. आऱ्या सुटून शेंगाचे वेल चांगले पसरू लागले. दिवाळी आली. कडाक्याची थंडी पडू लागली आणि कणसात दाणा भरू लागला. शेंगाचे वेल उफराटे जाऊ लागले आणि पार्कातली डुकरं रानात येऊन पिकाला तोंड लावू लागली. शेंगाचे आरेच्या आरे नांगरले जाऊ लागले...

आणि एक दिवस सनदी राऊनानांच्या पोरांना बोलवायला घरी गेला. चावडीचं बोलावणं आलं तशी ती तिन्ही पोरं चावडीत येऊन हजर झाली. आपल्याच तोऱ्यात उभी राहिली आणि तक्क्याला टेकून बसलेले दादा त्यांच्या तोंडांकडं न बघता

बोलले,

"तुम्हाला कायदा म्हाईत हाय का न्हाई?"

दादांचं हे विचारणं झोंबलं आणि तेवढ्याच गुर्मीत हिंदुरावानं विचारलं,

"काय अपराध घडला आमच्या हातनं?"

दादांनी मान वळवली आणि डोळे वटारून तोंडाकडं बघत ते म्हणाले,

"कालच्या रात्री तुम्ही रानात डुक्कर मारला म्हणं!"

डोळ्याला डोळा भिडवून हिंदुराव बोलला,

"व्हय मारला! मग आता काय करायचं?"

"काय करायचं?"

"व्हय! दादा, आम्ही रानात शेंगा केल्यात त्या पार्कातल्या डुकरास्नी खायाला न्हवं! अपराध झालाय. मग आता काय फासाला द्यायचं असलं तर द्या."

अंगाचा भडका उडालेले दादा तोंडाकडं बघत राहिले. मिशीचं एक टोक हातात धरून म्हणाले, 'ऊं ऽ ऽ आणि वर हे ऽ ऽ बोलणं!"

त्याच आवाजात हिंदुरावही म्हणाला,

"वाड्यावर याचं सोडलं म्हणून डुकराचं निमित्त झालं व्हय तुमाला? म्हणून संदी बोलवाय घरला आला व्हय आमच्या?"

"व्हय, व्हय! काय करणार हैस? तालमीतली चार आडगी पोरं संग हैत म्हणून त्याच्या जिवावर उड्या मारू नकोस."

"दादा तुमी बी अकारण हा डाव खेळू नगासा. आम्ही मारल्यालं डुक्करच तेवडं दिसतंय व्हय?"

न बोलता दादा त्याच्या तोंडाकडं नजर लावून बघत राहिले...

आणि गावात एक निराळं वारं वाहू लागलं. रंवदारपटा उडू लागला...

❐

२

तिनिसांजेच्या वेळी हातात भाला घेऊन हिंदुराव वाड्यावर आला. नाला मारलेल्या पायताणांचा आवाज करत तो थेट ढेलजेवर जाऊन उभा राहिला... एकाएकी तो असा वाड्यात येऊन समोर उभा राहिला आणि त्याच्या हातातला भाला बघून दादा दचकले. त्यांची नजर भिरभिरली आणि मग आळीपाळीनं हातातल्या भाल्याकडं आणि तोंडाकडं ते बघत राहिले.

इलायतखां पठाण दत्तू नाईकाच्या जोडीला देवडीवर बसून होता. लोभाजी, मानाजी आणि परशुराम हे सगळे भाऊही ढेलजेवर हजर होते. सगळेच आपापली जागा धरून बघत राहिले होते आणि दादा कच न खाता डोळे वटारून अरेरावीनं म्हणाले,

''हातात भाला घेऊन आलायस! काय बेतानं आलायस?''

''एक जाब इच्चारायला आलोय!'' डोळ्याला डोळा लावून हिंदुराव असा गुर्मीत बोलला आणि दादांच्या कपाळाची शीर फुगून टम् झाली. त्यांच्या मस्तकातलं रक्त उतरून डोळ्यांत आलं. खाली लोंबणारा एक हात वर मिशीवर नेत दादा गुरगुरले, ''मला जाब इचारायला आलायस?... माझ्या घुगऱ्या खाल्ल्यागत बोलतोस!''

''घुगऱ्या काढायचं कारण न्हाई.''

''मग काय कारणानं दारात आलायस?''

हिंदुराव भाडकन् बोलला,

''साक्षीदार फोडाय लागलायसा व्हय? त्यास्नी खोट्या साक्षी द्यायला सांगितलंय म्हणं तुमी. कानावर आलंय म्हणून इचारतोय. काय घा घातलाय दादा तुमी? साक्षीदार फोडलं हे खरं न्हवं?''

''तू कोण इचारणार मला?''

''राऊनानाचा पोरगा म्हणून इच्चारतो!''

''लई शाना झालायस!''

''शाना न्हाई... खुळा हाय म्हणून अजून गप बसलोय!''

''गप बसलोय? न्हाईतर काय करणार हैस?''

''ते दावलं असतं पर...''

दात-ओठ खाऊन हिंदुराव असं बोलला आणि दादाही दरडावून विचारू लागले, ''अरं पर काय? कुणी आडीवलय काय तुला? कुणी हात बांधून ठेवल्यात काय तुझं? असलं दावणारं लई बगितल्यात की! का बाबा गप बसलाईस अजून? असला मनगटात जोर तर दाव की!''

छाती फुगवून हिंदुराव बोलला,

''दादा, दादा ऽऽ इनाकारणी वाकड्यात शिरू नगा... नागाच्या शेपटीवर पाय देऊन बघू नगा!''

''अरं तुझ्या नागाच्या! लई ठिसकारतोस!''

''मग सोडतो काय?''

''मग कुठं गेलता आजवर राग तुझा? का गप बसला होतास अजूनपतूर? अरं कशाला तोंडाची वाफ दवडतोस?''

''का गप बसलोय कळायचं न्हाई तुमाला...''

''कळायचं न्हाई?'' असं विचारून दादा म्हणाले,

''फुकट दानाला जाशील! कुणाम्होरं नाक उडवून बोलतोस!''

हाताचं बोट दाखवून हिंदुराव बोलला,

''अरं जा ऽऽ. लई टुरफूर करू नकोस. असली लई बघितल्यात!''

चिन्नी कोलवल्यागत दादांनी त्याला असं कोलवलं आणि हिंदुरावाचं काळीज ओरबडून निघालं. हातातल्या भाल्याची काठी ठाँय करून खाली आपटत तो म्हणाला,

''मीबी असली लई बघितल्यात! पळवून लावायला येळ लागायचा न्हाई. तुमचं भ्या न्हाई दादा मला... पर त्या बाईकडं बघून गप बसायचं हाय. ह्या वाड्याला भेतो. तुमाला न्हाई. तुमची कोन कदर करतंय? पर मालकिणीचा आब राखायचा म्हणून गप बसलोय.''

तुंबून राहिलेल्या जनावरागत दादा बघत राहिले आणि शिंग हालवल्यागत बोलले,

''अरं जा जा! खडी फोडायला लावून द्याचं ते आजवर घरात ठेवलं- उपकार मान माझं!''

हिंदुरावही डाफरून बोलला,

''तुमीच उपकार माना आमचं! आमच्या आधारानं आजवर गावात न्हायलायसा न्हाईतर पालापाचोळा उडाल्यागत कवाच उडून गेला असतासा! तुमच्या पायात आमच्या आबांचा खून झाला आणि सापागत उलटा फिरून दात दावतासा व्हय?''

दादा कडाडले, ''लई शानपणा शिकवत हुबा न्हाऊ नको दारात! बऱ्या बोलानं निघून जा. न्हाईतर धक्के घालून हाकलून दीन!''

दादांचा आवाज वाडा फोडून बाहेर गेला आणि एकाला चारसहा तालमीतली पोरं दारातनं आत घुसून देवडीजवळ येऊन उभी राहिली. एका हातात धरायची काठी दोन्ही हातात धरून बघू लागली. आणि मांडीवर शड्डू मारून हिंदुराव बोलला,

''मला धक्कं घालायला अजून या गावात उपजायचा हाय! कोन असा जिवावर उदार झालाय त्यो! असला नेट तर येऊद्या फुडं''

येवढं बोलून हिंदुरावानं भोवतीभर नजर टाकली. सारे तिथल्या तिथं गपगार उभे होते. दादांचे सारे भाऊ जवळ असून पुढं येईना झाले. इलायतखां पठाणही हातात सोटा घेऊन देवडीवरच बसून राहिला. त्या साऱ्यांच्या तोंडावरनं एकवार नजर फिरवून हिंदुराव बोलला, ''दादा, तुमचा ह्यो असला धाक आणि कुनाला तरी घाला; आमी भिनार न्हवं! तिनिसांच्ची येळ हाय, समोर दिवा हाय, तुमचं तिघं भाऊ हितं जवळ हैत, आणि देवडीवरचा त्यो पठाण पेंगत बसलाय- ह्या साऱ्यास्नी साक्षी ठेवून सांगतो. येऊद्या केरूनाना सुटून. आमाला जिवाची पर्वा न्हाई बरं! एकाला तिघं भाऊ हाय आमी वागागत. न्हाई खून केला त्याचा तर नावाचा हिंदुराव न्हवं मी! व्हटावर मिशी उतरून खाली पायावर ठेवीन तुमच्या! समजलं? काय बोललो येवडं धेनात धरा... हो तर लिवून ठेवा!'' येवढं बोलून हिंदुराव गर्रकन् मागे वळला आणि पायताणांच्या नाला वाजवीत आला तसा निघून गेला.

वाड्यातली सारीच माणसं एकमेकांच्या तोंडाकडं बघत चित्रासारखी गप राहिली. एक चकार शब्द कोणाच्या तोंडातनं बाहेर पडेना झाला आणि खवळलेले दादा पिसाळल्यासारखे करू लागले. त्यांच्या अंगात पिसं भरल्यागत झालं आणि ढेलजेतल्या ढेलजेत येरझाऱ्या घालत ते डरकाळी फोडू लागले,

''असलं नल्ल्याक गाव ते वठणीवर आणलं! आणि असला कोण लागून गेलाय ह्यो! ह्यास्नी पानी पाजायला येळ लागायचा न्हाई. ढेकूण चिरडल्यागत चिरडून टाकीन! काय भ्रांतीत हैत हे गब्रू! अर व्हट्ट पिळलं तर दूध निघल... एककाचं तीन तेरा नऊ आठरा वाजवीन!...''

चवताळलेले दादा सारखे येरझाऱ्या घालू लागले. तोंडाला येईत ते बरळू लागले आणि तो टोलेजंग वाडा गप कान देऊन ऐकत राहिला.

❐

३

...बारा राशीचे बारा घोडे उधळू लागले आणि सूर्याच्या रथाचं काळचक्र फिरता फिरता एका वादळात सापडलं.

खालसा मुलखातील कायदेभंगाच्या चळवळीनं जोर केला आणि संस्थानं जागी होऊ लागली. सरंजामशाहीला हादरा बसू लागला. खेडोपाडी जागी होऊ लागली. एक नवं वारं खेळू लागलं.

भाषणबंदी, सभाबंदी असलेल्या कोल्हापूर संस्थानातही कायदेभंग सुरू झाला. शेतकऱ्यांचे मोर्चे निघू लागले. सभा होऊ लागल्या. जत्रेला, उरसाला गेल्यागत लोक झुंडीझुंडीनं सभा ऐकायला जाऊ लागले. पार्के उठवा, पार्कातल्या राखीव हरणा-डुकरांना मारण्याची मुभा द्या, शेतसारा कमी करा अशी हाकाटी सुरू झाली. राजा आणि प्रजा यांच्यात दुफळी पडली. प्रजेनं आपल्या न्याय्य हक्कांची मागणी सुरू केली आणि सरकारी वरंवटा सबंध संस्थानभर फिरू लागला. धरपकड सुरू झाली. तुरुंग भरू लागले. कार्यकर्त्यांच्या घरादारावरून नांगर फिरू लागले आणि संस्थानी चळवळीची पाळेमुळे पसरत जाऊन खोलवरू रुजू लागली. लोकजागृतीचा वृक्ष फोफावू लागला. खेड्यांची काळझोप उडाली. महाल आणि पेटे जागे होऊ लागले. जहागिरीनी उठाव केला. सारा करवीर इलाखा राजाविरुद्ध दंड थोपटून उभा राहिला!

चळवळीनं असा उठाव केला आणि दडपशाहीला सुरुवात झाली. पोलीस खातं सज्ज झालं. गावकामगार पाटलांना विशेष हक्क देण्यात आले आणि कार्यकर्ते हद्दपार होऊ लागले. पोलिसी ससेमिरा मागे लागला आणि लोक भूमिगत होऊन वावरू लागले. बेताल झालेलं सरकार करू नये त्या गोष्टी करू लागलं. खेड्यापाड्यातल्या बाजारात दिवसाढवळ्या पोलिस नंगा नाच घालू लागले. अंगावरची खादी बघून पोलीस कुणालाही पकडू लागले आणि भर बाजारात लोकांना मारहाण करू लागले.

दडपशाहीच्या ह्या तेलानं लागलेली आग भडकू लागली. सारी प्रजा चवताळून गेली. हद्दपार झालेले कार्यकर्ते खालसा हद्दीत राहून सूत्र हलवू लागले. भूमिगत झालेले लोकही चिथावणी देऊ लागले आणि प्रजेची शक्ती खचून न जाता वाढू लागली-दडपशाहीनं लोकांच्या नाड्या आखडून न जाता त्यांचं तापलेलं रक्त उसळी घेऊ लागलं. दडपशाहीचा वरवंटा फिरू लागला आणि प्रजेचा चेव उसळी मारून वर येऊ

लागला. भरती आलेला जनसमुद्र खवळून गेला.. दाही दिशांना पसरत चालला... जोरानं आलेलं वादळी वारं घोंघावू लागलं. झंझावात झडू लागले आणि अथांग पसरलेल्या, खवळलेल्या समुद्रात प्रचंड लाटा उसळी घेऊ लागल्या....

लांब एका बाजूला अशी नगाऱ्यावर टिपरी पडली आणि त्याचे पडसाद गावात उठू लागले. एक नवंच वारं असं वहात आलं आणि चारआठ दिवसाला पोलिस गावात येऊ लागले.

वहाती गंगा आपल्या पायानं चालत येऊन दारात आली! नुसत्या संशयानं कुणालाही अटक करण्याची मुभा मिळाली. राजदरबारी आपलं वजन वाढवावं, मानमारातब मिळवावा, बक्कळ पैसा कमवावा आणि एकेकाची हड्डी नरम करून गावावरही चांगला धाक बसवावा असे विचार दादाच्या मनात घोळू लागले... डोंगराच्या कुशीतल्या, राजधानीपासून लांब असलेल्या या आडवळणी गावातही वारं शिरलं आणि वादळ सुरू झालं! पालापाचोळा उडू लागला...

...कल्ल्या जंगम दार झाकून आत सूत काढत बसला होता आणि दारावर थाप पडली. कडी वाजली तशी गडबडीनं हातातली टकळी आणि पेळू झाकून ठेवून कल्ल्या उठला. त्यानं दार उघडलं. चावडीतला गोपाळा दारात उभा होता. छातीत धस्स झालं!... सनदी आपल्या दारात का यावा, या विचारानं त्याला झेंडू फुटला. मराठीत बोलायचं ते कानडीत म्हणाला,

''याकरी स्वामी, बऱ्री बऱ्री. यान क्यलसा?''

गोपाळा हसला आणि आत न जाता बाहेरनंच म्हणाला, ''महाराज, तुमचं ते यानरीफ्यानरी मला कळत न्हाई. मराठीत बोला की.''

कल्ल्या भानावर आला आणि एक पाऊल पुढं होउन म्हणाला,

''न्हवं, काय दगदग काढली? आत तर या.''

गोपाळानं एक पाऊल दारात ठेवलं आणि तोंड पुढं करून तो हळूच म्हणाला,

''महाराज, आता बोलत बसू नका.''

कल्ल्याच्या तोंडचं पाणी पळालं. तोंड चिमणीगत करून तो म्हणाला,

''यान संकटप्पा? काय झाली ओ गोपाळराव?''

गोपाळानं आपलं दुसरं पाऊल आत घेतलं आणि त्याच्या कानाला लागून तो म्हणाला,

''म्हाराज, चावडीत पोलिस आल्यात.''

''अलो नौनं, पोलिसा?'' असं म्हणून तो तोंडाकडं बघत राहिला आणि गोपाळा बोलला,

''तुमी घरात बसून सुत काढता ही बातमी वर गेल्याली हाय. काय तरी तुम्हाला

धरायचा बेत दिसतोय. कुठंतरी दडून बसा बघू लगीच.''

कुठं गडप व्हावं, कुठं दडून बसावं असा घोर पडला आणि गळ्यातली गुंडगडगी चाचपडत तो उभा राहिला. गोपाळानं सल्ला दिला,

''महाराज आता हितं ठरू नका. असंच सुटा आणि पाटलाच्याच उकीरड्यात जाऊन बसा. तितं कुनाला संशोव याचा न्हाई.''

गोपाळाचा सल्ला त्याला लागेलग पटला. कारण पाटलांचा उकीरडा तिथंच जवळ होता. सहजासहजी कुणाला दिसू नये असा तो खोल होता. कल्ल्यानं अधिक वेळ न घालवता डोक्यावर रुमाल ठेवला आणि तो मागं बघून म्हणाला,

''ना जरा होगबत्यांनू हं. काळजी माड ब्याड.''

कल्ल्या घराबाहेर पडला. तापद्ध्रानं निघाला आणि गोपाळा म्हणाला,

''हे बघा स्वामी खुळ्यागत बसू नका. अंगावर जरा चगाळ-चोता घेऊन बसा.''

स्वामी पुढं पळाला आणि उचलत्या पौंडानं गोपाळा वाड्यावर गेला. त्याला जवळ आल्या आल्या दादांनी विचारलं,

''काय रं गोपाळा काय झालं?''

हसऱ्या तोंडानं गोपाळा म्हणाला,

''जी. काम केलं की.''

''घरातनं भाईर पडला का मग?''

''व्हय. जाऊन बसला असल आता उकिरड्यात.''

दादांना हसू आवरेना झालं. खदाखदा हसून ते म्हणाले,

''बसूद्या. बसूद्या. जरा ऊब घेऊद्या उकीरड्याची. आणि मग काढू भाईर वाऱ्याला.''

चांगला तास अर्धा तास झाला आणि मग दादा परशुरामाला म्हणाले,

''जारं परशुराम, काय तरी निमित्तानं जरा उकीरड्याकडं जाऊन ये जा बघू.''

''उकीरड्याकडं जाऊन येऊ?''

''व्हय. उकीरड्यात जंगम बसला असल. त्याला घेऊन ये जा हिकडं.''

दादांचं बोलणं परशुरामाला काही कळेना झालं आणि मग फोड करून सांगितल्यावर त्याला हर्षवायू झाला. तो पळतच परड्याच्या अंगाला गेला. भराभरा त्यानं घोड्याची लीद गोळा केली आणि लिदीनं भरलेली बुट्टी डोक्यावर धरून तो चोर पावलांनी उकीरड्याकडं गेला. जवळ जाऊन उभा राहिला आणि बारीक नजरेनं वेध घेऊन त्यानं लीद खाली सोडली...

दचकलेल्या जंगमानं अंगावरचा पालापाचोळा बाजूला करून गडबडीनं वर बघितलं आणि आपसुक नजरानजर झाली. हसू आवरेना झालं तसा एक हात तोंडाला लावून परशुरामानं विचारलं,

''काय करतोस रं जंगमा?-उकिरड्यात का बसलास?''

शेंडीपासनं पायाच्या टाचेपर्यंत जंगम थरथर कापत उभा राहिला. काहीतरी बोलायचं म्हणून बोलला, ''सज आलतो.''

''सज आलतास?- सज यायला काय आंबराई लागुन गेलीया व्हय उकीरडा म्हंजे?''

काय बोलावं जंगमाला कळेना झालं. साक्षात आपलं मरण त्याला डोळ्यासमोर दिसू लागलं आणि दातओठ खाऊन परशुराम म्हणाला,

''अरं उकीरड्यात शिरून काय करत हुतास? तितं तुझं एवढं काय गटळं पुरून ठेवलं होतं! चल दादांच्याकडं.''

तोंड पसरून जंगम उभा राहिला आणि परशुरामानं वरनं तगादा सुरू केला. खाली उकीरड्यात उभा राहूनच तो हातापाया पडू लागला. वरनं परशुराम म्हणाला, ''गप मुकाट्यानं असा वर ये न्हाईतर वरनं उडी टाकीन अंगावर!''

लटपटत्या पायानं आणि धडधडत्या छातीनं जंगम बेतानं उकीरडा चढून वर आला आणि हाताला झोला मारून दार दार कुत्रं ओढल्यागत त्याला घेऊन परशुराम वाड्यात आला. ढेलजेत पोलिस आणि पाटलांना बघून जंगमाचं धाबं दणाणलं. त्याच्या तोंडातनं शब्द बाहेर येईना झाला. आणि दादा म्हणाले, ''अरं ह्यो चोर कुठं सापडला? मघाधरनं पोलिस हेलपाटं घालाय लागल्यात आणि कुठनं धरून आणलंस रं ह्याला?''

परशुराम बोलला,

''दादा, आपल्या उकीरड्यात बसून काय करीत हुता इचारा ह्याला.''

''उकिरड्यात बसला होता? उकीरडा फुंकायला तिकडं कशाला जाईल रं?''

''व्हय की दादा. खोटं सांगत न्हाई. आपल्या उकिरड्यातच बसला हुता. अंगावर चांगला गदाळ घेऊन गप बसला होता.''

दादांनी हसून विचारलं,

''व्हय रं जंगमा, अंगावर गदाळा घेऊन बसला होतास? तळाचं मोती वर आणत होतास काय?''

चारी बाजूनं अशी त्याची कोंडी झाली आणि काय बोलतील ते ऐकून घेण्याची पाळी आली. उकीरड्यात जाऊन का बसलो होतो हे सांगायला त्याच्याजवळ उत्तर नव्हतं आणि पाटील तर दट्ट्या लावून तेच सारखं विचारू लागले. एकच धरून ते बसले, 'उकीरड्यात जाऊन का बसला होतास सांग.'

जंगम काय बोलणार? तोंडाकडं बघायचं ते भुईला बघत तो उभा राहिला आणि पाटील पोलिसांना म्हणाले, ''हवालदार, ऐत्या बिळात नागोबा सापडला बघा. आता घ्या ताब्यात तुमच्या आणि पाडा दात त्याचं!''

पाटलांचा असा इशारा झाला आणि एक ढेरपेट्या पोलिस मिशीवर ताव देत बोलला,

''का रं जंगमा, काय चळवळ सुरू केली गावात?''

दादांनी माहिती पुरवली. ''आमच्या गावचा गांधीबाबा हाय बघा ह्यो! टकळीवर सूत काढतोय सुत्त!''

दंडवत घातल्यागत करून जंगम म्हणाला,

''सरकार, मी सुत काय आजच काडत न्हाई. पैल्यापासनं मी सुत काडतोय. माझ्यावर दुसरा कसला संशोव घेवू नका.''

''दुसरा संशोव घ्याचं कारण काय? पहिल्यापासूनच तू सूत काढतोस. पहिल्यापासनंच देशभक्त हैस. हवालदार, घ्या ह्याला तपासात. त्या बिगार ह्यो बोलायचा न्हाई.''

बसलेला एक पोलिस उठून उभा राहिला आणि कुत्रं अंगावर गेल्यागत जवळ जाऊन ओरडू लागला,

''सरळ बोलानं सांग. काय चळवळ गावात सुरू झालीया? काय काय संधान बांधाय लागलाय? कोण कोण भूमिगत लोक तुझ्या घरात येत्यात? आजवर कुणाकुणाला आसरा दिला आणि काय खेळ सुरू झालाय- सांग भडा भडा.''

आणि दादा म्हणाले,

''तुम्ही असं इच्चारू नका. त्यो असा सांगायचा न्हाई. त्याला घ्या वर माडीवर. गावची हुग्गी खाऊन लई मातलाय! मग कसा राघू बोलल्यागत बोलतोय बघा.''

आज्ञेसरशी एका पोलिसानं गचांडीला धरून उभं केलं. लाथ घातल्यागत मागनं दुसऱ्यानं ढकलून दिलं आणि तोल गेल्यागत जंगम भेलकांडत चारसहा पावलं पुढं गेला. मागनं ढकलतच पोलिसांनी त्याला वर माडीवर नेलं.

तास अर्ध्या तासानं हवालदार खाली येऊन म्हणाला,

''पाटी, दोनशे रुपय द्याला हाय कबूल.''

मान हालवत दादा म्हणाले,

''छे: छे:! दोनश्यानं काय कात होतोय! कुळ गब्बर हाय! त्याच्या तोंडानं पाचशे येऊ द्या. तर त्याला सोडा न्हाईतर घेऊन जावा पेट्याला.''

दिवस बुडायला जंगम पठाणाकडं गेला आणि पाचशे रुपये घेऊन पुन्हा वाड्यावर आला. पोलिसानी रुपये वाजवून घेतलं आणि मग जंगमाची सुटका झाली!

जंगम निघून गेला आणि दादांनी नायकाला सांगितलं, ''नाईक, श्रीमंधर मग दुमाला घेऊन ये जा. त्यो नसला तर त्याचा भाऊ पुरंदर. त्याला घेऊन ये.''...

...संस्थानी चळवळ सुरू झाली. वाहती गंगा दारात आली आणि दादांनी गाव असं उभं आडवं झोडपायला सुरुवात केली. ऐन सुगीत लोकांच्या तोंडचं पाणी पळालं. कापणी-मळणीच्या दिवसात हे नवं आरिष्ट गावावर कोसळलं. घाबरी झालेली माणसं एकमेकाला विचारू लागली,-''कायगा ऽ ऽ हे काय दिस आलं म्हणायचं? आता कसं कसं व्हायचं आणि कुणीकडं झुकायचं गाऽऽहे?''

दिवस ह्या तऱ्हेचे आले आणि गाव सारं हडबडून गेलं. वरवंटा फिरू लागला आणि दाण्याबरोबर मोतीही रगडला जाऊ लागला. ऐन सुगीच्या घायट्यात गावातली भलीबुरी माणसं तुरुंगात जाऊन पडू लागली. विनाकारण झळ लागू लागली आणि गावात एक नवी वावटळ उठली...

राऊनानाच्या पोरानी आधीच वाडा वर्ज्य केला होता. तालमीतली बाकीची पोरंही वाड्याकडं फिरकेना झाली. तालीम ओस पडली. आणि ही सारी पोरं अंगात चळ भरल्यागत डोक्याला गांधी टोपी घालून गावातनं फिरू लागली. एक फळी अशी उभी राहिली आणि गावात दुफळी पडली. खुद्द राऊनानांच्या पोरांनी पुढाकार घेतला आणि डोक्याला पांढऱ्या टोप्या अडकवून ती मुद्दाम गावातनं हिंडू लागली... आणि खरी चळवळ सुरू झाली! गावात एक खळबळ माजून राहिली. चार शहाणी माणसं बिनवून सांगू लागली-''अरं बाबनू कशाला पडतासा न्हाई त्या फंदात! काय करायची हाय तुम्हाला ही चळवळ आणि फिळवळ?''

आणि ते पैलवान गडी आपल्या मिशीला हात लावून बोलू लागले, ''बघू की काय करतोय पाटील!''

तालमीतली दहापंधरा पोरं अशी बिथरली. पांढऱ्या टोप्या घालून गावातनं हिंडू लागली. जिथं बसतील तिथं हातात टकळी घेऊन सूत काढू लागली. कुणाचा दरकारच वाटेना झाला तसा दादांनाही जरा घोर पडला. पोरं अशी त्यांच्या अब्रूवरच उठली आणि काय करावं ह्याची त्यांना काळजी लागून राहिली. चाराठ दिवस थंड मनानं त्यांनी सारासार गोष्टींचा विचार केला आणि राऊनानाच्या पोरांचा काटा काढायचा बेत त्यांनी पक्का केला. त्याशिवाय आता गत्यंतरच नव्हतं. ऐती चळवळ सुरू झाली. एकाला दहा पोरं पकडून त्यांना तुरुंगात घालायचं त्यांनी ठरवलं. तालमीतली पोरं एकदा तुरुंगात जाऊन खडी फोडत बसली म्हणजे गावाला वठणीवर आणणं काही अवघड नव्हतं.

आणि एका मध्यान रात्री पोलीस गावातनं फिरू लागले. एकेकाच्या घराला गराडा घालून पकडू लागले. पाक सारी तालमीतली पोरं एका रात्रीत चावडीत आणून बसवली आणि दिवस उगवायच्या आत काडण्या लावून त्यांची पेट्याला रवानगी केली.

सकाळ उठून गाव बघतंय तर एक पोर गावात नाही! सारीकडं पोरं पोलिसांनी

धरून नेली होती. सकाळी गाव जागं झालं आणि अमक्याला धरलं, तमक्याला धरलं अशा बातम्या पसरू लागल्या. साऱ्या गावभर झाल्या. गावातनं शेतावर जाऊ लागल्या. सगळा दंगा उसळला. कसं होणार आणि काय होणार हीच काळजी लागून राहिली. पोटात भीती पडली आणि वस्तीवरची माणसं गावात येताना दबकत येऊ लागली..

असेच काही दिवस गेले आणि बातमी आली- हिंदुराव आणि सुभानराव ही राऊनानांची दोन पोर आणि त्यांच्या जोडीचे इतर दहाबाराजण यांना दीड दीड वर्षांच्या शिक्षा झाल्या.

तालमीतली पोर अशी तुरुंगात डांबली आणि दादा निर्धास्त झाले. उगवलेला टारफुला नांगरून काढला आणि रान मोकळं झालं.

कापणी झाली. मळणी झाली. खळ्यावरच्या धान्याच्या राशी घरात येऊन पडू लागल्या. रानातल्या वस्त्या मोडून लोक गावात येऊ लागले. सकाळ-संध्याकाळ गाव गजबजलेलं दिसू लागलं. आणि एक दिवस राऊनानांच्या खुनाच्या खटल्याचा निकाल लागला. केरूनाना पवार आणि दाजीबा गायकवाड दोघेही सुटून गावात आले.

फासाला लटकलेली त्यांनी मान दादांनीच सोडवून घेतली होती! उपकाराची जाणीव ठेवून दोघेही दादांना भेटायला वाड्यावर गेले.

आणि एक नवं राजकारण सुरू झालं. तालमीतली पोरं तुरुंगात अडकली आणि तुरुंगातले केरूनाना आणि दाजीबा गावात आले. एक फळी मांडली आणि दुसरी उभी केली... वाहत्या प्रवाहात दादांनी भोवरे पेरून ठेवले!

❐

४

एक वादळ गेलं आणि दुसरं आलं. एक आग विझली आणि दुसरी भडकली. दुसरं महायुद्ध सुरू झालं आणि डोंब उसळला. दडपशाही गेली आणि ब्रिटिश भरती आली! सैन्य भरतीचं काम खेड्यापाड्यात जोरानं सुरू झालं. अंमलदार, दरकदार वरचेवर गावात येऊ लागले आणि एक नवा धाक निर्माण झाला. एक नवी काळजी लागून राहिली. लोक पहिल्या महायुद्धाच्या आठवणी काढू लागले. सोजीर कसे यायचे, माणसं रानोमाळ कशी पसरायची, दिवसभर कशी दडून बसायची आणि कशी धरपकड व्हायची ह्या जुन्या आठवणी बसल्या बसल्या लोक सांगू लागले. आणि दादा पाटलाची धास्ती वाढू लागली. आता हा बाबा कुणाकुणाला धरून देतोय, हा एक घोरच लागून राहिला आणि तरण्या पोरांचे आईबाप काळजीत पडले. मुळं दुखावलेल्या पिकागत माणसं माना टाकून बसू लागली....

गाव असं कात्रीत सापडलं आणि कुणाचं चित्त कशात लागेना झालं. अशात एक दिवस चावडीत कोणी अंमलदार आले. भुमका उठली आणि न्याहारी न करता, भाकर तुकडा न खाता, सारी तरणी पोरं पसार झाली. आणि सनदी गावातनं फिरू लागले.

होता होता चावडी माणसांनी भरली. आणि तक्क्याला पाठ लावून बसलेले दादा लोकांकडं बघून सांगू लागले,

''हे बगा ऽऽ लढाई सुरू झालीया. हिटलर हे नाव ऐकलय का? त्यो एका अंगानं चाल करून आलाय त्याला थोपवायचं काम सुरू हाय. आपलं मायबाप सरकार त्यला आडवाय लागल्यात. त्यापायी आपुन सैन्यात शिरायचं. सैन्य भरती झाली न्हाई तर हिटलर थांबायचा न्हाई. मग त्यो आलाच म्हणून समजा! आणि त्यो आला म्हंजे आपल्या टाळूवर पाय देऊन जाणार! त्यला थोपवाय पायजे. त्यला थोपवायचं तर सैन्यात शिराय पायजे. ह्या कामापायीच हे साहेब आल्यात. ते तुम्हाला आता सगळी म्हायती देतील. ती नीट कान देऊन ऐका आणि काय करता ते सांगा.''

दादा येवढं बोलले आणि चावडीत आलेल्या ब्रिटिश ऑफिसरनं धडाधडा एक भाषण म्हणून दाखवलं. त्यातलं काही थोडं कळलं, काही कळलं नाही. येडबडलेले लोक टकाटका तोंडाकडं बघत राहिले. आणि मग दादाच पुढं झाले. चिमणीगत तोंड

करून माणसं ऐकत राहिली आणि थोडकं समजावून सांगितल्यावर पहिल्या झटला त्यांनी केरूनानाकडे बोट करून विचारलं, ''केरूनाना, तुमची फासाला लटकलेली मान आम्ही सोडविली का न्हाई? सरकारनं उपकार केलं. त्याची आता परतफेड करायला नको? काय करणार बोला.''

बावचळलेला केरूनाना उगच अवतीभवती बघत राहिला आणि धीर करून म्हणाला,

''सरकार, मला काय धा पोरं न्हाईत. दोन पोरी आणि दोन पोरं. येवढीच लेकरं पोटाला हैत. त्यातली तुमी मागणार किती आणि मी देणार काय?''

दादा बोलले, ''हे बघाऽऽतुमच्या पोरी हैत त्या घरात ठेवून घ्या. त्या काय सरकार मागत न्हाई. पर दोन पोरातला एक पोरगा द्याकी धाडून. एक ठेवून घ्या आणि एक लावून द्या.''

तोंड पसरून तो म्हणाला, ''आणि मग मला हो काय?''

''काय म्हंजे? अगा ती काय भाजी हाय व्हय? खुडून कोरड्यास करायचं हाय काय त्यांचं रोज?''

''तसं काय न्हाई खरं.''

''मग काय तर! एक जवळ बाळगा की.''

''पर त्यांचं असं हाय पाटील. दोन पोरं हैत ही गोष्ट खरी पर त्यातला थोरला पोरगा हाय त्यो आत्ता हाताखाली आलाय. तेवढाच की माझा आधार आणि धाकटा अजून हुंबऱ्यावर बसून मुत्तोय. मग कसं करायचं म्हंता?''

मार्ग दाखवल्यागत करून दादा म्हणाले,

''मग असं करा-कुठलीबी दुसरी दोन पोरं द्या मिळवून.''

''दुसरी कुठली देऊ हो?''

''उगच सोंग घेऊन बोलू नका केरूनाना. गावात मस्त भीक मागत हिंडत्यात पोरं! कुणाबी म्हाराटोराला गाठा. त्यांच्या आईबाला काय शेपाश्शे रुपय द्यावं लागलं तर द्या. ती पोरंबी रांकेला लागतील आणि तुमचंबी काम होईल. एवढी गोष्ट करायची काय अवघड हाय व्हय?''

गोष्ट अवघड का सोपी याचा विचार करीत केरूनाना उभा राहिला आणि आपल्या मनानंच निर्णय घेऊन दादा साहेबाला म्हणाले,

''साहेब, इचार करत बसू नगा. टाका दोन पोरं ह्या केरूनानाच्या नावावर सरकारनं एवढा उपकार त्याच्यावर केलाय. त्याला दोन पोरांची भरती काय अवगड न्हाई.''

आणि मान वळवून दादा म्हणाले,

''केरूनाना, बसा खाली. तुमचं काम झालं. पंधरा दिवसांत दोन पोरं आणून

हजर करा म्हंजे झालं!''

मुकाट्यानं केरूनाना खाली बसला आणि आपल्या नजरेनं शोध घेतल्यागत करून दादांनी शंकर देसायाकडं बघितलं. त्याला उभा करून ते म्हणाले,

''देसाई, तुमचा काय ब्योत?''

देसाई तोंडाकडं बघत राहिला आणि त्यांनी सवाल टाकला

''तुमचा कज्जा चालू हाय न्हवं कोर्टात?''

मुंडी हलवत देसाई बोलला,

''व्हय, चालू हाय.''

''समजा तुमच्यासारखा निकाल झाला तर किती पोरं भरती करून देता तुम्ही? ...बोला.''

तोंड न उघडता देसाई गप उभा राहिला आणि साहेबाकडं मान वळवून दादा म्हणाले,

''साहेब, टाका देसायाच्या नावावर चार.''

गडबडीनं हात पसरून देसाई बोलला,

''थांबा, थांबा सरकार, चार पोरं काय टाकू नका. तेवडी काय माझ्या हातनं रेटायची न्हाईत.''

''मग किती रेटतील?''

विचार केल्यागत करून मिटल्या डोळ्यानं देसाई म्हणाला,

''कशीबशी एकाची तजवीत करीन.''

''तेवढ्यानं भागायचं न्हाई देसाई. तुमचा प्रतिवादी दोन पोरं द्यायला तयार हाय. तीन म्हणत असला तर बोला. हाय कबूल?''

उत्तराची वाट बघत दादा थोडा वेळ थांबले आणि साहेबांकडं मान वळवून ते म्हणाले,

''साहेब, चारातनं एक उणे तीन करा. तीन असूद्यात.''

गयावया करून देसाई बोलला

''सरकार, तेवढी झेपायची न्हाईत हो मला.''

''झेपत्यात गपा! बसा खाली.''

देसाई खाली बसला आणि भाऊ वाण्यावर संक्रात आली. दादांनी बोट केलं आणि भाऊ वाणी उठून उभा राहात म्हणाला,

''सरकार, मलाच पोटाला पोर न्हाई आणि मी कुटलं देऊ?''

सुतकी चेहऱ्यानं बसलेली सारी मंडळी हसली. खुद्द दादाही हसले आणि हसू ओसरल्यावर ते म्हणाले,

''पोर नसंना का, पर, मस्त डबोलं करून ठेवलंय की!''

''पोरं काय इकत मिळत्यात व्हय सरकार?''

''जवळ पैसा असला म्हंजे सगळं हुतय? चार पोरं देतोस का रुपये एक हजार मोजतोस? कोंचं करतोस बोल.''

हात पसरून वाणी बोलला,

''होतं ते दुकानबी फळ्या लावून बंद करायची पाळील आलीया. आणि आता पोरं तरी चार कुठली देऊ आणि पैसा अडका तरी कुठला देउ?''

''बर चार ऱ्हाऊंद्या. तीन देतोस?''

''सरकार, आत्तापतूर मस्त गावातलं पैलवान पोसलं. मलाच भीक मागायची पाळी आली! आत्ता हे नवं घोंगडं काय गळ्यात अडकू नका. गळ्यापतूर बुडलोय ते नाकातोंडात पाणी जाऊन फुकट मरीन बघा!''

''ते काय भागायचं न्हाई. तुझी काहीतरी मदत झालीच पायजे.''

''मग असं करा, माझच नाव घ्या लिवून! हितं मरायचं ते तिथं जाऊन मरतो.''

''ते काय भागायचं न्हाई. एवडी लडाई चाललीया. तुझी कायतरी मदत व्हायलाच पायजे.''

''मग सांगतो न्हवं माझं नाव त्यात घाला म्हणून.''

''थट्टा करू नकोस वाण्या,'' असं म्हणून दादांनी सूर बदलला, आणि आवाज चढवून त्यांनी विचारलं,

''रुपय हजार मोजतो, का चार पोरं देतोस सांग. पोरं कुठली आणायची हा घोर पडला असला, तर म्हणतो तेवढं पैसे दे. तुझ्या वतीनं आमी येवस्था करतो.''

''काय मनाला ईल तसं करा.''

वाणी एवढं बोलून खाली बसला आणि दादांची नजर तुक्या मांजऱ्याकडे गेली. मांजऱ्या उठून उभा राहताच सारी माणसं हासायला लागली. दादांनी विचारलं,

''तुक्या, माणसं का हसत्यात गा?''

आणि मग बसलेल्या एका म्हाताऱ्यानं हळूच फुसकी सोडली,

''परवा बायकू बाळत झालीया आणि एक प्वॉर पोटात तयार हाय म्हणं! दोन्ही एकदम हुयाची ती जरा मागं म्होरं हुत्यात- चालायचंच!''

म्हाताऱ्याच्या या बोलण्यानं सगळ्यांनाच हसू आलं. खुद्द तुकाही हसू लागला आणि हसत हसतच तो म्हणाला,

''देव देतोय त्याला काय करायचं ? काय कुटं टाकून द्यायची हैत?''

दादांनी सवाल केला,

''गड्या तुक्या, जरा तुझ्या डोक्यावरचा भार हलका हू दे. सांग किती आकडा टाकू तुझ्या नावावर?''

''पोटचं पोरं लढाईवर कशी धाडायची हो? आपल्या हातानं गळा कापायचा

व्हय त्यांचा?''

खुर्चीत बसलेले साहेब एकदम उठले आणि व्याख्यान देऊ लागले. मराठ्यांच्या इतिहासातले दाखले दिले. शिवरायांचा जयजयकार केला आणि या साऱ्या गोष्टींची आठवण करून देऊन ते म्हणाले,

''छत्रपतीच्या शूर मावळ्यांनो, जेवणखाण, कपडालत्ता तुम्हाला फुकट मिळेल. आणि वर सोळा रुपये पगार मिळेल.'' व्याख्यान देऊन साहेब खाली बसले आणि कच्च्याबच्च्या दहा पंधरा पोरांची तोंडं तुकाच्या डोळ्यासमोर दिसू लागली. तोंडाला पाणी सुटल्यागत तो म्हणाला,

''सरकार, काय हरकत न्हाई. आमचं खालचं दोन लंबर उचलण्यासारखं हैत. बाब्या आणि शिव्याला घेऊन जावा. भांचोद, आत्तापासनच बिड्या वडत्यात! वाईट नादाला लागल्यात. आमचं काय ऐकत न्हाईत. तुमचं तरी काय ऐकत्यात का बगा.''

बाब्या आणि शिव्या ही नावं ऐकून दादा तुकाच्या तोंडाकडं बघतच राहिले. आणि त्याची अक्कल काढत ते म्हणाले,

''ती धा बारा वर्साची शेंबडी पोरं घेऊन जाऊद्यात व्हय? सरकारनं काय साळा उघडली न्हाई. अरं पोरं लढाईवर पाठवायची हैत. साळत न्हाई.''

एवढं ऐकूनही तुका म्हणाला,

''ते कळलं हो. पर सरकार, ती ल्हान हैत तेवढ्यावर जाऊ नगा! कुलंगी कुत्र्यागत तिखट हैत! खेळली, तर तीच लढाई खेळतील बघा!''

''खरा शाना हैस बग तुका! बस खाली.'' असं म्हणून दादांनी एका सनद्याला सांगितलं,

''जारं, तुकाचं पहिलं दोन नग बोलावून आन.''

खुळा तुका मनाची खात्री करून घ्यावी तसा बोलला,

''कोण संतू आणि भिम्याला बोलिवतासा व्हय?''

''व्हय. त्यास्नी बोलिवतो.''

ओठ बाहेर काढून आणि मान हलवून तुका बोलला,

''छे: छे:! गरीब हैत हो. त्यांचा काय तुमाला उपेग होनार न्हाई. आता न्हेऊन बघा. त्याबद्दल का न्हाई. पर ती हाडाची मोकार हैत हो. ती काय लढाई खेळनार? काय झाला उपेग तर त्यो आमच्या धाकट्या पोरांचाच हुईल.''

दादा म्हणाले,

''तुला काय कळतय तुका! गप खाली बस तू. वरचं नंबर उपेगी हैत- खालच न्हाईत.''

तुका मांजऱ्या गप खाली बसला. उगच तोंडाकडं बघत राहिला. पुन्हा पुन्हा त्याच्या मनात घोळू लागलं.... तिखट पोरं घेऊन जायची सोडून, हाडाची मऊ पोरं

कशाला घेऊन जाया लागल्यात? ती काय लढाई खेळणार दगडाची!....

आणि असंच कालचक्र फिरत राहिलं...

❒

५

सबंध दिवसभर दादा माडीवरच बसून राहिले. तिन्हीसांज झालं तरी ते खाली आले नाहीत आणि जिन्यात पावलांचा आवाज ऐकून ते भानावर आले. मान फिरवून त्यांनी आवाज दिला,-''कोण हायरं?''

''जी. मी दत्तू हाय.''

जिना चढून तो वर गेला आणि मुजरा करून उभा राहिला. उघड्या दारातनं बाहेर बघतच दादा म्हणाले, ''दत्तबा, कपाटातली बाटली एक दे काढून.''

पुढं होऊन त्यानं कपाट उघडलं, कोल्हापुरी रमची एक बाटली काढून हातात घेतली आणि अवघडल्यागत उभं राहून त्या बाटलीकडं बघत तो म्हणाला,

''सरकार...''

''काय रं?''

''मुजऱ्याला संदी आल्यात.''

''आदी बाटली आण ती हिकडं.''

त्याच्या हातातली बाटली हातात घेत दादांनी सांगितले,

''खुर्चीला मुजरा करून जायला सांग सगळ्यास्नी.''

पावलांचा आवाज न करता दत्तू बेतानं जिना उतरून खाली गेला आणि पाठमागनं हाक आली,

''जरा वर ये रं दत्तबा.''

खाली उतरलेला दत्तू पुन्हा गडबडीनं जिना चढून वर गेला आणि दादांनी विचारलं,

''परसराम ते कोण आल्यात का वाड्यात?''

''जी. अजून मळ्याकडनं आलं न्हाईत कोण.''

''आलं म्हंजे वर मी बोलीवलंय म्हणून सांग.''

दादा बाहेर बघत राहिले. न बोलता गप झाले आणि दत्तूनं विचारलं,

''जाऊ मी खाली?''

''नको, हुबा ऱ्हा! लावतोस का बाटली तोंडाला?''

भांबावलेला दत्तू तोंडाकडं बघत राहिला आणि दादा त्याच्यावर खेकसले,

''लेका तोंडाकडं काय बघतोस माझ्या? हुबा कशाला ऱ्हायलायस हितं?''

मान खाली घालून दत्तू नाईक मुकाट्यानं माघारी फिरला.

शिंग वाजलं. दादांच्या अंगावर काटा उभा राहिला. बाहेर नजर लावून ते बघत राहिले. नांगरलेल्या, कुळवलेल्या जमिनीवरनं धावत त्यांची नजर थेट डोंगराला जाऊन भिडली. आळीपाळीनं खिंडींच्या दोन्ही बाजूला ते बघत राहिले.

दिवस मावळून कडुसं पडलं आणि जिना चढून परशुराम वर आला.

''परसराम.''

''जी.''

''आत्ता मळ्यासनं आला?''

''व्हय. मोट धरली होती. कांद्याला पाणी फिरवलं आज.''

न बोलता दादा बाहेर बघत राहिले आणि परशुरामनं विचारलं,

''केरूनाना येऊन गेला का?''

''न्हाई. त्यालाबी जरा पुन्ना माज आल्यागत दिसतोय?''

''बोलावून आला न्हाई म्हणायचं तर मग?''

बराच वेळ दादा काही बोलले नाहीत. काळवंडल्या तोंडानं ते गप्पच बसून राहिले आणि मग थोड्या वेळानं म्हणाले,

''उद्यापासनं असं करा. गडी मळ्याची राखण करतील. तुम्ही सगळे घरातच ऱ्हात जावा.''

''असं म्हणता?''

''व्हय. आणि हे बघा, गायकवाडकडं जरा जाऊन यायला सांगा दत्तूला. दाजीबा असला तर त्याला बोलीवलंय म्हणावं.''

परशुराम खाली गेला आणि दादा पुन्हा एकटेच बसून राहिले. बाहेरच्या काळोखाकडं नजर लावून बघत राहिले. आणि चाहूल ऐकायला आली.

''कोण हाय?''

''मी दत्तू.''

''काय रं?''

''दाजीबा आल्यात.''

''वर लावून दे त्याला. आणि हे बघ.''

निम्म्या जिन्यातनं दत्तू पुन्हा वर गेला आणि दादांनी विचारलं,

''अक्क्ल कुठं गहाण ठेवलीया का रं तू?''

आपल्या हातनं काय अपराध झाला हे न कळून दत्तू विचार करीत राहिला. पाटलांचे जोडे खात गप उभा राहिला आणि पाल चुकचुकल्यागत बोलला,

''काय चुकी झाली जी माझी!''

''डोळं फुटल्यात काय तुझं? का म्हाद्या कोळ्यागत कुणी डोळं काढलं तुझं?'' खाल मानेनं दत्तू गपच उभा राहिला आणि संतापानं भडकलेले दादा म्हणाले,

''मघाधरनं मी अंधारात बसलोय दिसत न्हाई तुला? वाड्यावरची दिवाबत्ती रोज तूच बगतोस न्हवं?''

''दाजीबाला बोलवाय गेलतो.''

''फुडं बोलू नगो.''

''आत्ता लावतो दिवा.''

''सगळे लेकांनो दिवंच लावायला बसलाय!''

दत्तू गडबडीनं खाली आला आणि घाईघाईनं दिवा लावून घेऊन पुन्हा वर गेला. पाठोपाठ दाजीबा गायकवाड जिना चढून वर आला.

''का पाटील, का बोलीवलं हुतं?''

''बसा दाजीबा. काय हालहवाल?''

''तुम्हीच सांगा.''

थोडा वेळ दोघेही एकमेकांकडं बघत राहिले आणि एक डोळा मिचकावल्यागत करून दादांनी विचारलं,

''काय घेता का जरा?''

हसल्यागत करून दाजीबा म्हणाला,

''द्या. फुडं आल्यावर कोण नको म्हंतय व्हय?''

दोघेही पीत राहिले. डोळे तारवटून गेले. दिव्याचा प्रकाश डोळ्यात शिरू लागला आणि दादा म्हणाले,

''दाजीबा, काय म्हंतय गावातलं वातावरण?''

''काय म्हनायचं?''

''सारं थंड हाय म्हंताय जिथल्या तिथं?''

''थंड का असतंय? पुना भडका उडाल्यागत झालाय दादा आता.''

''भडका उडाल्यागत झालाय?''

''व्हय. काय उद्या पोरं सुटून आल्यावर दंगल हुनार हाय म्हंत्यात.''

अख्खी बाटली तोंडाला लावून दादा बोलले-

''आलावा एक दिसाचा असतोय म्हणावं त्यास्नी!''

''म्हणायला कशाला पायजे?''

''मग का उड्या मारत्यात एवढ्या?''

''उड्या कशाच्या मारत्यात? उगं कायतरी बोलत्यात झालं. लोकांच्या तोंडाला काय धरबंद असतोय व्हय?''

''बोलत्यात तरी काय?''

''हेच की. आता कायतरी झनापनी हुनार म्हणं.''

''झनापनी होणार?''

''असं काय बाय बोलत्यात. ना बुडका ना शेंडा. त्यांचं काय हो?''

थोडा वेळ गेला आणि दादा मान झुकवून म्हणाले,

''अशी मज्जा चाललीया मग गावात!''

''आऽ. ते काय इच्चारू नका.''

''व्हय काऽ?''

''तर हो ऽ!''

''अरेच्या ऽ!''

''हूं ऽ ऽ बगा ऽ ऽ!''

''असं ऽ हाय ऽ म्हणता ऽ ऽ!''

''मज्जा ऽ ऽ''

''हूं ऽ ऽ!''

''काय इच्चारू नका.'' असं म्हणून गायकवाडानं मान झुकवली आणि दादांचं तोंड न्याहाळत तो बसून राहिला. दादांनीही मान पुढं झुकवली आणि गायकवाड्याच्या मिश्याकडं नजर लावून ते बसून राहिले. असेच दोघेही एकमेकाकडं बघत राहिले आणि आठवण झाल्यागत करून गायकवाड म्हणाला, ''असं हाय बघा.''

आणि पुन्हा दादांनी सुरुवात केली,

''व्हय काऽ''

''तर होऽ!''

आणि भानावर आल्यागत दाजीबा बोलला. पुढं झुकवलेली मान तोंडाजवळ नेऊन म्हणाला,

''पाटील, ह्यो गब्रू, ह्यो गब्रू-''

लुळ्या माणसानं हात छातीवर हलवावा तसा हात हालवत दाजीबा सांगू लागला -स्वत:ला भला समजून बोलू लागला,

''पाटील ह्यो गब्रू-''

''बोला दाजीबा.''

दाजीबा गळ्यात पडल्यागत करून म्हणाला,

''ह्यो गब्रू कुणाला हार जायचा न्हाई!'' आणि छाती बडवल्यागत करून म्हणाला,

''मी पिऊन बोलतोय असं समजू नका. पर समोर दिवा हाय! दादा, ते बामणाचं पोरंग केशा हो. त्याच्या भनीचं मी, अवो ते आता मिसरूड फुटाय लागल्यालं पॉर! ते गावात बोलतंय... म्हणं माझा खून करणार हाय! तुम्हाला सांगून ठेवतो, त्याला

मी उडीवनार बघा.''

दादा त्याच्या तोंडाकडं बघत राहिले आणि दाजीबा त्यांच्या तोंडाकडं बघत म्हणाला,

''प्यालो असलो तरी मला चडलेली न्हाई. कायतरी बोलतोय असं समजू नगा. मी बी कुऱ्हाडीला उद घालून बसलोय! काय दादा? - त्यो माझा खून करनार? भटानं कधी खून केलाय काय कवा? त्याला पोथी वाचाय वर लावून देतो बगा! समोर दिवा हाय.''

''शाबास फाकड्या!''

''आत्ता कसली शाबासकी देता? त्याच्या रक्ताचा टिळा कपाळाला लावून समोर ईन तवा पाठीवर थाप मारून म्हणा शाबास-हा ऽ!''

''त्यापायीच मी म्हंतो तुमची एकी झाली पायजे दाजीबा.''

''कुणाची एकी म्हंता?''

''हेच की. तुमची आणि केरूनानाची.''

दाजीबा तावदारून बोलला,

''ती बात सोडा!''

''तसं न्हवं.'' असं म्हणून दादा समजावून सांगू लागले,

''दाजीबा, उद्या ती पोरं सुटून आली म्हणजे ती सारी एक होतील.''

''हूद्यात, हूद्यात!''

''तसं न्हवं.''

''हूद्यात. हूद्यात हो!''

''ऐकून तर घ्या दाजीबा, हे बघा, त्या साऱ्यांचा एक पुठ्ठा होईल आणि मग तुम्ही एकेकटे पडशीला म्हणून म्हणतो तुमची एकी व्हाय पायजे.''

''ते जमायचं न्हाई दादा.''

''का जमायचं न्हाई दाजीबा?''

''न्हाई जमायचं.''

''अरं पर का न्हाई जमायचं?''

दादांनी असं जोर लावून विचारलं आणि डोळं बारीक करून दाजीबा म्हणाला,

''सांगू दादा, हे बगा, आमचं पैल्यापासनं हाडवैर... दोन्ही घराण्यांत कधी एकी झाल्याली न्हाई.''

''आजवर झाली नसली तर ती आत्ता करायची!''

''अहो कशी करायची! आमच्यातनं इस्तू जात न्हाई आडवा!''

''अगा ते सारं इसरायचं!''

''इसरायचं? कसं इसरायचं?''

''जाणून बुजून इसरायचं.''

''अहो दादा, त्याच्या आज्यानं आमच्या आज्याचा खून केला हुता. तवापासनं आमचा ह्यो वाद असा चालत आल्याला हाय.''

दादा जरा भानावर आल्यागत बघत राहिले आणि आठवल्यागत करून म्हणाले,

''दाजीबा, मी तर ऐकलंय तुमच्या बानं त्याच्या आज्याचा खून केला म्हणून''

''कोण न्हाई म्हतंय? आमच्या बानं त्याच्या आज्याचा खून केलाच की! सोडतोय काय त्यो?''

''म्हंजे त्याच्या आज्यानं तुमच्या आज्याचा खून केला आणि तुमच्या बानं त्याच्या आज्याचा खून केला.''

''आणि त्याच्या बाला आमी पळवून लावलं! आणि आता ह्यो आमाला पळवून लावायला बघतोय. पर दादा, त्याच्या बागत पळून जाणारी जात न्हवं आमची! दोन पाडीन तवा मी मरीन. आणि सांगू का दादा?''

असं म्हणून दाजीबा बारीक डोळ्यानं बघत राहिला, बोलता आणि समोरच्या दिव्याकडं बघतच बसला. तसे दादा म्हणाले,

''बोला की दाजीबा.''

''हे बगा दादा, त्या केरूनानाची जात कडवी हाय. कशी?''

''अहो कडवी म्हंजे बा जवारी आणि आई खिलारी... काय कळलं का?''

''असं म्हणता?''

''म्हनायचं काय त्यात? साऱ्या गावात म्हायती हाय. आमाला भिऊन ह्येचा बा पळून गेला आणि मग ह्यो केरूनाना उपाजला.''

''बरं ते जाऊद्या.''

''जाऊद्या कसं? अहो अशी गोष्ट हाय ही. आणि उगच गंमत बगा, तुमी एवढं त्याला सोडवून आणलसा का? आत्ता ही पोरं येऊ द्यात उद्या. तुमच्या इरूद्द त्यास्नी छौ घालतोय का न्हाई बगा. पावण्याकडनं साप मारण्यात लई पटाईत हाय दादा त्यो!''

दादा भडकले. हातवारे करून म्हणाले, ''पावण्याकडनं साप मारतोय? त्याचच मरण आलं असलं!''

''आलं असल? अहो ते चुकायचं न्हाई! मी काय म्हंतोय लिवून घ्या तुमी. लिवून ठेवा, लिवून. राऊनानाची पोरं काय त्याला जित्ता ठेवनार हैत का? ते तुरुंगात हैत तवर निरोप गावात या लागल्यागत.''

''असं म्हणता?''

''अजून कुठं हाय तुमी? तुमी घाबरू नका. तुमच्या केसाला धक्का लागायचा न्हाई. पर त्या केरूनानावर भरवसा टाकू नका. एवढं करा म्हंजे झालं.''

''त्याच्यावर कोण भरवसा टाकतोय?''

''अहो-'' असं म्हणून गायकावाडानं डोळे बारीक केले. दादाही तोंडाकडं बघत राहिले आणि दाजीबा सांगू लागला,

''ह्यो केरूनाना दिसतोय तसा न्हाई. तुमच्या इरूद्द रान उटवाय लागलाय. कुठं हैसा तुमी?''

''आमच्या इरूद्द रान उठीवतोय?''

''तर मग ?''

''हाय मी बी ऐकून.''

''ऐकून हाय न्हवं ऽ माझ्या इरूद्दबी त्या केशाला त्येनंच भरीस घातलय आणि रिव्रूट भरती झाल्यापासनं तुमच्या इरूदं सारखं डोस्कं उठवाय लागलाय लोकांचं त्यो!''

''व्हय! त्यात त्याला जरा झळ बसली म्हणून कळ आलीया.''

''आमालाबी झळ बसली. पर आमाला कुटं कळ आली? अहो एकदा आपलं म्हटल्यावर सोसाय लागतंय. लगेच उपकरायची फेड अपकारानं करायची नसती दादा. त्येला काय माणूस म्हंत्यात व्हय?''

''एकेकाला जाण नसती दाजीबा. एकेक असतो माणूस उफराट्या काळजाचा.''

''तसा हाय बगा त्यो. आपुनबी डाव खेळायचा... कसा?''

''कसा?''

''हे बगा, आता मज्जा हाय म्हनणासा. ती पोरं सुटून आली की गावात काय खेळ चालतोय उगच बघत बसा.''

''बघत बसू?''

''हांऽ! बघत बसायचं. नुसतं उघड्या डोळ्यानं बगायचं बगा. आहे,-'' असं म्हणून दाजीबा म्हणाला,

''ह्या केरूनानानं राऊनानाचा खून केला. आत्ता आमालाबी तुम्ही त्यात गोवलं हे सोडून द्या. झालं ते झालं.''

''येळचा गुण असतो दाजीबा.''

''येळ म्हणा, काळ म्हणा. तुमी तुमचं कर्तव्यच केलं हो. आम्ही जर हुबाल्यागत वागलो नसतो तर तुमी तर आमच्या इरूद्द का गेला असता सांगा की?''

''ते बी खरंच म्हणा.''

''खरंच का न्हाई! त्याच्याबरोबर आमालाबी घडली की अंघूळ? नेमानेमी असती हो. सटवाईनंच कपाळावर लिवल्यालं. ते कुटलं चुकल? पर सांगून ठेवतो. त्या पोरांचा दात काय माझ्यावर न्हाई हं. त्यांची नजर केरूनानांवर हाय बगा. आणि कशी म्हंतासा?''

‘‘कशी?’’

‘‘काय लोक म्हंत्यात. त्याचं घराणंच नष्टांश करणार हैत म्हणं ते!’’

दादा तोंडाकडं बघत राहिले आणि दाजीबा त्यांना इशारा देत बोलला,

‘‘तुमी मदी पडू नगा म्हंजे झालं. आणि खरं सांगू? खुद्द आमी त्या पोराकडनं हाय बगा. येळ आली तर उडीवणार...सोडणार न्हाई. तुमी उगच बगत ऱ्हावा म्हंजे झालं.’’

दादा उगच बघत राहिले आणि अंदाज घेतल्यागत विचारू लागले,

‘‘व्हय दाजीबा? तुम्ही त्या पोराकडनं हाय म्हणून इचारतो...’’

‘‘इच्चारा की.’’

‘‘न्हवं. त्यांचा आमच्यावरबी काय तरी दात असलच की.’’

‘‘दात हाय हो; पर तुमी नका काळजी करू त्याची.’’

‘‘काळजी करू नको कशी? मलाबी कायतरी सावध ऱ्हायला पायजेच की दाजीबा.’’

‘‘तसं सावध ऱ्हावा हो. पर भ्याचं कारण न्हाई बगा.’’

‘‘भ्याचं काय कारण न्हाई म्हणता?’’

‘‘दादा सांगू? मी हाय तवर काळजी करू नका. मग झालं? कुणाला वचन देत न्हाई पर वचनात गुतलो बगा. गेला का शबुद तोंडातनं? आत्ता माघारी घेनार न्हाई हं दादा. अस्सल मऱ्हाट्याचं बिजान हाय आमचं. दासीपुत्र न्हवं मी.’’

‘‘अस्सं.’’

‘‘काय काळजी करू नका. तुमाला वाटलं असल, आता काय हुईल आणि कसं हुईल.’’

‘‘तसं काय वाटतय म्हणा- त्यांच्या घुगऱ्या खाऊन बसलोय मी!’’

‘‘दादा, त्यावर जाऊ नगा. तशी ती पोरं गावात आली म्हंजे लई भडका उडनार हाय. तुमच्या अशा बोलण्यानं उगा त्यात त्याल पडाय नगो.’’

‘‘मग भ्याचं हाय का काय त्यास्नी, दाजीबा?’’

‘‘दादा, त्या गोष्टी करू नगा हो.’’

‘‘का करू नगो? हे बघा दाजीबा, बोलण्यावरनं बोलणं निघालं म्हणून सांगतो. हिकडची काडी तिकडं होऊद्या, गावात कायमचं पोलीस आणून बशिवतो बघा. पंढरीच्या वारीगत एकेकाला सारख्या झेलाच्या वाऱ्या कराय लावतो.’’

‘‘मग तुमचं ते तुमी बगून घ्या.’’

‘‘बघून घ्या न्हवं ऽ ऽ सांगितलं. एक फुडचं धोराण बोललो.’’

‘‘ते मनात ठेवा हो दादा तुमी. ते असं बोलून दाऊ नका कुणाजवळ. उगा आपल्या हातानं का बिब्बा घालून घ्याचा? मी म्हणतोय न्हवं तुमच्या केसाला धक्का

लागायचा न्हाई. फुकट बगत बसायला काय घेशीला?''

''बघत बसायचं म्हणता?''

''हाऽ नुस्तं बघत बसाहो. मग आमी हाय, ती पोरं हैत, केरूनाना हाय, तो केशा बामण हाय. ते आमचं आमी सगळं बघून घेऊ.''

''चरायला रान मोकळं सोडू म्हणता असं?''

''हे बगा ऽ ऽ सांगायचं न्हाई, पर सांगतो. परवा झेलात जाऊन मी भेट घेऊन आलोय त्यांची. भाद्दर काय गप बसत न्हाईत बगा आता. तुमच्यावरबी राग हाय त्यांचा. पर म्या शपत घातलीया.''

''दाजीबा,'' असं म्हणून दादा तोंडाकडं बघत राहिले आणि अंदाज घेत म्हणाले, ''तुम्हाला एवढी शपथ घालायचं काय कारण हो?''

''समोर दिवा हाय दादा. खोट बोलत न्हाई. इस्वास ठेवा अगर ठेवू नका.''

''न्हवं, मी सहज इचारतो.''

''इचारा. त्या बद्दल काय न्हाई. पर त्याचं असं हाय दादा, तुमी पाठीवर असला म्हंजे आमचाबी जीव बिनघोरी झाला का न्हाई?''

''असं म्हणता व्हय?''

''असा तिडा हाय त्यात. अहो एक येळला सगळ्यास्नी दुकवून चालत नसतं. कळ्ळा काय तिडा माझ्या बोलण्यातला? बरं जातो आता. मला वस्तीवर आणि जायाचं हाय. उठू का?''

दाजीबा उठला आणि अंगाचा तोल सावरत जिना उतरून खाली गेला. दाजीबा गेला परशुराम वर येऊन म्हणाला,

''दादा, जेवायला खाली येता न्हवं?''

न बोलता दादा विचार करीत राहिले. दाजीबाच्या बोलण्यातला तिडा सोडवत बसूनच राहिले...

❒

६

भल्या पहाटेस दादांना जाग आली. त्यांनी डोळे उघडले आणि डोळ्यांपुढं गायकवाडानं टाकलेला तिडा उभा राहिला. रात्रीचा विचार पुन्हा मनात सुरू झाला आणि काही केल्या तो जाईना झाला.

...दिवस उगवायला ते घोड्यावर बसले आणि तडक केरूनानाच्या वस्तीवर त्यांनी घोडा दामटला. पानमळा जवळ आला आणि हातातला लगाम ढिला पडला. पानमळ्याच्या कडेनं दिसणाऱ्या शेवरीच्या आणि केळीच्या झाडाकडं बघत ते पुढं जाऊ लागले. खोप जवळ आली आणि केरूनाना समोर येऊन उभा राहिला. हात वर करून म्हणाला,

''काय दादा, कुणीकडं?''

''आलोय तुमाकडंच.''

''कुणीकडं दिवस उगीवला म्हणायचा ह्यो?''

दादा हसले आणि घोड्यावरनं खाली उतरत म्हणाले, ''काय केरूनाना, कशात एवढं दंग झालायसा?''

''कशात दंग व्हायचं? हाय पोटापुरती शेती. त्यात राबायचं चाललय की.''

असं म्हणून केरूनाना पुढं झाला आणि घोड्याचा लगाम धरून म्हणाला,

''चला आता. घोडा बांधून येतोच मी.''

दादा पुढं होऊन खोपीजवळ उभे राहिले आणि केरूनाना घोड्याला बांधून जवळ येत म्हणाला,

''उभा का राहिलासा असं? बसायचं न्हाई?''

पडवीला अंथरलेल्या जिनावर दादांनी बूड टेकलं. केरूनानाही जवळ येऊन बसला. दोघे असे बसून राहिले. काय बेतानं दादा आले होते याचा अजमास केरूनानाला लागेना झाला आणि कसं बोलणं काढावं हे दादांना समजेना झालं. बसल्या बसल्या केरूनानानं बाहेर बघितलं आणि आपली नजर बाहेर लावूनच तो म्हणाला,

''ते लांब एक अंब्याचं झाड दिसतं का?''

''हाऽ''

''तिथंपतूर आमची हद्द म्हणायची बघा.''

''त्या आंब्याच्या झाडापर्यंत व्हय?''

''हा, त्याच्याफुडं मग ल्हवारकी लागती.''

एवढं बोलणं झालं आणि इथंच खोळंबलं. दादाही उगीच बघत राहिले. केरूनानाही बघत बसला आणि आलो म्हणून उठून आत गेला. पिकून रसरशीत झालेल्या केळीच्या दोन फण्या एका ताटात घालून तो बाहेर आला. दादांच्या पुढ्यात ते ताट ठेवून म्हणाला,

''आमच्या पानमळ्यातली केळ हैत. बगा जरा चव.''

त्या केळाकडं बघत दादा म्हणाले,

''केळं खायला आलो न्हाई केरूनाना.''

केरूनानांनी नजर उचलून वर बघितलं आणि दादांनी विचारलं,

''सांगावा मिळाला न्हवता माझा?''

''मिळाला हुता की.''

''मग का आला न्हाईसा?''

''कशाला याचं?''

''काय झालं?''

''काय हुतयं?''

''मग का आला न्हाई?''

''खावा, केळं खावाकी.''

''केळं कवा खाल्ली न्हाईत?''

दादा तोंडाकडं बघत राहिले आणि त्यांच्या बघण्याचा अर्थ ओळखून केरूनानाच म्हणाला,

''कशाला याचं वाड्यावर सांगा की?''

''काय झालं असं?''

''आता मनातलं बोलू?''

''तर मग मनात ठेवून कशाला बोलता?''

''वट्टात सांगू?''

''वट्टात आणि कसलं?-'' असं म्हणून दादा तोंडाकडं बघत राहिले. आणि त्यांच्याकडं न बघताच केरूनाना म्हणाला,

''आमाला एक तुमचा आधार वाटत हुता.''

''वाटत हुता म्हंजे?''

''तेच की. आमी भाबडं हो.''

''तुमी भाबडं?''

‘‘व्हय. आमी भाबडंच... तुमचा आधार वाटून आमी पोटातलं सगळं सांगून टाकलं.’’

‘‘आणि मग काय इस्वासघात केला तुमचा?’’

‘‘अजून केला न्हाई खरं-’’

‘‘तसं हुईल म्हणून भीती वाटली व्हय?’’

‘‘भ्या वाटायचंच की.’’

‘‘काय झालं?’’

‘‘मग रोज नेमानं वाड्यावर यायचं मी का बंद झालो?’’

‘‘तुमच्या मनात काय पाप आलं मी तर काय सांगू?’’

‘‘आणि आमच्याच मनात पाप आलं का?’’

‘‘न्हाईतर काय म्हणायचं मग?’’

‘‘आम्ही म्हनायचं बघा!’’

‘‘आम्ही बघू?’’

‘‘व्हय!’’

‘‘व्हय?’’

‘‘न्हाईतर काय? गायकवाड तुमाला येऊन चिकटला मग आता आमाला जवळ कशाला करशीला? आम्हाला काय डोळं न्हाईत? रोज बघतोयच की आमी आणि कानानं ऐकतोय बी.’’

‘‘काय बघता आणि काय ऐकता?’’

‘‘काय सांगायचं त्यात? बोलून दावाय लागतय व्हय?’’

‘‘गायकवाडला जवळ करून तुम्हाला लांब केलं असं म्हणायचं हाय व्हय?’’

‘‘असं म्हनायला आणि कशाला लागतय? त्याला तुमी जवळ केलं ह्यात सगळं आलंच की हो.’’

‘‘केरूनाना, मी काय हेतूनं त्याला जवळ केलं?’’

‘‘ते आता मी काय सांगू?’’

‘‘मी सांगू? तुम्हा दोघांची एकी व्हावी अशी माझी विच्छा हाय.’’

‘‘पाटील, मी तुमाला सांगू? एक आग आणि एक पाणी ह्यांची एकी कशी व्हायची सांगा की... असं भाबडंपणावर जाऊ नगा.’’

‘‘खुळे हैसा केरूनाना तुम्ही.’’

‘‘मीच आणि खुळा हाय व्हय?’’

‘‘नाही तर काय शानं म्हणायचं? अहो तुमची एकी व्हाय पायजे. त्या बिगार आता चालायचं न्हाई.’’

‘‘दादा, एकदा आमाला खुळ म्हटलासा न्हवं तुमी? आमी खुळंच हाय बघा!’’

''खुळंच हाय?''

''खुळं म्हणा, शानं म्हणा.''

''मग काय बोलायचं?'' एवढं बोलून दादा बाहेर बघत राहिले आणि केरू नानाच बोलला,

''अहो दादा,जे आजवर कवा झालं न्हाई ते आता हुतंय व्हय?''

''आजवर तशी वेळ आली नव्हती केरूनाना.''

''मग आत्ताच अशी का वेळ येऊन ठेपलीया?''

''येळ येऊन ठेपलीया म्हणून बोलायचं. पुढचं धोराण आखावं लागत केरूनाना.''

''मग आमी काय बिनधोरणाचं हाय व्हय? आमीबी मस्त आकलंय धोराण!''

''काय धोराण आखलंय तुम्ही?''

''ते आत्ताच कशाला बोलून दावायचं? येळ येईल तवा दिसलच की जगाला.'' असं म्हणून केरूनाना हसला आणि दादा म्हणाले,

''हसण्यावारी नेऊ नका केरूनाना आज उद्या पोरं सुटून येतील.''

''व्हय. आमीबी काय कानात बोळं घालून बसलो न्हाई. कायबाय कानावर यायला लागलय. ऐकतोयच की आमी.''

''ऐकणं निराळं-''

''फुडचं नका बोलू दादा.''

''बोलू नको?''

''व्हय. आमी काय बेसावध न्हाई. गायकवाडानं काय घाट घातलाय ते बी मला म्हाईत हाय. ती पोरं काय करणार हैत ते बी वळखून हाय. पर मनात एवढंच येतं की तुमी गायकवाड्याला जवळ कराय नको पायजे हुतं.''

''हे बघा केरूनाना...''

त्यांचं बोलणं अडवून केरूनाना म्हणाला,

''काय सांगू नका दादा. कोण आमचं घराणं नष्टांश करणार हाय ते आमाला बगायचच हाय! तुमाला सांगू?-'' असं म्हणून केरूनानानं एक डोळा झाकला आणि मान पुढं झुकवून हळू आवाजात तो बोलला,

''ह्यो दाजीबा, ज्यावर तुमी भाळलाय त्यो साडेबराचा, अहो त्यो पाताळयंत्र्या, झेलात जाऊन भेट घेऊन आलाय म्हणं त्या पोरांची आणि आमचं खून पाडणार हैत म्हणं ते?''

''असं म्हणता?''

''आणि सांगू? शाना असला तर त्याच्या नादाला तुमी लागू नका. पच्चाताप व्हायची येळ येईल बगा तुमाला.''

''मला?''

''मग काय भ्रांतीत हैसा दादा तुमी? अहो पुरा आडसाटा घेतलाय त्यानं तुमचा. चार लोक का म्हंत्यात तुमाला काय ठाऊक असनार?''

''काय म्हत्यांत लोक?''

''अहो उघड उघड बोलत्यात. म्हणायचं आणि काय त्यात?''

''काय बोलत्यात कळू द्या तरी.''

''काय कळून उपेग हाय त्याचा?''

केरूनानाच्या या बोलण्यानं दादांना राग आला. कपाळावर आठ्या घालून ते म्हणाले,

''केरूनाना, एकेकाला खोडवं लावीन मी! मी दिसतो तसा न्हाई.''

''तुमी खोडवं लावता का ते लावत्यात बगू या!...राग येऊ देवू नका. चार लोक म्हंत्यात ते सांगितलं.''

''ते खरं न्हवं आणि तुमचं खरं व्हय?''

''हे बगा ऽ ऽ जरा पुढचं धोरण आखा.''

''काय आकायचं म्हंता?''

''अहो तुमची एकी झाली-की ती माकडं सुटून आल्यावर काय करत्यात?''

''एवढा भाबडा न्हाई मी दादा.''

''भाबडंपणा न्हवं केरूनाना, येळ येईल तशी पाठ फिरवावी लागती.''

''मग हाय की आमी तयार. जशी येळ येईल तशी पाठ देनारच की!''

''असं म्हणता?''

''व्हयं. असं म्हणतो. ते आमचं घराणं नष्टांश करत्यात का आमी त्यांचं करतो हे डोळ्यानं बगत बसा की तुमी.''

''तुमी इरेला पेटलाय म्हणायचं तर मग.''

''ते पेटल्यात तर मग आमी का सोडतोय ?''

''मग एकी व्हायची न्हाई म्हणता तर?''

''कशाची एकी घेऊन बसलाय? हितनं सारी आता बेकीच बघा!''

न बोलता दादा गप बसून राहिले आणि समोरच्या ताटाकडं बघत केरूनाना म्हणाला,

''लई इच्चार करू नका. खावा केळं खावा. एवढा तर आमचा मान राका.''

हातात केळ घेत दादांनी विचारलं,

''मान राखा म्हंजे?''

''उगा मज्जेनं बोललो हो.''

पुढं बघून दादांनी केळ तोंडाला लावलं आणि फुसुक्कन् केरूनाना बोलला,

''काय तुमच्या जिवावर गायकवाड आमचा खून करनार हाय म्हणं आणि काय लोक म्हंत्यात तुमचा त्याला पाठिंबाबी हाय म्हणं.''

तोंडाला लावलेलं केळ हातात धरून दादा बघत राहिले आणि केरूनाना हसून म्हणाला,

''तुमी तसं करशीला असं न्हवं. लोक म्हंत्यात ते बोल्लो.''

''मला काळजी पडलीया तुमच्या जिवाची आणि काय बोलतायसा केरूनाना तुम्ही हे?''

''तुमाला काळजी पडलीया आमच्या जिवाची? अहो का काळजी करतायसा तुमी आमची? करायची तवा केली न्हाईसा आणि आत्ता करतायसा व्हय?''

''आत्ता येळच आलीया तशी.''

''येळ आलीया त्यांची! आमची न्हाई. त्यांच्या घड्याळात बारा वाजल्यात म्हणून अशी दुर्बुद्धी व्हाय लागलीया त्यास्नी! एक इच्चारू?''

''इचारा की.''

''हातात फळ हाय तुमच्या. दादा खरं सांगा तुमचा काय डाव न्हाई न्हवं त्याच्यात?''

''गळ्याची शपथ देतो केरूनाना.''

''बस्स! मग झालं तर मनातली शंका फिटली बगा.''

''पर का शंका यावी मनात तुमच्या?''

''शंका येनारच हो. त्यो अग्नि शिरलाय न्हवं तुमच्या वाड्यात? तवा मनाला कायतरी चाटून जातय. तुमच्यावर मस्त इस्वास हाय. त्याच्यावर पायजे का नको.''

''इचारलं बरं केलं. पुन्ना असं मनात आणू नका.''

''खावा केळ खावा. आत्ता निर्मळ झालं म्हनणासा मन.''

तोंडात घास घोळवत दादा म्हणाले,

''असं काय मनात असतं तर मी आलो असतो का तुमच्या वस्तीवर?''

''मीबी धाडस करून इच्चारलं असतं का तुमाला? झालं, मनातला शक गेला. आत्ता जीव बिनघोरी हाय हो माझा. तुमचं काय त्याच्यात अंग न्हाई एवढंच आमाला पायजे हुतं. मग आम्ही हाय, ते हैत, बघून घेऊ.''

''हे बगा केरूनाना. माझी एवडीच विच्छा हाय की ती पोरं आता सुटून येतील. त्यांचा धापंधरांचा पुट्टा हाय. आपुन सारं आता एक होऊन त्यांना तोंड द्याला पायजे.''

''व्हय. तुमच्यावर बी दात हैच की त्यांचा.''

''माझ्यावर हाय. तुमच्यावर हाय. सगळ्यांवरच हाय हो त्यांचा.''

''असू द्या हो. आमची नका काळजी करून तुमी.''

''काय मग तुमचं घराणं सगळं नष्टांश करणार म्हणून बसल्यात ते. मग काळजी करू नका कसं?''

''घराणं नष्टांश करत्यात? त्यांचा बा यायला पायजे गोरीतला उठून एकेकांचा!''

''उगा असं अडमाप बोलू नका केरूनाना.''

''नुसतं बोलत न्हाई दादा. करून दावतो. आता उगच गमजा बघा.''

''गमजा बघू?''

''व्हय, गमजाच बगायची. हे बगा दादा, त्यो दाजीबा झेलात जावून भेटी घेउन येतोय. पर आमीबी काय हितं निजत्यालं न्हाई हं! त्यांचाच डाव त्यांच्यावर कसा उलटतोय बघा. फुडंच कशाला बोलायचं? चला तुमाला मज्जा दावतो.'' असं म्हणून केरूनाना उठला. दादाही उठले आणि जरा थांबा असं सांगून तो आता गेला आणि बंदूक घेऊन बाहेर आला. केरूनानाच्या हातातली बंदूक बघून दादा खुळ्या कावऱ्यागत त्याच्याकडं बघत राहिले आणि हसल्यागत करून केरूनाना म्हणाला,

''चला तुमाला मज्जा दावतो.''

त्याच्या हातातली ती बंदूक घेऊन केरूनाना काय मज्जा दाखवणार याचा अंदाज लागेना झाला. ते विचार करीत मागनं चालू लागले,

''कुठं जायचं म्हणता?''

''चला तर खरं.''

मोटेचं पाणी पानमळ्याला चालू होतं आणि ते दोघेही विहिरीच्या धावेवर येऊन उभे राहिले. दादा थक्कच झाले. पाय न उचलता ते बघत उभे राहिले. केरूनाना म्हणाला,

''हे बघा दादा, ही मोट मारती ती माझी थोरली पोरगी लक्ष्मी. आणि धाकटी आत पाणी पाजीवतीया.''

''लेकीला मोट मारायला शिकीवलं काय केरूनाना तुम्ही?''

''दादा, नुसती मोटच काय घेऊन बसलायसा; लेक आणि ल्योक असा फरक न्हाई केलेला आमी. जे गड्याच्या हातनं व्हायचं न्हाई ते माझ्या लेकीच्या हातनं हुतय. दोघीबी तशाच हं! ही झांशीची लक्ष्मी हाय आणि धाकटी तारामती हाय. गादीवर बशीवलं तर राज चालवल राज!'' असं म्हणून केरूनाना पुढं गेला आणि हाळी देवून म्हणाला,

''लक्ष्मी, जरा मोट हुबी कर.''

मोट थांबवून लक्ष्मी उभी राहिली आणि आपली हातातली बंदूक तिच्या हातात देत केरूनाना म्हणाला,

''मी हाय मोटेवर. तू जरा बंदूक चालवून दाव बगू पाटलास्नी.''

लक्ष्मीनं बंदूक खांद्याला लावली आणि नेम धरल्यागत करून धाडकन् तिनं बार

काढला. मोटेचे बैल मागे ओढत ओढता केरूनाना हसून म्हणाला,

''बघितलंसा का दादा? हिकडं कुणीकडं बघता? गोळी कुठं गेली ते बघा. ती बघा तितं खून हाय. तिळभर नेम चुकायचा न्हाई हं.''

केरूनानानं तिच्या हातातली बंदूक आपल्या आतात घेतली आणि मोट तिच्या स्वाधीन करून पुन्हा दादाजवळ येत तो म्हणाला,

''गेले तीन म्हैने सराव चालू हाय. बिन लग्नाच्या पोरी घरात बशिवल्यात ते काय उगाच न्हाई! बापाची ईर्षा लेकीत उतारलेली हाय हं. ह्या दोन लेकी आणि दोन पोरं. अशी मिळून चार पोरं हैत मला! किती खून पाडणार हैत ते?''

तोंड मिटून बघत राहिलेले दादा केरूनानाचं हे बोलणं ऐकून म्हणाले,

''हे बरं शिक्षण दिलं लेकीस्नी.''

''अहो त्याबी जिवावर उदार झाल्यात. आम्ही मेलो तर त्याचा सूड उगवायला माझ्या लेकी समर्थ हैत लेकी! लाठी खेळत्यात. बंदूक चालीवत्यात. धा गडी वस्तीवर आलं तर त्यास्नी थोपवून धरतील थोपवून!''

असं म्हणून केरूनानानं पाटलांच्या तोंडाकडं बघितलं आणि वर्मी घाव घातल्यागत तो बोलला,

''एवढं वरीस दीड वरीस आमी तुरुंगात अडीकलो म्हणून आमचं काय मागं नडलं म्हंतासा काय? माझ्या ह्या दोघी लेकींनी फुडं होऊन ह्यो मळा चालीवला. आता हिरवा गार दिसतोय ह्यो पानमळा त्यांच्या जिवावर जतन झालाय बरं दादा! सगळी हितं रानात रात्रंदिवस खपत होती म्हणून ह्यो पानमळा जगलावाचला. हाय कुनाची पावार अशी?''

दादा नुसते बघत राहिले. त्यांच्या तोंडातनं शब्द बाहेर येईना झाला आणि वर आभाळाकडं तोंड करून ते म्हणाले,

''दिवस बराच वर आला. बरं जातो केरूनाना.''

''बरं या मग.'' असं म्हणून दोघेही माघारी वळले. खोपीपर्यंत चालत गेले. दादा घोड्यावर बसले आणि पुन्हा एकदा केरूनाना म्हणाला,

''आलासा बरं झालं. आमच्या मनातलाबी शक गेला.''

''मनात काय ऱ्हावू ने म्हणून मुद्दामच आलो होतो.''

''ते बरं केलंसा.''

दादांनी घोड्याला टाच मारली आणि केरूनाना मागनं म्हणाला,

''बरं जावा, आमची काळजी नगा करू. तुमीच जरा सावध ऱ्हावा म्हंजे झालं.''

घोडा भरधाव सुटला. बंदुकीच्या गोळीगत जाऊ लागला आणि मघाशी ऐकलेला बार दादांच्या कानात घुमत राहिला...

❒

७

ढेलजेतला दिवा ढणढण करीत होता आणि दाजीबाची वाट बघत दादा बैठकीच्या खोलीत तक्क्याला पाठ लावून बसले होते. दादा वाट बघत होते आणि देवडीवरचा नाईक बसल्या बसल्या डुलकी घेत होता. पेंगता पेंगता मध्येच दचकून जागा होत होता आणि त्याच्या शेजारीच इलायतखां पठाण वळकट पसरून पडला होता. गळफास लागलेल्या बैलागत घोरत होता. रात्रीच्या त्या शांत वेळी त्यांच घोरणं सबंध वाड्याला ऐकू जात होतं... आणि चौकात पाय वाजले. तरातरा दाजीबाच आत येत होता. चौकातनं तो ढेलजेवर आला आणि खोलीत यायच्या आत दादांनी विचारलं, - ''काय लौकर फुरसत गावली न्हाई काय याला?''

दाजीबा आत आला आणि मुक्यानंच खाली बसला. रोखून बघत दादांनी विचारलं,

''काय लई सरबराईला लागलाय काय?''

''सरबराई कसली?''

''आणि कसली असणार? पोरं सुटून आली न्हवं आज?''

''व्हय. आली की. मग त्यांत सरबराई कसली?''

''आता ती तुम्हाला ठावं!''

''आमाला?''

''व्हय, लई जयजयकार केलासा म्हणं त्यांचा! कुणाकुणाच्या बायका आरत्या घेऊन गेलत्या ववाळायला? किती घागरी पाणी वतलंगा त्यांच्या पायावर?''

न बोलता मान खाली घालून दाजीबा गुमान बसून राहिला आणि दादा बोलले,-

''अहो हे इचारायपाई तर सनदी घरला लावून दिलता आणि तुम्ही तोंड मिटून गप्पच बसलाय व्हय?''

तोंड उघडून दाजीबा म्हणाला, ''मग आता काय बोलायचं तर!''

''अहो काय काय झालं काय काय न्हाई हे सांगा की.''

वर मान करून दाजीबा थोडा वेळ बघत राहिला आणि मग म्हणाला,

''काय झालं काय न्हाई हे तुमाला ठाऊक न्हाई व्हय? आणि माझ्या तोंडून वदवून घेण्यात काय इशेष हाय जणू!''

दादाही मग थोडा वेळ गप राहिले आणि पुन्हा उसनल्यागत बोलले,

''काय लई जयजयकार झाला म्हणं!''

मान हालवून दाजीबा म्हणाला,

''दादा, आता जयजयकार व्हायचाच हो!''

''व्हायचाच?''

''व्हय, एकाला बारा घरची पोरं. बारा घरचे बारा संबंध. असा लागाबांधा असल्यागत जरा गणगोताळा गोळा व्हायचाच की!''

''तसं न्हवं,'' असं म्हणून दादा म्हणाले,

''काय पर पेठकरी लई नाचत होतं म्हणं?''

''कशाचं नाचायचं आणि काय?''

''खरं ते बोला की हो.'' असं म्हणून दादा जरा हसून बोलले, ''काय हलगी लावून मिरवणूक काढूया असं म्हणत होतं हे खोटं हाय व्हय?''

''खोटं का असतय? चार लोक गोळा झाल्यावर कोण हलगी लावू म्हणायचं, कोण काय करू म्हणायचं, असं चालायचंच की.''

''आणि काय ती मिरुणुक आमच्या वाड्यावरनं जायाची होती म्हणं!''

कानावर हात ठेवून दाजीबा मान हालवत म्हणाला,

''ते काय आपल्याला ठाऊक न्हाई.''

''ठाऊक न्हाई व्हय? नसायचच! बर असू...'' दादा बोलायचे थांबले आणि दाजीबा वर तोंड करून म्हणाला, -''नसायचंच म्हंजे?''

''नसायचं म्हंजे तुम्हाला सांगायचं नसलं...''

''त्यात एवढं चोरून ठेवायचं काय कारण?''

''बरं ऱ्हाऊद्या. ह्यो इशयच सोडा! आणि काय खबरबात?''

''कशाची आलीया खबरबात!'' असं म्हणून दाजीबा गप्पच झाला आणि दादांनी विचारलं,

''मग काय म्हंत्यात पोरं?''

''पोरांचं सोडा ती आज आल्यात गावात पर केरूनानांचं काय?''

दादा तोंडाकडं बघत राहिले आणि दाजीबा म्हणाला,

''नागू पैलवानानं काय पुन्ना ठिया दिलाय म्हणं पानमळ्यात.''

''मग तुम्हाला का भ्या त्याचं?''

''आमला का भ्या?''

''व्हय, त्यो केरूनाना हाय आणि ती राऊनानांची पोरं हैत. त्यांचं ते बघून घेतील. तुम्ही मधी पडू नका म्हंजे झालं.''

तोंडाकडं बघत दाजीबानं विचारलं,

''आमी मधी पडू नगो?''

''व्हय. मग तुम्हाला काय धोका हाय?''

''मग काय धोका?'' बामणाच्या केशानं हत्यार आणलंय म्हणं.

''त्यानं हत्यार आणलय?''

''व्हय, ह्यानीच पैदा करून दिलय. ते कुटं जातय आणायला?''

''मग त्याचं भ्या वाटतय तुमाला?''

''त्याचं भ्या वाटत न्हाई खरं. त्यो बामण गडी काय करतोय! पण त्या पोरला फुडं करून ही नाचाय लागल्यात की वांडरं... हे काय बरं व्हायचं न्हाई बगा.''

त्याचं हे बोलणं ऐकून दादा विचार करीत बसले आणि उगीच मान हलवून ते म्हणाले,

''काय भिताय एवढं? तुमच्याजवळ काय हत्यारं न्हाई?''

''आमच्याजवळ हत्यार हाय हो.''

''मग झालं तर!''

''हीच तुमची भाशा व्हय?''

''तर मग काय करायचं?''

एक उसासा टाकून दाजीबा बोलला,

''एक करायचं ते आमी तुमाला सांगायचं व्हय?''

''व्हय, सांगा की काय करायचं?''

''घाला की छापा!''

''मग त्यचा एकट्यावर छापा घालून भागल? सांगा की भागल काय? बिनपरवान्याचं हत्यार बाळगणारा त्यो काय एकटाच हाय का गावात? मग असं किती छापं घालायचं आणि किती जणांची कळ काढायची? त्यलाबी काय कमी केलं नसतं पर आज रोजी तसं करून चालल काय?''

डोळे झाकून दाजीबानं दोनतीनदा मान हालवली आणि झाकलेले डोळे उघडून तो म्हणाला,

''म्हंजे आता आमाला सावध ऱ्हायची पाळी आली तर.''

''आम्हाला आली न्हाई?''

''तुमाला काय हो?''

''आम्हाला काय म्हंजे? आता ही पोरं सुटून आली म्हंजे पोटांत भ्या पडलंच की आमच्या!''

''म्हंजे आमच्यावर इस्वास न्हाई म्हनायचा तुमचा?''

हात पसरून दादा म्हणाले,

''खुळं हैसा दाजीबा तुम्ही!''

''अहो न्हाई दादा, मी सांगतो ऐका-तुमच्या केसाला धक्का लागायचा न्हाई.''

दादा पुन्हा बोलले,- ''तुमची खुळी समजुत हाय दाजीबा!''

''खुळी समजूत हाय म्हंता?''

''निव्वळ भाबडं म्हटलं तर चालल! अहो, तुम्हालाबी अजून त्यांचा अंदाज लागल्याला न्हाई. मी सांगतो दाजीबा- त्यो बामणाचा केशा आणि ही राऊनानाची पोरं- ह्यांचं आतनं काय तरी संगनमत झाल्यालं हाय बघा. शेवटाला तीच एक होत्यात का न्हाई बघा. तुम्हाला फुडं करून एकदा केरूनानाचा काटा काढला म्हंजे मग तुमच्यावर उलटतील! केशाला हत्यार काय केरूनानानं आणून दिल्यालं न्हाई. ह्या पोरांनीच ते त्याला कुठनं पैदा करून दिलंय तुरुंगात असतानाच!-असं कानावर आलंय.''

मान हालवून दाजीबा बोलला,-''छे! तसं न्हाई व्हायचं.''

''बघा मी काय म्हंतोय ते.''

''मी काय बघतोय तुमीच बगा.''

''मीच बघू म्हंता?''

''व्हय,'' असं म्हणून दाजीबानं एक डोळा घालून सांगितलं, ''अहो, त्यांनी मला फुडं केल्यालं हाय!''

''असं म्हंता?''

आणि दाजीबा हसला. न बोलता हसतच बसला आणि दादांनी विचारलं, ''का हो, एवडं हासायला काय झालं?''

''काय न्हाई. मी काय म्हंतोय त्याची प्रचीती ईलच; पर एक सांगावं म्हंतो...''

''काय?''

''ते हत्यार जप्त करायचं नसलं तर न्हाऊंद्या. त्याचं काय येवढं न्हाई पर आता कशी झाली तरी पोलीसपार्टी गावात आणून बशिवलासा. निदानला त्या पानमळ्यात तरी धाड घाला.''

तोंडाकडं रोखून बघितल्यागत करून दादांनी विचारलं,

''हं ऽ ऽ आणि काय करू सांगा.''

''काय करू न्हवं, नाग्याला आणि त्याच्या साक्षीदारांस्नी अटक करा की. तुमी करणार न्हाई पर सांगतो आपलं. पटत असलं तर बघा.''

''त्यास्नी अटक करू?''

''व्हय!''

''म्हंजे लंका पेटुद्या म्हंता काय!''

''न्हाउद्या. अवघाड जागी आवदान उठलंय, तुमी तरी काय करनार? तुमाला केरूनाना पायजे, आमी नको!''

दादा बोलले, ''अर्थाचा अनर्थ करू नका.''

दाजीबाही म्हणाला,

''कशाचा अनर्थ आन् काय? भावार्थ कळ्ळा म्हनणासा?''

वावचळून गेल्यागत दादा बघत बसले आणि मग आपण होऊनच म्हणाले,

''दाजीबा, काय तरी येडी समजूत करून घेऊ नकासा. तुम्हाला काय वाटतं? माझी त्यास्नी फूस हाय?''

''मग चावडीत एकाला पाच पोलीस असतापैकी नाग्या येऊन तितं कसा ऱ्हातोय हो? त्याचा तळ मग कसा पडलाय मळ्यात?''

''पडलाय आता त्याला काय करायचं?''

''मग तुमची छाती होत न्हाई म्हणा त्याला धरायची?''

दाजीबानं असा रोखठोक सवाल केला आणि त्याला उत्तर न देता दादा गप विचार करीत बसले. मूग गिळल्यागत ते गप बसूनच राहिले आणि चुळबूळ करीत दाजीबा म्हणाला,

''उठतो मी आता. जास्त काय बोलत नाई. पर एकच सांगून ठेवतो. तुमी असं गपच बसनार असला तर मग आमाला गप बसून चालायचं न्हाई. त्यानं नाग्या पैलवान आणून ठेवला तर आमी त्याचा बा आणून ठेवू! आमचा हातबी काय पोचत न्हाई व्हय कुटं? आमी मस्त त्यास्नी पुरून उरलोय? जातो मी.''

''निगाला?''

''तर बसून काय करू?''

''बसा तर खरं. पान तर द्या.''

उठलेला दाजीबा पुन्हा खाली बसला आणि दादांच्या पुढ्यात चंची टाकून उगच विचार करत राहिला. समोर पडलेली चंची हातात घेत दादा म्हणाले,

''त्या पोरांचा मग काय इचार हाय म्हणता?''

''तेच तेच सतरांदा काय इचारता दादा?''

खाली मान घालून दादांनी पानाचे देठ खुडले. पानाला चुना लावला. खाली बघूनच सुपारी कातरली. अंगठ्याच्या नखानं कात कोरून घेतला. पानपट्टी तोंडात घातली आणि डाव्या हाताच्या तळव्यावर तंबाकू चोळत दादा बसून राहिले आणि डोळे किलकिले करून दाजीबानं विचारलं,

''एक इचारू दादा?''

''काय?'' नजरेनंच दादा बोलले आणि डोळ्या डोळाला लावून दाजीबानं विचारलं,

''कानावर आलंय म्हणून इचारतो. राऊनानाच्या पोरास्नी पुन्ना तुरुंगात घालायला तुमी डाव रचलाय म्हणं.''

''कोण म्हंतय?'' असं दादांनी दचकून विचारलं आणि दाजीबा बोलला,

''काय भाया मांगाच्या पोरास्नी कसल्या चोरीमारीत त्यांची नावं घ्यायला सांगितलं म्हणं.''

दाजीबाच्या तोंडचे हे शब्द ऐकताच दादांना हादरा बसला. त्यांच्या छातीतच एकदम धस्स झालं. तोंड काळं ठिक्कर पडलं आणि झेंडू फुटल्यागत दादा भांबावून गेले. येडबडल्यागत त्याच्या तोंडाकडं बघत राहिले. हसल्यागत करून दाजीबा म्हणाला,

''असं काही करू नकासा हं. कुणी बदसल्ला दिला तुमाला ह्यो? त्या केरूनानाचं ऐकालयसा व्हय?''

कशीबशी गुळणी गिळून दादांनी विचारलं,

''कोण म्हणत हुतं दाजीबा?''

''त्याचा ठावठिकाणा तुमाला काय करायचा? खरं का खोटं एवढं सांगा.''

धीर करून दादा बोलले,

''मी असं कशाला शिकवू? आणि नुसती नावं घेवून भागतंय व्हय? साक्षी पुरावं व्हावं लागल्यात. कज्जा कोर्टात टिकायला पायजे का नको?''

''ते तुमी काय सांगू नका हो! पर अशा काय फंदात पडू नका एवढाच इशारा देतो तुमाला. न्हाईतर ती पोरं मलाबी गुंडाळून ठेवतील बगा. मग माझ्या हातात काय न्हायचं न्हाई हं.''

''छे: छे:! असलं न्हाई ते मनात सुदीक आणू नका.''

''कानावर पडलं म्हणून आपलं विचारतो. माझं ऐकत्यात तवर सांभाळायचं काम मी करतो.''

विचार केल्यागत दादाही म्हणाले,

''दाजीबा सांगू? मुद्दाम वाकड्या वाटंनं जाणारा मी माणूस न्हाई. चावडीत पोलीस असतापैकी केरूनानाच्या मळ्यावर मी का छापा घालत न्हाई?'' एवढं बोलून ते थांबले आणि नजर रोखून बघत राहिले. दाजीबानं उलट सवाल केला,

''का घालत न्हाई?''

''अवघड हाय! गावात पार्ट्या पडल्यात. मी ह्या अंगानंबी न्हाई. त्या अंगानंबी न्हाई. त्यालाबी संशोव येऊ ने. तुमालाबी संशोव येऊ ने.''

''म्हंजे तुमी नामानिराळं न्हाता व्हय?''

''चांगलं का वाईट?''

''चांगलंच हाय. पर काय बोल्ला त्याला जागा म्हंजे झालं.'' असं म्हणून दाजीबानं भुईची चंची उचलून हातात घेतली आणि पुन्हा एकवार नजर रोखून तो म्हणाला,

''तुमचा शबूद खरा न्हवं? मग आमीबी फरारी आणून ठेवतो की आमच्या रानात. मग मतूर पोलिसांची धाड आमच्यावर येता कामाने हं. हाय कबूल?''

न बोलता दादा बघत राहिले आणि त्यांची मूक कबुली घेऊन दाजीबा उठून निघून गेला.

दाजीबा निघून गेला आणि दाढेत तंबाकू धरून दादा बसूनच राहिले.

मधलं दार वाजलं आणि परशुराम ढेलजेत येऊन उभा राहिला. सळीला टांगलेल्या दिव्याकडं बघून म्हणाला,

''दिवा का अजून ठेवलाय एवडा मोटा?''

''कर कमी.''

परशुरामनं दिव्याची वात कमी केली आणि अंधारातच उभा राहून तो म्हणाला,

''दादा, काय म्हणत हुता दाजीबा?''

''जागा हुतास अजून?''

दादा उठले. बैठकीच्या खोलीतनं बाहेर आले. ढेलजेत उभा राहिलेल्या परशुरामाकडं बघून म्हणाले,

''का उटलास?''

''कानावर आवाज येत हुता. म्हटलं उठून बघावं... काय म्हनत हुता दाजीबा?''

''दाजीबा व्हय?'' असं म्हणून दादांनी त्या अंधारातच पायरीवर आपलं बूड टेकलं आणि समोरच्या चौकात नजर लावू ते म्हणाले,

''ये बस ये.''

परशुराम पुढं गेला आणि आपल्या दादांना लागून तोही पायरीवर बसला.

अंगातली पैराण काढत दादा म्हणाले,

''लई उकडाय लागलंय रं.''

''व्हय. गदमदाय लागलंय. उकाडाच हाय.''

''बघ की हवा कशी बंद झाल्यागत झालीया. अशा उकाड्यात काय झोप येती माणसाला?''

''व्हय. शिजाय लागल्यावर कशाची झोप. उगच पडून ऱ्हायचं.''

''परसराम,-'' असं म्हणून दादांनी मान वळवली. परशुरामानंही तोंड वळवून दादांकडं बघितलं. ते दोघेही भाऊ एकमेकांकडं असं बघत राहिले आणि एका विचित्र सुरात दादा बोलले,

''परसराम कशाचा पडतोस मर्दा....'' आणि असं म्हणून त्यांनी आपली नजर वर आभाळाकडं लावली. उगच चांदण्या मोजत ते बसून राहिले. आणि नाकासमोर बघत राहिलेला परशुराम बोलला,

''दादा, तुमचंच चुकलं.''

''काय चुकलं?''

''त्यास्नी जवळ कराय नको पायजे हुतं.''

''नको पायजे हुतं?''

''व्हय. लांब हुती तवर त्यास्नी भ्या वाटत हुतं. आता जवळ येऊन त्यास्नी आडसाटा मिळाल्यागत झालाय न्हवं!''

''आडसाटा मिळालाय खरं.''

''मिळाला का न्हाई?''

वर आभाळाकडं लावलेली नजर तशीच ठेवून ते म्हणाले,

''पडतं घेऊन आता भागायचं न्हाई. कच खाल्ला तर आपल्याच नरड्याला नख लावून मोकळी होतील ही!''

''व्हय. तेच म्हंतोय मी बी. आमी उद्यापासनं पुन्ना रानात वस्तीवर जातो.''

''तुमी रानात वस्तीला जाता?''

''घरात बसलो तर लोक भ्यालो म्हंतील.''

''खरं हाय तुझं.''

''अहो काय पडला तर पडूद्या की एकांदा खून. मस्त एकाला चौघंजण हाय आपुन!''

वर आभाळाकडं लावलली नजर चटकन खाली करून दादांनी आपली मान मागं वळवली आणि मागं बघतच ते म्हणाले,

''कुठल्या अंगाची पाल बोलली गा?''

''पाल बोलली?''

''ऐकलं न्हाईस तू?''

''काय तरी तुमाला भास झाला असलं.''

''खुळ्या, भास न्हाई. पाल चुकचुकली. दिवा मोटा कर बघू.''

परशुराम उठला. सळीला टांगलेला दिवा मोटा करून म्हणाला,

''कुठं हाय पाल आणि फील?''

भिंतीवर नजर फिरवत दादा म्हणाले,

''ती दिसती का तुला कोनाड्यात? ती बग मावळतीच्या अंगाला.''

''बरं असूद्या. उठा आता. पडा जावा.''

''असूद्या न्हवं. परसराम, आपल्या मनात इचार यायला आणि पाल बोलायला गाठ पडली. तिचं खरं हाय बघ.''

''काय खरं हाय?''

''आत्ता पड खायची न्हाई. धीर करा म्हंती धीर!''

''तेच मी बी म्हंतो.'' असं म्हणून परशुरामानं दिवा पुन्हा बारीक केला आणि

खाली बसलेल्या दादांना तो म्हणाला,

''उठता न्हवं? जावा की पडा जावा.''

''का तुला झोप आलीया व्हय ? तू जा आत पड जा.''

''मी पडू जाऊ? आणि तुमी हितं बसून काय करता?''

''खुळ्या, मला आता रात जायची न्हाई रं.''

उभा राहिलेला परशुराम थोडा वेळ तसाच बघत राहिला आणि पुन्हा म्हणाला,

''रास्सारी का असं बसूनच ऱ्हाता?''

गुडघ्यात मान घालून बसलेले दादा बोलले,

''काय तरी विचार कराय पायजे गा. आत गप ऱ्हावून चालायचं न्हाई. त्यांचा काटा बसवाय पायजे.''

पुढं येऊन पुन्हा पायरीवर बसत परशुरामानं विचारलं,

''काय म्हणत हुता दाजीबा?''

''त्यांचा काय अंदाज लागत न्हाई गा.''

''आपुन बी आपला अंदाज देऊ नका.''

''व्हय. आता कुणाला अंदाज देऊन भागायचं न्हाई. येळ येण्याची वाट बगायची बघ.''

''कशाची येळ म्हंता?''

''खुळ्या आपली न्हवं; त्यांची! परसराम, हे सारं एका माळेचं मणी हैत. आता घावलं तसं एकेकाला ववून टाकायचं बघं!'' असं म्हणून दादांनी मान फिरवली आणि परशुरामाच्या तोंडाकडं बघत ते म्हणाले,

''भाद्दरांनो, आता तुम्ही जरा सावध ऱ्हावारं.''

''सावद? कशाला सावद ऱ्हायचं? आत्ता कोण आडवं ईल त्याला चान्न्या राखायला वर धाडायचं बघा! आत्ता सावद न्हाई आणि काय न्हाई! आता काय गप बसायचं न्हाई. हुंद्या, काय व्हायचं असलं ते हुंद्या!''

परशुराम असा इरेसरीनं पेटल्यागत बोलला आणि मग दादा म्हणाले, ''बरं चल आता ऊठ. पड जा आत जाऊन.'' असं म्हणून दादा उठले. काढलेली पैरण खांद्यावर टाकून ते वर माडीवर गेले आणि परशुरामही आत गेला. त्यानं दार झाकल्याचा आवाज जिना चढून वर माडीवर गेला. अंथरुणावर अंग टाकून गप पडण्याऐवजी दादा उभेच राहिले. भोवतीभर नजर टाकून बघू लागले आणि तो टोलेजंग वाडा उदास दिसू लागला. वरच्या उघड्या दारातनं त्यांनी खाली पाहिलं आणि तो ऐसपैस चौक भकास दिसला. त्यांनी मान वर केली. समोर नजर लावून ते उभे राहिले आणि अंगावर घोंगड्याची खोळ घेऊन गपकन् कुणीतरी पुढं यावं तसं ते कवठाचं झाड अवचित दृष्टीस पडलं! अंगावर काटा उभा राहिला आणि दादा बघत राहिले...

चांदणं बेळंकीगत पांढरं फेक पडलं होतं. बघाव तिकडं नजर ठरत नव्हती. त्या शुभ्र चांदण्यात डोळे खुपसून दादा बघत राहिले... निळा पांढरा समुद्र पसरलेला दिसू लागला. डोळ्यापुढं लाटा हेलावू लागल्या आणि चांदण्या चमकू लागल्या...

भुलल्यागत दादा बघत राहिले आणि खाली दार करकरल्याचा आवाज झाला. एकाएकी आवाज कानावर आला आणि झटशिरी त्यांची नजर खालच्या चौकाकडं गेली. एक घुटका गिळल्यागत करून त्यांनी विचारलं,

''कोण ते? कोण हाय?''

खालनं आवाज आला, ''कोन न्हाई, मी परसराम.''

''परसराम, कारं बाबा?''

चौकात आलेला परशुराम वर मान करून अंगाला आळोखे पिळोखे देत म्हणाला,

''काय न्हाई, लई गदमदाय लागलंय. जरा भाईर वाऱ्याला तर यऊन बसावं म्हणून आलोय झालं.''

''वाऱ्याला बसतोस?''

''का तुम्हालाबी झोप न्हाई आली जणु अजून?'' असं म्हणून परशुरामानं ढेलजेच्या पायरीवर बूड टेकलं. तो एकटाच खाली बसून राहिला...

आणि वर माडीवर दादा एकटेच भुतागत फिरत राहिले...

❐

८

...भरगच्च रात्र झाली. उगवतीला चंद्रम दिसू लागला. आणि दाजीबा खोपीतनं बाहेर पडले. घोंगड्याची खोळ अंगावर घेऊन सपाट्यानं चालू लागला. पायाखालची मळलेली वाट संपली आणि मोकळं रान लागलं. नांगरलेल्या जमिनीतली ढेकळं चुकवत तो ढेंगा टाकत जाऊ लागला.

दाजीबा एका बांधाजवळ आला आणि नांगरून समोर पसरलेल्या एका काळ्याभोर वावराकडं तो टक लावून बघत राहिला. आदमास घेत थोडा वेळ उभा राहिला आणि मग आडव्या सऱ्या मोजत पुढं चालला.

एकाएकी त्याला शीळ ऐकायला आली. वाऱ्याची झुळूक अंगावर यावी तशी ती शीळ कानावर आली आणि दाजीबानंही जीभ टाळ्याला लावून सूर धरला. शीळीत शीळ मिसळली आणि दिशा बरोबर हेरून त्यानं पाय उचलला. दहा पाच पावलं टाकल्यागत नांगरलेली एक सरी धरून तो झपाट्यानं पुढं निघाला. एकदोन कासरे चालून गेल्यावर तो पुन्हा उभा राहिला आणि जवळनंच आवाज आला, ''दाजीबा, ए असाच फुडं.''

''हिंदुराव...''

''हां या या. या असंच.''

दाजीबा तसाच जरा पुढं गेला आणि पोटाखाली बंदूक घेऊन सरीतच डब पडलेला हिंदुराव उठून बसला. एका लंगोट्यानिशी उघडा बंब बसलेला हिंदूराव काळ्या जमिनीतनं ओळखू येत नव्हता. डोळे बारीक करून दाजीबा बघत राहिला आणि खालच्या आवाजात हिंदूराव बोलला,

''असं हुबा ऱ्हाऊ नगा दाजीबा, बसा खाली.''

जवळ जाऊन त्या सरीतच दाजीबानंही बूड टेकलं आणि घोंगड्याची खोळ बाजूला करीत त्यानं विचारलं,

''तुमी एकटंच? सुभानराव आणि संभाजी कुटं हैत?''

''पांढरी कापडं घालून आलायसा, आधी अंगावर घोंगडं घ्या बघू.''

काढलेली घोंगड्याची खोळ गडबडीनं अंगावर घेत दाजीबा बोलला,

''काय तसं आसपास...?''

''हां, जरा हालचाल दिसतीया. हितं बोलत बसाय नगो. उटा.''

''उटायचं?''

''हां, उटा फुडच्या वगळीत जाऊन बसू या.''

असं म्हणून हिंदूराव उठला आणि पायाचा आवाज न करता अबदार पावलं टाकत चालू लागला. घोंगड्याची खोळ अंगाभोवती घट्ट धरून दाजीबाही पाठीमागनं निघाला.

त्या नांगरलेल्या जमिनीतनं दोघेही बाहेर पडले. एक बांध ओलांडून घसरतीला लागले. ते लवणात शिरले आणि करंजी, जांभूळ, निरगुडी, घाणेरी ह्यांच्या कडेनं एका चिंचोळ्या वाटेनं खाचखळगे तुडवत पुढं निघाले. भोवतालची रानं दिसेनाशी झाली. वस्त्याही लांब राहिल्या आणि वगळीत आल्यावर हिंदूरावानं विचारलं, ''भाकरी आनलिया न्हवं?''

हातातलं भाकरीचं गटळं घोंगड्यातनं बाहेर काढत दाजीबा म्हणाला, ''ही काय आनलिया.''

हात पुढं करून हिंदूरावानं ते गटळं आपल्या हातात घेतलं आणि नाकानं हुंगल्यागत करून म्हणाला,

''खमंग वास येतोय हो! सांडग्याचं कोरड्यास हाय जणू.''

''काय काय हाय बगा.''

गटळ्याचं बूड चाचपत हिंदूराव म्हणाला,

''कांदं लागत्यात हाताला. शेंगाबी दिसत्यात.''

आणि उभा राहिलेला हिंदुराव वगळीतच खाली बसला. दोन पायावर बसून त्यांन भराभरा फडक्याची गाठ सोडली आणि हातात एक भाकरी घेऊन त्यांन घास मोडला. लाळ सुटलेल्या तोंडानं भराभरा खाऊ लागला. दाजीबाही खाली बसला आणि तोंडाचा होणारा मचामचा आवाज कान देऊन ऐकू लागला.

एक भाकरी खाऊन झाल्यावर पुन्हा फडक्याची गाठ मारत हिंदूराव म्हणाला,

''जरा आदार आला बगा.''

''तर हो, हडाडला असशील?''

''हडाडलं?...काय सांगायचं दाजीबा!''

दाजीबा बोलणं ऐकत त्याच्या तोंडाकडं बघत राहिला आणि हिंदुराव म्हणाला, ''चला उटा. ते आणि वाट बगत असतील.''

दोघेही उठले आणि पुन्हा चालू लागले. थोडं चालून गेल्यावर हिंदूरावानं शीळ घातली. तशीच शीळ उलट अंगानं ऐकू आली आणि हिंदूराव म्हणाला,

''असंच जावा समोर. ती बगा त्या झाडाखाली बसल्यात.''

''जावा म्हंजे? तुमी कुटं निघाला?''

''तुमी चला फुडं तंवर मी येतो जरा पानी पिऊन.''

''पानी पिऊन येतो ?''

''व्हय ह्या बामनाच्या हिरीतलं. पंताचा मळा न्हवं काय ह्यो?''

''हां ऽऽ व्हय की.''

''बगत ऱ्हाऊ नका. जावा फुडं.''

असं म्हणून हिंदूराव मागे फिरला आणि दबकत दबकत दाजीबा पुढं जाऊ लागला. धड डोळ्यांना पुढचं दिसेना झालं. जागजागी झाडाच्या सावल्या पायात येऊ लागल्या. जमिनीतनं वर आलेली एक मुळी पायात आली आणि ठेचकाळल्यागत होऊन तो उभा राहिला. पायात अडकलेलं धोतरं त्यानं खाली वाकून सोडवून घेतलं आणि पुन्हा समोर बघून तो चालू लागला. हिंदूरावानं बोट करून दाखवलेलं ते झाड जवळ आलं आणि खाली बसलेलं ते दोघंही गडी उठून उभे राहिले. दाजीबा जवळ गेला आणि हातातलं भाकरीचं गठळं खाली ठेवत म्हणाला,

''खावा भाकरी.''

''आणि दादा हो?''

''येतोय मागनं. पाणी प्यायला हिरीत गेलाय.''

''त्यानं खाऊन घेतलं जणू?''

''व्हय, एक भाकरी खाल्ली.''

येवढं ऐकल्यावर ते दोघेही भाऊ आमोरासमोर बसले आणि भाकरीचं गटळं मध्ये ठेवून घास मोडू लागले. एवढ्यात हिंदूराव आला आणि पुन्हा त्यात सामील झाला. तोंडात घास घोळवत बोलला,

''दाजीबा, लई अबदा झालीया गड्या पोटाकडं!''

''व्हय. जरा काल परवा मलाबी काय जमलंय न्हाई.''

हिंदूराव हसून म्हणाला,

''तुमाला जमलं न्हाई आणि आमाला लांबनं भाकरीचा वास या लागला हो!''

''लांबनं वास या लागला?''

''व्हय की दाजीबा, खोटं न्हाई. धनगराच्या कुत्र्यागत आवस्ता झाली म्हननासा. त्याला जसा लांडग्याचा वास येतो तसा आमाला भाकरीचा वास या लागलाय!''

गळ्यातल्या गळ्यात हसून संभाजी म्हणाला,

''काल सांच्यापारची गोष्ट सांगा की त्यास्नी.''

''काय झालं?''

दोन पायांवर बसलेला हिंदूराव जरा अंग वळवून बसला आणि आपल्या दोन्ही हातांच्या तळव्यात कांदा फोडीत म्हणाला,

''काय सांगायचं दाजीबा, परवाचा सबंध दिवस गेला का तसाच. कालची

सकाळ गेली. दुपार टळली आणि तिनीसांज झाली. काय सुचनाच झालं बघा! काय खाऊ अन् काय नको असं हून गेलं! भूक कडाडली आणि तिनिसांचं उतरलो डोंगराच्या खाली...''

''आणि हो?''

''आणि काय? खोबऱ्याचा म्हातारा पोरांची भाकरी घेऊन वस्तीला निगाला हुता. म्हटलं ए ऽ ऽ गड्या, कायबी कर अन् मला तेवढी भाकरी दे. त्याबी भाद्दरानं लगोलग भाकरी काडून माझ्या स्वाधीन केली आणि फडकं झाडून निघून गेला. त्या भाकरी घेऊन मी वर आलो आणि काय एकेकाच्या वाटणीला ईल तेवढं तिघांनी बसून खाल्लं. तेवड्यानं काय हुनार हो? काय भूक आवारती म्हंता?''

''व्हय की. काय आवरती!''

''त्यात दाड खवळल्याली! आणि मग तिघंबी सुटलो का वगळीनं खाली. कुठं झाडावर चढून आंबा खा, कुठं चिच्चचा पाला वरबड. भूक काय मरना आणि रात काय जाईना. असा राग आला म्हंता तुमचा त्या वक्ताला!''

कसनुसं तोंड करून दाजीबा बोलला,

''मी तरी काय करनार गा ऽ ऽ! दोन दिवस आमच्यावर पाराच लई बशिवला तर! कोण तरी-एक न्हाई दुसरा सारखा टेळणी करून जातच हुता. पाटलाला जरा माझा संशोव बादाय लागलाय न्हंव... त्यच्याह्यन काय जमचना झालंय. आजसुदिक लई हुशारीनं आलो.''

स्वत:शी बोलावं तसं हिंदूराव पुढ्यातल्या भाकरीकडं बघूनच म्हणाला, ''तरीच येळ मोडला व्हय? मी म्हटलं आजबी आणि येता का न्हाई कुणाला दक्कल! करतासा घोटाळा!''

''येत न्हाई कसा?''

''कसा म्हंजे काय? काल परवा आला तसं हो! मग मतूर कुणाला तरी फाडून खायची येळ आली असती बगा!''

दाजीबा सांगू लागला, ''चंद्रम उगवूस्तवर गप खोपीतच पडून न्हायलो. कुणाला संशोव येऊ दिला न्हाई काय न्हाई. आणि कोण न्हाई ते बघून सुटलो झालं. आसपास पाळत ठेवलीया हो! काय करतासा?''

मान मागं वळवून हिंदूराव म्हणाला,

''आणि दाजीबा आज सांगायचं म्हंजे तुमची वाट बघत आमी पडलो हुतो का रानात? तर त्यच्या बायला ऽ ऽ त्या आदुबाईच्या रानातनं हो, दोनदा चारदा माणसं गेली आली! म्हटलं आल्यावर कोणीतर पाळतीवर! मग ह्या पोरास्नी तेवडं फुडं पळवून लावलं. म्हटलं तुम्ही जाऊन बसा वगळीत. आणि अंगावरचं घोंगडंबी काडून ह्यांच्याकडंच दिलं आणि पोटाखाली बंदूक धरून उगड्या अंगानं उगच सरीतच पडून

न्हायलो. म्हटलं आता येऊद्यात कोण येतंय ते! तुमी आज आल्याबिगार न्हानार न्हाई ह्याची खात्रीच हुती हो. पर खरं सांगू? जसा चंद्रम वर आला तसं म्हटलं आजबी आता तुमी येत न्हाई!''

बोलता बोलता भाकरी निम्मी चवड संपून गेली आणि मग गटळं बांधून सगळेच पाणी प्यायला विहिरीवर गेले. त्यांची वाट बघत दाजीबा एकटाच बसून राहिला. भाकरीची राखण करीत बसला. थोडा वेळ गेला आणि मग ते तिघेही वगळीतनं चालत येताना दिसले. भर अमावास्याला येताळाच्या पालखीला आल्यागत ते जवळ आले आणि खळ्याभोवती पेंढीला पेंढी लावून गोल कडं करावं तसं सगळेच गुढघ्याला गुढघा लावून एकमेकांकड बघत बसले आणि हिंदूरावानं विचारलं,

''काय म्हंतोय पाटील?''

''केरूनानाच्या पोराचा खून झाल्यापासनं लई चवताळलाय! माझ्यासंगंबी बात करायला तयार न्हाई.''

''बरं आणि काय धरपकड?''

''कुणाला ठेवलंय शिल्लक? पाक सारी पोरं धरून चावडीत आनल्यात. आज चार रोज झालं फौजदारबी येऊन बसलायकी.''

दात ओठ खाऊन हिंदूराव बोलला, ''बसुंद्या बसुंद्या!''

''बसुंद्या न्हवं, गाव सारं बडवाय लागल्यात की!''

''व्हय का! मग उकाळ पांढरं झालं असलं म्हणायचं पाटलाचं?''

''आन् म्हनायचं काय त्यात! अगा सारं गाव वरबाडलं की! आणि जरा तराकल्यागतच कराय लागलय!''

हिंदुरावानं विचारलं, ''तराकलय का?''

''तर! डोस्कच चक्रम झालंय बगा!''

''आणि लई चक्रम होईल! बघत न्हावा खेळ!''

दाजीबा बोलला, ''आता काय व्हायचं न्हायलंय? सारखी बंदूक घेऊनच फिरतोय. आणि जोडीला त्यो शाना भाऊ एक असतोय.''

''कोन त्यो परशा व्हय? अर त्या परशाच्या!''

थोडा वेळ दाजीबा गप राहिला आणि मग म्हणाला,

''आणि काय तुमाला हद्दपार करायचंबी काम चालीवलय म्हणं.''

हिंदूराव हसून बोलला, ''हद्दपार करायला आमी हाय कुटं गावात?''

''तुमच्यावर लई टपलाय! तीनदा छापा घातला की तुमच्या घरावर आतापातूर.''

''घालुंद्या घालुंद्या. त्यानं तिंदा घातला तर आमी एकदा तरी घालू का न्हाई!''
सावध केल्यागत करून दाजीबा म्हणाला,

''अंहं, तसं काय करायचं न्हाई हां. मग मलाबी खोप सोडावी लागल बघा.

सगळ्यास्नीच असं फरारी हून चालायचं न्हाई. निदानला त्या केरूनानाचा तरी खून पडुद्या आणि मग फरारी होऊ म्हणं सगळंच.''

येवढं बोलून दाजीबा गप झाला आणि हसल्यागत करून हिंदूराव म्हणाला, ''मग आता कशाला जाता हितनं माघारी?''

दाजीबा बघत राहिला आणि तोंडाजवळ नेऊन हलक्या आवाजात हिंदूराव बोलला,

''सकाळी खुनाची बातमी ऐकून गावात कालवा उडल बगा.''

''असं म्हंता?''

''व्हय! रोज तांबडं फुटायला वस्तीवरनं घरला येतोय म्हणं. आज पांदीत मुडदा पाडतो बगा त्याचा!''

हिंदूरावाचा हात दाबत दाजीबा म्हणाला,

''पोरंग गेल्यापासनं लई हबाकलंय तेबी.''

''म्हणून तर आदी पोराला उडीवला! बापलेकांची ताटातूट कशी होती हे कळ्ळं का आता त्यला?...कशी आली असतील आतडी गोळा हून!''

''चार रोज लई हंबरडा फोडला!''

''फोडला न्हवं? रगड झालं! आता उद्या कुटला फोडल?'' असं म्हणून हिंदूरावानं वर आभाळाकडं बघितलं आणि रात्रीचा अंदाज घेत तो म्हणाला,

''बरं चला आता उठा.''

''निगायचं?''

''व्हय. तुमी जावा आपल्या वस्तीवर. आमी जातो तिकडं. दिस उगवायला गावात जाऊन उगच मज्जा बगा की!''

''मग आजचं नक्की म्हंता?''

न बोलता हिंदूराव हसला आणि मानेनंच होकार देऊन उठून उभा राहिला. त्या तिघांनीही घोंगड्याच्या खोळी अंगावर घेतल्या आणि वाकफड्याच्या बटांनी कमरेभोवती त्यांनी घोंगडं आवळलं तसा दाजीबाही उठला.

खाली वाकून धोतराचा काचा मारला आणि घोंगड अंगावर घेत म्हणाला, ''निगायचं?''

''चला की जरा तुमाला घालवत येतो. मग तुमी जावा खोपीकडं... आमी जातो फुडं.''

''चला.''

''खोपीत जाऊन निजू नगा हं. जाग ऱ्हावा.''

''जागा ऱ्हाऊ?''

''हां बार ऐका आणि मग पडा.''

निम्म्या वाटेपर्यंत ते घालवत आले. मग दाजीबा आपल्या खोपीकडं वळला आणि ती तिन्ही पोरं आडवाटेनं रानात शिरली...

दाजीबा सपाट्यानं खोपीवर आला. खोप आली तसा वर आभाळाकडं बघत राहिला आणि मग बाहेरच एक वाकाळ पसरून त्यावर गप पडून राहिला...

आसपासच्या वस्तीवरची कुत्री अधनं मधनं भुंकत होती. जवळच्या दवणीतली जनावरंही मध्येच उठत होती. त्यांच्या चाळांचा आवाज कानावर येत होता. झाडावरची पाखरंही अधनं मधनं जागी होत होती. हे सारे आवाज कानात साठवत दाजीबाचे डोळे वर आभाळाकडं लागले होते.

डोक्याला आलेला चंद्र कलंडला आणि वाकळेवर पडलेला दाजीबा उठून बसला. टक लावून उगवतीकडं बघत राहिला...

चांदणी उगवून वर आली आणि सरड्यागत आभाळाचा रंग बदलत चालला. तांबडं फुटलं. कान टवकारून दाजीबा बघत राहिला.

आपला सारा प्राण कानात आणून वाट बघू लागला...

एकाएकी त्याच्या छातीत धस्स झालं! सप्पय बूड टेकून बसलेला दाजीबा चट्टशिरी उठून उभा राहिला. गडबडीनं खाली वाकून एका हातानंच त्यानं वाकाळ उचलून वर घेतली आणि अंगावरचं घोंगडं सावरत तो खोपीत शिरला. आणि पाठोपाठ पुन्हा एक बार ऐकायला आला. खोपीत शिरलेला दाजीबा बाहेर कान देऊन गप उभाच राहिला.

सारं शांत झालं. कसलाच आवाज येईना झाला आणि मग उभा राहिलेला दाजीबा मट्टकन खाली बसला. कशीबशी त्यानं वाकाळ पसरली आणि घोंगडं अंगावर घेऊन तो पडून राहिला. पावसाळ्यातल्या पैशाकिड्यागत पाय पोटात घेऊन पडल्या जागी गप दुमडून पडला...

❐

१

पंधरा दिवसांच्या अंतरानं लेकाचा खून झाल्यावर पुन्हा बापाचा खून पडला आणि गावात कालवा उडाला. एक निराळंच वारं आल्यागत झालं आणि आता कुणा कुणाचा खून पडणार हे काही कळेनासं होऊन बसलं! खुनाचंच वारं वाहू लागलं. केरूनानाचा खून झाला आणि दाजीबाही फरारी होऊन गेला. दाजीबा फरारी झाला आणि आबांचा केशव त्याच्या माघावर राहिला. नागू पैलवानाशी संगनमत करून एक नवी फळी तयार केली. केशव दाजीबावर टपला. दाजीबाही त्याच्यावर टपला. राऊनानांची पोरं डोंगरातनं फिरू लागली. पवाराचा काटा काढून मोकळी झाली आणि खुद्द दादांच्या जिवावर उठली. दादा त्यांना अडकवायला बघू लागले आणि ते दादांच्या पाळतीवर राहिले. गावात काही मजा राहिली नाही. सगळा दंगा उसळला! आणि दादाही हबकले.

उठलेला कालवा जरा बसल्यागत झाला आणि केरूनानांच्या लेकीना भेटायला दादा त्यांच्या वस्तीवर गेले. बाहेर घोडं उभं करून ते आत शिरले आणि त्यांची छातीच दबकली. झरझर अंगावर काटा उभा राहिला. खुद्द डोळ्यांचा डोळ्यावर विश्वास बसेना झाला! भुलल्यागत ते बघतच राहिले.

केरूनानाच्या दोन्ही लेकींनी आपले केस कापून डोक्यावर शेंड्या ठेवल्या होत्या! आणि लुगड्याऐवजी अंगावर पुरुषवेश धारण केला होता. मुसलमानागत खाली धोतराची लुंगी लावून अंगात कुडती अडकवली होती. दादा त्यांच्याकडं एकटक बघत राहिले आणि काय बोलावं हे त्यांचं त्यांना कळेना झालं. ते असं येडबडून गेले आणि पाटील दारात आलेले बघून केरूनानांची मुलगी पुढं आली. एक जेन अंथरून म्हणाली, ''या पाटील, बसा.''

दादा आत गेले. मुकाट्यानंच खाली बसले आणि लक्ष्मीनं विचारलं,

''का आलता?''

''बोलवायलाच आलतो. दुसरं काय?''

''दुसरं काय असनार?''

''व्हय. दोन शब्दाचा धीर द्यायचा...''

लक्ष्मीनं तोंड वर केलं आणि दादांच्याकडं बघत म्हटलं, ''तुमी काय धीर

देता?''

दादाही तिच्या तोंडाकडं बघत राहिले आणि हाताच्या बोटानं एक कोपरा दाखवून ती म्हणाली,

''धीर देनारा बसलाय बघा तिथं! सारखा पेटत ऱ्हायलाय!''

दादांची नजर त्या कोपऱ्याकडं गेली आणि तिकडंच डोळे लावून ते बघत राहिले. आलाव्यातल्या खाईगत घरातच एक चर दिसत होती आणि खणलेल्या त्याचरीत लाकडाचं रसकं धगधगत होतं. निळा तांबडा जाळ वर खेळत होता. वातीनं ज्योत धरावी तसा तो दिसत होता. दादा तिकडं बघत राहिले आणि लक्ष्मी म्हणाली, ''पाटील, ही नुसती लाकडं पेटत न्हाईत-सरणातला इस्तु आणून त्यात टाकलाय! बदला घेऊस्तवर त्यो इजवायचा न्हाई...कळ्ळं? पेटल्याची ध्याई हाय ती ध्याई!''

खुडुन बसलेल्या कोंबडीगत दादा थोड्या वेळ गप बसले आणि नजर उचलून म्हणाले,

''काय नडलं तर मला कळवा...''

''काय नडायचं न्हाई आणि आडायचं न्हाई. जवा जिवाला व्हायचं तवा झाला न्हाईसा आणि थोर तोंडानं आता सांगायला आलायसा व्हय? आमी आता केरूनानाच्या लेकी न्हाई; पोरं हाय पोर? चांगलं डोळं फाडून बघा. शेंड्या राखल्यात शेंड्या. तुमच्या आधारानं ऱ्हाणारा दाजीबा का झाला फरारी? व्हय?''

लांब बसलेली धाकटी लेकही पुढं आली आणि रोखून बघत म्हणाली,

''पाटील, आता सांभाळा दाजीबाला आणि त्यो मेल्यावर त्याच्या पोराबाळास्नीबी!''

''बघू आमचं घराणं नष्टांश होतंय काय त्यांचं!'' असं म्हणून लक्ष्मीनं एक लाकडाचा तुकडा त्या पेटत्या खाईत टाकला आणि त्या खाईकडं बघत ती म्हणाली, ''तुमी जावा घरला. काय आमाला धीर द्यायचं कारण न्हाई. बानं मस्त शिकवण देऊन ठेवलीया! आमचं आमी बगून घेऊ...''

बोलवायला गेलेल्या दादांना साक्षीपुराव्याचं सांगायचं होतं. दोन गोष्टी बोलायच्या होत्या. काही सूचना करायच्या होत्या; पण हे सगळं जिथल्या तिथं मनात ठेवूनच ते उठले आणि जिवाला घोर लागल्यागत बाहेर पडले...

❒

१०

दुपारच्या जेवणाला दादा चावडीतनं वाड्यावर आले आणि बैठकीच्या खोलीत कोणीतरी बसलेलं बघून त्यांनी बाहेर परशुरामला विचारलं,

''कोण आलंय?''

''मामा आल्यात.''

''मामा?'' असं म्हणून दादा आत गेले आणि तक्क्याला टेकून बसलेल्या आपल्या सासऱ्याच्या तोंडाकडं न बघता त्यांनी खाली वाकून पायाला हात लावला आणि डोक्याचा फेटा न काढता ते बाजूला बसले. खाल मानेनं म्हणाले,-''कवा आलासा?''

''आलो मघाशी.''

''अवचित येणं केलं?''

''काय करता? तुमची कीर्ती ऐकून आलो?''

म्हातारा असा भाडकन् बोलला आणि आपल्या जावयाच्या तोंडाकडं न बघता बाहेर डोळे लावून विचारू लागला,

''काय म्हणतीया पाटीलकी तुमची?''

''हाय बरी हाय.''

''काय बरी हाय? कशाला म्हारकी गळ्यात घेतलीया ही! एकेक वार्ता कानावर येऊन जिवाला काचणी लागलीया आमच्या!''

म्हातारा थरथरत्या अंगानं बोलत राहिला. अंगाचा संताप झाल्यागत दिसू लागला. राग आवरून पुन्हा गप बसला. सावकाश जेवल्यावर बोलणं काढावं असा विचार करून तो नुसताच बाहेर बघू लागला.

दुपारचं जेवण झालं. सगळे बैठकीच्या खोलीत गोळा झाले आणि सावचित्तानं म्हाताऱ्यानं बोलणं काढलं,

''काय गावात दोन खून झालं म्हणं?''

''व्हय, दोन खून झालं.''

''आणि मग कशाला ऱ्हायाचं असल्या गावात? दुसरीकडं काय पोट भरत न्हाई तुमचं?''

खाली मान घालून बसलेले दादा वर तोंड करून म्हणाले, ''मी होतो म्हणून हे गाव जगलं.''

''अजूनपतूर तुमी जगला-वाचलाय हेच लई झालं! आता फुरं करा हे.''

''कुणाची टाप हाय माझ्या केसाला धक्का लावायची? इचारा भावास्नी कसा गावावर धाक बशीवलाय ते!''

''नाव केलंसा खरं!'' असं म्हणून म्हाताऱ्यानं हळु आवाजात विचारलं,

''परवा कुनाचा खून झाला म्हणायचा?''

''त्यो केरूनाना म्हणून एक होता-त्याचा झाला.''

''त्याच्याच पोरींनी पुरुश वेश घेतलाय म्हणं, ही खरी गोष्ट हाय?''

''व्हय. लक्ष्मी आणि तारा म्हणून दोन पोरी हैत. बा मेला आणि त्यांनी आपलं केस कापून घेतलं. आता आम्ही लेकी न्हाई पोरंच हाय म्हणत्यात!''

''काय व्हैक म्हणायचं हे! पुरशासारख्या ऱ्हाया लागल्यात व्हय?''

''पुरशासारख्या आणि कसल्या! बगीतल्या तर वळकून याच्या न्हाईत. शेंडी राखत्यात. डोक्याला फरची टोपी घालून हिंडत्यात. हातात भाला आणि बंदूक घेऊन फिरत्यात.''

''त्या काय आता बदला घेनार म्हणं?''

''मग सोडत्यात काय! त्या बी पाळत ठेवूनच हैत. धाकटा एक भाऊ हाय त्याला मावळणीकडं लावून दिलंय आणि ह्या दोघी भाद्दरणी मळ्यात वस्तीवर असत्यात.''

''काय पोरी म्हनायच्या!''

''बापाची शिकवणुकच होती तशी!''

हे सारं गुऱ्हाळ ऐकून घेतलं आणि म्हातारा म्हणाला, ''शानं असला तर ही म्हारकी सोडून द्या. ऐका माझं.''

''गावावर एवढा धाक बशीवला आणि आता गाव सोडून जाऊ व्हय? आता न्ड्राई भ्याचं.''

''ती पोरं कोण फरारी हैत न्हवं?''

''ती काय करत्यात वाकडं? केरूनानाच्या पोरीच्या हातनं त्यांचा खून होतोय बघा.''

''अहो पर कशाला ह्या भानगडीत आपुन पडायचं?''

''कशाला? हितच आता घर बांधायचं. एक मळा घ्याचा. हेच आपलं गाव समजायचं.''

म्हातारा हे ऐकून गप बसला आणि हळुच विचारल्यागत बोलला,

''आता काय शेरीचा मळा ठेवलाय व्हय घरात?''

''व्हय, सरकारी जमीन लिलावात धरलीया. आमी करणार म्हटल्यावर दुसरं

कोण चढीवतोय?''

''ते बरं केलंयसा म्हनायचं.'' असं म्हणून म्हाताऱ्यानं पुन्हा विचारलं,

''आणि काय लोकांचं फुकट खत वडलं म्हणं रानात.''

''तुमाला कसं कळलं?''

''आम्ही तिथं असलो तरी आमचा कान हिकडंच असतोय की. काय करता, लेकीची काळजी कराय नगो? हे बगा ऽऽ तुम्ही लई दरकदार बशीवलाय हे खरं पर एकांद्या दिवशी अंगावर उलटल!''

''असं रोज उलटल!'' असं म्हणून दादा गुर्मीत बोलले आणि आपल्या तोऱ्यातच बसले तसा म्हातारा म्हणाला,

''मला काय पसंत न्हाई बगा हे!''

सबंध दुपार अशी बोलण्यात गेली आणि मग खांद्याला बंदूक अडकवून दादा बाहेर पडले. घोड्यावर बसून परशुरामाला म्हणाले,

''मामास्नी घेऊन चावडीत बसायला या मागनं.''

येवढं सांगून त्यांनी घोड्याला टाच मारली आणि टाप टाप करीत घोडा जाऊ लागला. दादा आपल्या तोऱ्यातच गुंग होते.

घोडा मारुतीच्या चौकात आला आणि एकाएकी देवळातनं तीनचार गडी बाहेर पडले. लांडग्यांनी येडगटल्यागत कडं करून भोवतीभर उभे राहिले. दादांना काही समजेनाच झालं. काळीज चर्रर केलं आणि लांबनं ओढ्याचा पूर ऐकू यावा तसे आपल्या काळजाचे ठोके त्यांना ऐकू येऊ लागले. आणि डोळ्यासमोर गडद अंधार पसरला. काही दिसेनाच झालं. दादांची नजर गेल्यागत झाली आणि पुढं आलेला हिंदुराव एका हातानं गपकन् घोड्याचा कान धरून म्हणाला,

''पाटला, तुला आता अस्वलाचा खेळ दावतो! आता नुसतं बगत ऱ्हा. हे बग''- असं म्हणून त्यानं आपल्या हातातली तलवार वर केली आणि खडी तलवार दाखवत तो बोलला, ''तुझा कान कापायचा त्यो घोड्याचा कापतो!- ह्यात काय समजायचं ते समज. डोकेबाज मानसाला ह्यापरास लई काय सांगायचं कारण न्हाई.'' असं म्हणून त्यानं तलवार कच्चकन हाणली. आणि कापलेला कान हातात घेऊन त्यानं पाठ फिरवली. सगळेच पसार झाले आणि खिखी खिखी करून घोडं खिंकाळलं. चेंडू आपटल्यागत जागच्या जागी उशी घेत राहिलं. एका कानानं मुंड झालेल्या घोड्याकडं बघत दादा आपल्या काळजाचे ठोके ऐकू लागले. आणि त्यांना काय करावं हेच कळेना झालं!

त्या मुंड्या घोड्यावरनं खाली उतरायचंही त्यांना भान राहिलं नाही. ते तसेच बसून राहिले आणि भुजलेलं घोडं सारखं उशी घेत राहिलं...

❐